சுகுமாரன் நேர்காணல்கள்

சுகுமாரன் நேர்காணல்கள்

சுகுமாரன் (பி. 1957)

கோவையில் பிறந்தவர். அச்சிதழ், தொலைக்காட்சி, நூல் வெளியீட்டுத் துறைகளில் பணியாற்றியவர். கவிஞர், கட்டுரையாளர், நாவலாசிரியர், மொழிபெயர்ப்பாளர். காலச்சுவடு இதழின் பொறுப்பாசிரியர். கனடா தமிழ் இலக்கியத் தோட்டத்தின் வாழ்நாள் சாதனையாளருக்கான இயல் விருதை 2016இல் பெற்றார்.

தொடர்புக்கு: nsukumaran@gmail.com

சுகுமாரன் கட்டுரை நூல்கள்

❖ திசைகளும் தடங்களும் (2003)
❖ தனிமையின் வழி (2007)
❖ இழந்த பின்னும் இருக்கும் உலகம் (2008)
❖ வெளிச்சம் தனிமையானது (2008)
❖ வேழாம்பல் குறிப்புகள் (2011)
❖ வாழிய நிலனே (2011)
❖ மோகப் பெருமயக்கு (2021)

சுகுமாரன் நேர்காணல்கள்

காலச்சுவடு பதிப்பகம்

● அன்பார்ந்த வாசகருக்கு,

வணக்கம்.

காலச்சுவடு நூலை வாங்கியமைக்கு நன்றி.

நூலின் உள்ளடக்கம், உருவாக்கம், அட்டைப்படம் இன்ன பிற அம்சங்கள் பற்றிய உங்கள் கருத்துகளையும் ஆலோசனைகளையும் காலச்சுவடு வரவேற்கிறது. தகவல், எழுத்து, வாக்கியப் பிழைகள் தென்பட்டால் கட்டாயம் தெரிவித்து உதவுங்கள். நூல் தயாரிப்பில் கடும் குறைபாடு இருப்பின் மாற்றுப் பிரதி உங்களுக்குக் கிடைக்கக் காலச்சுவடு ஏற்பாடு செய்யும்.

மின்னஞ்சல்: **publisher@kalachuvadu.com**

காலச்சுவடு நாகர்கோவில் தலைமையகத்துக்கும் கடிதம் அனுப்பலாம்.

தங்கள்
எஸ்.ஆர். சுந்தரம் (கண்ணன்)
பதிப்பாளர் — நிர்வாக இயக்குநர்

சுகுமாரன் நேர்காணல்கள் ♦ நேர்காணல் ♦ ஆசிரியர்: சுகுமாரன் ♦ © N. சுகுமாரன் ♦ முதல் பதிப்பு: டிசம்பர் 2022 ♦ வெளியீடு: காலச்சுவடு, 669, கே.பி. சாலை, நாகர்கோவில் 629001

காலச்சுவடு பதிப்பக வெளியீடு: 1137

sukumaaran neerkaaNalkaL ♦ Interviews ♦ Author: Sukumaran ♦ © N. Sukumaran ♦ Language: Tamil ♦ First Edition: December 2022 ♦ Size: Demy 1 x 8 ♦ Paper: 18.6 kg maplitho ♦ Pages: 232

Published by Kalachuvadu, 669, K.P. Road, Nagercoil 629001, India ♦ Phone: 91-4652-278525 ♦ e-mail: publications @kalachuvadu.com ♦ Printed at Clicto Print, Jaleel Towers, 42 KB Dasan Road, Teynampet Chennai 600018

ISBN: 978-93-5523-280-9

பொருளடக்கம்

முன்னுரை: சொன்னதெல்லாம்...	9
கவிதை என் இருப்பின் அடையாளம்	15
காகிதம் காலியாக இருக்கிறது	27
மொழி தெரிந்தால் மட்டும் கவிதை புரிந்துவிடாது	31
துயரத்தின் பாலைவெளி முடிவற்ற நீளம்	58
எழுத்து, எனக்கு தப்பித்தல் அல்ல	98
எல்லா நாவல்களும் யாரோ சிலரது வரலாறுகள்தான்	101
எனக்கு வாய்த்த பேறு	109
வாழ்தல் இனிது	119
எழுத்து என்பது நினைவுகளின் கலை	123
நான் என்னவாக இருக்கிறேனோ, அதுவே என் எழுத்து	144
சிலுவை சுமந்தவர்களால்தான் கலையும் இலக்கியமும் நிலைபெற்றன	170
மொழியின் ஆதிக் கருவி கவிதை	183
மொழியின் வலுவில்தான் கவிதையும் வலிமை பெறுகிறது	187
வரலாறு எப்போதும் தொடர் விசாரணைக்கு உரியதே!	206
இலக்கியம் போட்டியல்ல, இருப்பின் சாட்சியம்	214

முன்னுரை

சொன்னதெல்லாம் . . .

இலக்கியத்துடன் தொடர்புடையவைதாம் என்று தன்னிலை விளக்கம் சொல்லிக் கொண்டாலும் இரண்டு செயல்கள் எனக்கு எப்போதும் பீதி அளிப்பவை. அவை நேர்காணலும் மேடைப் பேச்சும். நேர்காணல் என்று யாராவது அணுகினாலோ மேடையில் பேச வேண்டும் என்று கேட்டுக்கொண்டாலோ அடிவயிறு கலங்கும். முடிந்தவரை அந்த வாய்ப்புகளைத் தவிர்க்கவே விரும்புவேன். அப்படித் தப்பியும் கணிசமான எண்ணிக்கையில் நேர்காணல்களுக்கு உட்பட் டிருக்கிறேன். அதன் விளைவு இந்தத் தொகுப்பு.

அணுக்கமான மிகச் சில நண்பர்களுடன் நாத்தழும்பேறப் பேச முடியுமே தவிர ஆர்வமூட்டும் விதமாகப் பொதுவில் உரையாட வல்லவன் அல்லன். 'சில பேர்கிட்டே மட்டும் வாய் சலிக்காமப் பேச முடியுது. நாம பத்து வார்த்தை பேசினால் பதிலுக்கு உன்னால் ரண்டு வார்த்தைதான் உதிர்க்க முடியுது' என்று மனைவி புகார் சொல்லும் அளவுக்குச் சொற்கருமி நான். தவிர எழுத்தே முக்கியம்; பேச்சல்ல என்றும் பொருட்படுத்தத் தகுந்த கருத்துகள் இருந்தால் மட்டும் பேசினால் போதும் என்றும் இப்போதும் உறுதியாகக் கடைப்பிடிக்கும் 'மூட நம்பிக்கை'யும் நாத்தயக்கத்துக்குக் காரணம். இந்த இயல்புகளை மீறியே நேர்காணல்கள் நிகழ்ந்தன.

பேச்சில் விருப்பமில்லாதவன், பேச்சை முதன்மையாகக் கொண்ட தொழில்களையே வாழ்க்கையின் ஆதாரமாக ஏற்றுக்கொண்டது சுவாரசியமான முரண். விற்பனைப் பிரதிநிதியாக வும் பின்னர் அச்சு, தொலைக்காட்சி ஊடகம்,

பதிப்புத் துறைப் பணியாளாகவும் இருந்திருக்கிறேன். தமிழின் முதன்மையான மாற்று இதழின் பொறுப்பாசிரியனாக இன்று பணியாற்றுகிறேன். பேச்சில்லாமல் இந்தத் துறைகளில் பணிகள் இல்லை. இவை அளித்த ஞானம் என் வாய்ப்பூட்டைத் திறந்துவிட்டிருக்கிறது. கூடவே ஏறத்தாழ அரை நூற்றாண்டுக் காலம் இலக்கியத்துடன் புழங்கிய அனுபவம் கருத்துகளைத் திடப்படுத்தியுமிருக்கிறது. நேர்காணல்களைச் சாத்தியமாக்கியது இந்தப் பின்புலமே.

எழுதத் தொடங்கிக் கவனத்துக்குரிய கவிதைகளையும் மொழிபெயர்ப்புகளையும் கட்டுரைகளையும் முன்வைத்த பிறகே பேசுவதற்கான துணிவு உருவானது. எனக்கும் சொல்லக் கருத்துகள் இருக்கின்றன என்ற தன்னிலையிலும், பொருட்படுத்தத் தகுந்த சங்கதிகளைச் சொல்லக்கூடும் என்ற பிற நிலையிலுமே நேர்காணல்கள் அமைந்தன. இவையே மேடைப் பேச்சுக்கும் காரணமாயின. திக்குவாய்ப் பிள்ளைக்குப் பேச்சு சரளமானதும் வாய் மூடாமல் பேசுவதுபோல மேடையிலும் நேர்காணல் களிலும் நிறையவே பேசித் தள்ளியிருக்கிறேன். அதுவும் தமிழ், மலையாளம், ஆங்கிலம் ஆகிய மூன்று மொழிகளில் என்பதை இப்போது வியப்புடன் உணர்கிறேன். இவை எல்லாம் என் மீது அன்பும் நம்பிக்கையும் கொண்டவர்களால் நிகழ்ந்தவை.

அங்குமிங்குமாகச் சிதறிக் கிடந்த நேர்காணல் வெளியான பிரதிகளை ஒழுங்குபடுத்தியபோது புலப்பட்ட என் 'உறுதிக் குலை'யின் பட்டியல் ஒரே சமயத்தில் கூச்சத்தையும் மகிழ்ச்சியையும் அளித்தது. தமிழில் ஏறத்தாழ முப்பதும் மலையாளத்தில் பத்துக்கு மேலும் ஆங்கிலத்தில் சரியாக ஏழும் நேர்காணல்களுக்கு அமர்ந்திருக்கிறேன். பத்திரிகையாளன், இலக்கியப் பணியாளன் என்ற இரண்டு நிலைகளில் அமைந்தவை இவை. ஆங்கிலத்தில் செய்யப்பட்ட நேர்காணல்கள் பெரும்பாலும் நான் மேற்கொண்ட மொழியாக்கங்களை முன்னிருத்தியவை. ஏறக்குறையப் பத்து ஆண்டுகள் மலையாளத் தொலைக்காட்சியின் தலைமைச் செய்தி ஆசிரியனாகப் பணியாற்றினேன். அந்த நாட்களில் நிகழ்ந்த நேர்முகங்கள் அநேகமாகத் தமிழ் இலக்கியம், பண்பாடு, அரசியல் தொடர்பானவை. அவற்றில் ஒன்றிரண்டைத் தவிர மற்றவற்றுக்கு அந்தத் தருணத்தை மீறி இன்று எந்தப் பொருத்தப்பாடும் இல்லை. ஆனால் சிறிதும் பெரிதுமாகத் தமிழில் அளித்த நேர்காணல்களில் சிலவற்றுக்கு இப்போதும் ஆயுளும் பொருத்தமும் இருப்பதாக மீண்டும் வாசித்தபோது தோன்றியது. அந்த எண்ணமே தொகுப்புக்கு அடிப்படை. தேர்ந்தெடுத்த பதினைந்து உரையாடல்கள் இதில் இடம் பெற்றுள்ளன.

பதினாறாவது வயதில் என்னுடைய கவிதையும் கதையும் வெளிவந்தன. அன்றுமுதல் இன்றுவரை இலக்கியம் எனது பகுதியாகவும் நான் இலக்கியத்தின் பகுதியாகவும் இருந்துவருகிறோம். ஒரு பொருளில் இலக்கியத்தையும் அதை ஆதாரமாகக் கொண்ட நடவடிக்கைகளையும் இருப்பின் சாட்சியமாகவே கருதுகிறேன். அப்படிக் கருதுவதனாலேயே நீண்ட பயணமும் சாத்தியமாகியிருக்கிறது. பகிர்ந்துகொள்ள அனுபவங்களும் கருத்துகளும் திரண்டிருக்கின்றன. படைப்பாள னாகக் கவிதையிலும் புனைகதைகளிலும் கட்டுரைகளிலும் சொல்ல இயலாதவற்றையும் சொல்லத் தவறியவற்றையும் பகிர்ந்துகொள்ளும் வாய்ப்பாகவே நேர்காணல்களைக் கண்டிருக்கிறேன். முதன்மையாக இலக்கியத்தையும் அதன் உடன் நிகழ்வாகப் பிற துறைகளையும் பற்றிய கருத்துப் பரிமாற்றத்துக்கே இந்த நேர்முகங்களில் முயன்றிருக்கிறேன். எனது பார்வைகள், அக்கறைகள், சார்புகள், விருப்பங்கள், மறுப்புகள், விழுமியங்கள், நிலைப்பாடுகள் ஆகியவற்றை இந்த நேர்காணல்கள் வெளிப்படுத்த வேண்டும் என்பது ஆசை. வெளிப்படுத்துகின்றன என்பது நம்பிக்கை.

இதைவிட மேலானது என்று கருதும் நம்பிக்கை ஒன்றும் எனக்கு இருக்கிறது. இலக்கியக்காரனாகவும் அல்லாமலும் கடைப்பிடிக்கும் நம்பிக்கை. மாபெரும் கடலின் துளி மட்டுமே நான். எனவே ஆர்ப்பாட்டமான உரிமை பாராட்டுதல்களோ தம்பட்ட முழக்கங்களோ செயல்பாடுகளில் தெரியக் கூடாது. குறிப்பாக நேர்காணல்கள் அவ்வாறு தொனிக்கக் கூடாது. எனினும் சிறு துளியும் பெரும் கடலின் பகுதிதான், இல்லையா?

இந்த நேர்காணல்களைத் தொகுத்துப் பார்த்துக்கொண் டிருக்கும்போது பத்திரிகையாளனாகவும் இலக்கியக்காரனாகவும் நான் கண்ட நேர்காணல்கள் தொடர்பான நினைவுகளும் அகத்தில் நிழலாடின. அளித்த நேர்காணல்களைக் காட்டிலும் கண்ட நேர்காணல்களே அசைபோட்டு மகிழும் இனிமையைக் கொடுத்தன.

பத்திரிகையாளன் ஆவதற்கு வெகு முன்பே பத்திரிகை யெழுத்தாக நான் மேற்கொண்டது ஒரு நேர்காணலைத்தான். 1970களின் பிற்பகுதியில், எங்கள் ஊர் கோவையிலிருந்து, வெகுஜன எழுத்தாளராகப் புகழ்பெற்றிருந்த பிரதிபா ராஜகோபாலன் ஆசிரியப் பொறுப்பில் வெளிவந்த முகங்கள் என்ற மாத இதழுக்காக நடனமணி பத்மா சுப்ரமணியத்தைப் பேட்டிகண்டு எழுதினேன். அதற்குக் கிடைத்த சன்மானம்தான் எழுத்தின்

மூலம் ஈட்டிய முதல் வருவாய். பின்னர் தொழில்முறைப் பத்திரிகையாளனாக குங்குமம் வார இதழுக்காகவும் சன் குழுமத் தொலக்காட்சிகளுக்காகவும் எடுத்த பேட்டிகள் பல வண்ணம் கொண்டவை. பல உணர்வுகளை அளித்தவை. பல கருத்துகளை அறிமுகப்படுத்தியவை.

பாலு மகேந்திரா இயக்கிய 'சதிலீலாவதி' (1995) படத்தில் மையமான பாத்திரத்தை ஏற்றிருந்த சபாபதிமுதல் இந்தியப் பிரதமரான ஐ.கே. குஜ்ரால்வரை பலதரப்பினரையும் கண்ட நூற்றுச் சொச்சம் நேர்காணல்கள் அளித்த அனுபவங்கள் மகத்தானவை. நான் உட்பட்ட நேர்காணல்களைப் பத்திரப்படுத்திய அளவுக்கு நான் கண்ட நேர்காணல்களைப் பாதுகாக்கவில்லை என்ற வருத்தம் எழுகிறது. குறிப்பாக, நடிகர் கமலஹாசன், இசையமைப்பாளர் இளையராஜா, இயக்குநர் எல்லிஸ் ஆர். டங்கன், எழுத்தாளர் தஸ்லிமா நஸ்ரின், இசைக் கலைஞர் மணி கிருஷ்ணசாமி, நாதஸ்வரக் கலைஞர் ஷேக் சின்ன மௌலான சாகிப், கலைஞர் கருணாநிதி ஆகியவர்களுடன் மேற்கொண்ட நேர்காணல்கள் சுவாரசியமானவை. சில நேர்காணல்கள் இன்றும் நினைத்துப் பூரிப்பு அடையச்செய்பவை. தமது பேட்டி வெளியான பின்னர் அதை வாசித்துவிட்டுத் தொலைபேசியில் அழைத்து சின்ன மௌலானா சாகிப் கூறிய வார்த்தைகள் இப்போதும் செவியில் இன்பமாக ஒலிக்கின்றன. சில நேர்காணல்கள் அன்று கூனிக் குறுகச் செய்தாலும் இன்று யோசிக்கும்போது சிரிக்கத் தூண்டுகின்றன.

எழுத்தாளர் கோவி. மணிசேகரனுக்கு 1992ஆம் ஆண்டுக்கான சாகித்ய அகாதமி விருது அளிக்கப்பட்டது. அதையொட்டி அவரைப் பேட்டி கண்டேன். அவரது உரையாடல் மொத்தமும் பேச்சு வழக்கிலேயே அமைந்தது. பேட்டியை ஒலிநாடாவில் பதிவு செய்திருந்தேன். அதைப் பேச்சு வழக்கிலேயே எழுத்தாக்கம் செய்தேன். பொறுப்பாசிரியராக இருந்த சாரதி பார்வையிட்டு அச்சுக்கு அனுப்பினார். அது அப்படியே வெளிவந்தது. இதழில் பேட்டியை வாசித்த எழுத்தாளர் மிகக் கோபமாக மூன்று பக்க (அதில் அரைப் பக்கம் அவருடைய பட்டப் பெயர்களும் அடைமொழிகளும் அடங்கும்) நீளமான கடிதத்தை ஆசிரியருக்கு எழுதி அனுப்பினார். 'உரை நடைக் கம்பன்' என்று புகழ்பெற்ற என்னுடைய பேட்டியை காயலான் கடை மொழியில் வெளியிட்டது என்னை அவமதிக்கும் செயல்' என்று குறிப்பிட்டிருந்தார். கடிதத்தின் நகலைக் கலைஞருக்கும் அனுப்பியிருந்தார். அவர் அழைத்து விசாரித்தார். 'ஏன்யா, ஒரு எழுத்தாளனோட பேட்டியை இப்படியா வெளியிடுவே?' என்று கண்டித்தார். அவர் அப்படித்தான் பேசியிருக்கிறார் என்று ஒலி

நாடாவை ஆதாரமாகச் சமர்ப்பித்தேன். அதைக் கேட்டுவிட்டுத் தணிந்த குரலில் சொன்னார். ‘சரிதான்யா, ஆனா பேட்டி கொடுக்கிற ஆளோட தகுதியைப் பார்த்துத்தானே அதை எழுதி வெளியிடணும். இப்ப நான் உன்கிட்ட பேசுறத அப்படியே எழுதி வெளியிடுவியா? அது தப்பில்லையா?’ என்றார்.

அப்போது குங்குமம் இதழில் ‘கலைஞர் பதில்கள்’ பகுதி வெளிவந்து கொண்டிருந்தது. அதில் சேர்ப்பதற்காக அவரே கோவி. மணிசேகரனுக்கு சாகித்ய அகாதமி விருது கிடைத்தது பற்றிக் கேள்வியும் கேட்டுப் பதிலில் பாராட்டியுமிருந்தார். அவர் எழுதிக் கொடுத்த அந்தத் தாளை மிகவும் பத்திரமாக வெகு காலம் வைத்திருந்தேன். அது காணாமற்போனது இப்போதும் வருத்தம் அளிக்கிறது. அந்த நிகழ்ச்சி இதழியலின் பாடம் ஒன்றையும் புகட்டியது.

நேர்காணல்கள் தொடர்பாக நான் பாடமாகப் பயின்றது ‘பெங்குயின் புக் ஆஃப் இண்டர்வியூஸ்’ (1995) என்ற நூலை. கிறிஸ்டோபர் சில்வெஸ்டர் தொகுத்துப் பதிப்பித்த நூலில் 1859முதல் 1992வரை பல்வேறு ஆங்கில இதழ்களுக்காக மேற்கொள்ளப்பட்ட எண்பத்தாறு நேர்காணல்கள் இடம் பெற்றுள்ளன (இரண்டு நேர்காணல்கள் ஜோசப் ஸ்டாலினுடையவை). அதில் உள்ள நேர்காணல்கள் என்னைக் கவர்ந்ததைவிடவும் அதன் நாற்பத்தைந்து பக்க முன்னுரை என்னை மிகவும் ஈர்த்தது. நேர்காண்பவர் நேர்காணப்படுபவருக்குத் ‘தற்காலிக நண்ப’ராக இருப்பது அவசியம். ஒரு நேர்காணல் தருணத்தில் நேர்காண்பவரும் நேர்காணல் அளிப்பவராக மாறுவது இன்றியமையாதது ஆகிய இரு பாடங்களை அந்த நூலிருந்து கற்றுக்கொண்டேன். அந்தப் பாடங்களை நடைமுறைப்படுத்திப் பார்க்கும் வாய்ப்பு மிக அரிதாகவே எனக்கு வாய்த்தது. ஆனால் என்னை நேர்காணலுக்கு உட்படுத்தியவர்கள் அவற்றைச் சிரத்தையாகச் செய்திருக்கிறார்கள் என்றே தோன்றுகிறது. இந்த நேர்காணல்களுக்கு நான் ஆயத்தமான முறையிலிருந்தே அதைச் சொல்ல முடிகிறது.

தொகுப்பில் இறுதியாக இடம் பெற்றுள்ள நேர்காணலைச் செய்த கல்யாணராமன்தான் இந்தத் தொகுப்புப் பற்றிய யோசனைக்கு மறைமுக உந்துதல். இலக்கிய வெளி இதழுக்காக அவர் கேட்டுக்கொண்டபோது கூறியது கூறல் என்ற குற்றம் நிகழாமலிருக்கப் பழைய நேர்காணல்களை மீண்டும் பார்வையிட நேர்ந்தது. அதுவே தொகுப்புக்கும் முகாந்திரமானது. நேர்காணல்களைத் திரட்டிய பின்பு நூலாக்க வேண்டுமா

என்ற தயக்கம் எழுந்தது. நண்பர்கள் அபுதாபி செல்வராஜ் ஜெகதீசனுக்கும் கே.என். செந்திலுக்கும் கரட்டு வடிவத்தை அனுப்பிக் கருத்துச் சொல்லும்படிக் கேட்டுக்கொண்டேன். அவர்களுடைய இசைவுதான் நூலாக்கத்துக்கான துணிவைக் கொடுத்தது. இந்த மூவருக்கும் முதல் நன்றி.

நேர்ப் பேச்சாகவும் எழுத்து வடிவில் கேட்கப்பட்டவை யாகவும் மின் அஞ்சல் வாயிலாகவும் நிகழ்ந்தவை இந்த நேர்காணல்கள். பெரும்பாலும் இதழ்களில் வெளியான வடிவிலேயே இடம்பெற்றுள்ளன. பிறப்பு, குடும்பப் பின்னணி தொடர்பான கேள்விகளுக்கு அளித்த பதில்கள் மாற்றமில்லாதவை. அவை சில நேர்காணல்களில் நீக்கப்பட்டுள்ளன. சிலவற்றில் சுருக்கப்பட்டுள்ளன. சில தகவல் பிழைகளும் பெயர்களும் சரி செய்யப்பட்டிருக்கின்றன. சில தலைப்புகள் பொருத்தம் கருதி மாற்றப்பட்டிருக்கின்றன. கருத்துகளோ உணர்வுகளோ எந்த வகையிலும் திருத்தப்படவில்லை. ஒருவேளை இன்று இந்தக் கேள்விகள் முன்வைக்கப்படுமானால் வேறு பதில்கள் அளிக்கக்கூடும். கவிதைபற்றி இந்த நேர்காணல்களில் சொல்லியிருக்கும் கருத்துகளில் சில இன்று மாறியிருக்கின்றன. நிலைப்பாடுகளில் நகர்வு ஏற்பட்டிருக்கிறது. எனினும் எனது அடிப்படைகள் அப்படியே உள்ளன. காலம் சிலவற்றை அசைக்கிறது; சிலவற்றை ஆழ ஊன்றுகிறது.

இந்த நேர்காணல்களை மேற்கொண்டவர்கள் அனைவரும் முன்பே அறிமுகமானவர்கள். அறியப்பட்டவர்கள். அவரவர் நிலையில் கவனம் பெற்றவர்கள். இவர்கள் என்னை நேர்கண்டது நட்பின் நிமித்தம் என்றே எண்ணுகிறேன். அந்த நட்பு பெருமிதமளிக்கிறது. வெளியிட்ட இதழாசிரியர்கள் என் கருத்துகளுக்கு மதிப்புக்குரிய இடத்தைத் தந்திருக்கிறார்கள். அந்த ஏற்பு மகிழ்ச்சி தருகிறது. இவர்கள் எல்லாருக்கும் மிக்க நன்றி.

நூலாக்கத்துக்கான முதல் வடிவத்தை உருவாக்கியவர் அகிலா. இறுதி வடிவத்தை லதாவும் ஹெமிலாவும் மணிகண்டனும் அளித்தனர். பி.ஆர். ராஜன் முகப்பை வடிவமைத்தார். கண்ணன் நூலை வெளியிட இசைந்தார். அரவிந்தன், களந்தை பீர் முகம்மது, செந்தூரன், பெருமாள், கலா முருகன் ஆகியவர்கள் வெவ்வேறு நிலைகளில் உதவினார்கள். அனைவருக்கும் மனமார்ந்த நன்றி.

கோயம்புத்தூர்   சுகுமாரன்
25 டிசம்பர் 2022

கவிதை என் இருப்பின் அடையாளம்

நேர்கண்டவர்கள்:
இசை, இளங்கோ கிருஷ்ணன், இளஞ்சேரல்

இசை: கவிதை என்பதை எப்படித் தொகுத்துக் கூறுவீர்கள்?

இது காலம் காலமாகக் கேட்கப்படும் கேள்வி. இதற்கு ஒருபோதும் யாராலும் சரியான பதிலை தந்துவிட முடியாது. ஒவ்வொரு கவிஞனும் அவனுடைய கோணத்தில் இருந்துதான் இதற்கான பதிலைத் தர முடியும். என்னைப் பொறுத்தவரை கவிதை என்பது என்னை வெளிப்படுத்திக் கொள்ளும் சாதனம். என் இருப்பின் அடையாளம். நான் என்பது வெறும் தன்னிலையான நான் அல்ல. இதற்குள் ஒரு பெரிய பரப்பு இருக்கிறது. நான் பார்க்கிற இந்த சமூகம் உட்பட. ஒரு பெரிய அர்த்த தளத்தில்தான் நான் என்று சொல்கிறேன்.

இசை: எல்லாவற்றிலும் போலி என்பது உண்டு. மொழியின் இயல்பை பயன்படுத்திக் கொண்டு அகத்தூண்டல் ஏதுமில்லாமல் வினோதமான சொற் சேர்க்கைகளைச் சேர்த்து கவிதையை போலி செய்தல் நடக்கிறது என்று கருத வாய்ப்பிருக்கிறதா?

நான் மொழியை சார்ந்து எழுதும் போது அது என்னுடைய மட்டுமல்ல, அது ஒரு பொதுவானது. ஒரு பொதுவான கவிதை மரபு, ஒரு பொதுவான கவிதை மொழி உள்ளது. அதனால் தான் நதி என்பதை நம்மால் காலமாக உருவகிக்க முடிகிறது.

பறவை என்பதை சுதந்திரம் என்று உருவகிக்க முடிகிறது. இந்த கவிமொழியை உள்வாங்குபவன் கவிஞன். அப்படி செய்யும் போது அவன் தன்னுடைய தனிப்பட்ட கவிமொழியை தன் மொழிக்குள் கொண்டுவந்து சேர்க்கிறான். இதுதான் ஒரு கவிஞன் தன்னுடைய மொழிக்குச் செய்கிற பங்களிப்பு "செம்புலப் பெயல் நீர்"...என்னும் ஒரு சொற் சேர்க்கையோடு இந்த மரபில் வந்து இணைகிறான் ஒருவன். இதுதான் நிஜமானது. இயல்பானது. இது மாதிரி பல படிகள் எடுக்கப்படலாம். அதை மொழியை கையாளத் தெரிந்த ஒருவன் செய்து விடமுடியும் தான். ஆனால் வாசகன் அதை எளிதில் கண்டு பிடித்துவிடுவான்.

இளங்கோ: Modernism என்பதன் நோக்கமே கவிதையில் அறிவார்த்தத்தை நிறுவுவதுதானே?

இதை வெறும் இலக்கியத்தோடு மட்டும் தொடர்புடையதாக பார்க்க முடியாது. மேற்கே தொழில் புரட்சியோடு தொடர்புடைய உடன் நிகழ்வாக அந்த கருத்தியல் வந்தது. வெறும் உணர்ச்சி வசப்படுவதில் அர்த்தம் இல்லை. புத்திக்கும் வேலை கொடு என்பதாக அது இருந்தது. நமக்கு அந்த மாதிரியான வரலாறு இல்லை. நாம் கவிதையை உணர்ச்சியோடுதான் கொண்டு போய்க் கொண்டிருக்கிறோம். நம் மொழியின் இயல்பு அதுதான்.

இசை: நீங்கள் ஒரு மத வன்முறைக் கும்பலிடம் மாட்டிக் கொண்ட அனுபவம் பற்றி ஒரு கவிதை, ஒரு கட்டுரை இரண்டும் எழுதி இருக்கிறீர்கள். கட்டுரையில் மிக நேர்த்தியாக கடத்தப்பட்ட உங்கள் அனுபவம் கவிதையில் சரியாக வெளிப்படவில்லை. அதில் சில உருவகங்கள் தட்டையாக இருப்பதுபோலவும், வன்முறையின் திகிலுணர்வை அது சரியாக வெளிப்படுத்தவில்லை என்றும் நினைக்கிறேன். இந்த இடத்தில் கவிதையின் வடிவம் குறித்து கேட்க நினைக்கிறேன். கவிதையில் வடிவத்தின் பங்கு எத்தகையது?

முதன்மையானதுதான். என்ன எழுதுகிறோம் என்பது போலவே எப்படி எழுதுகிறோம் என்பதும் முக்கியமானதுதான்... கவிதைக்குள் நுட்பமான தகவல்கள் அல்லது கூடுதலான தகவல்களை வைக்க முடியும் என்பதில் எனக்கு நம்பிக்கை இல்லை. அது நேரடியான அனுபவத்தை வேறுவேறு தளங்களில் பேச முடிகிறது. அந்தக் கவிதையில் நான் பேசியது உடலுக்கு மதம் உண்டா? என்பதுதான். சூழல்தான் ஒருவனின் மதத்தை – பிறப்பின் அடிப்படையில் தீர்மானிக்கிறது. அந்த விஷயத்தைத் தான் அந்தக் கவிதையில் பதிவு செய்தேன். அந்தக் கேள்வியை நோக்கி நான் போகிற அல்லது வாசகனை அழைத்துச் செல்கிற நோக்கம்தான் அந்தக் கவிதைக்கு உண்டு. கட்டுரையில் அந்தச் சம்பவத்தை வேறு வேறு தளங்களில் யோசிக்க வேண்டி உள்ளது.

இது ஏன்? இதன் பின்னணி என்ன? என்பதைப் போல இதுதான் இப்போது எனக்கு தோன்றுகிற பதிலாக இருக்கு. இரண்டையும் மீண்டும் ஒருமுறை படித்துப் பார்த்தால் இன்னும் கொஞ்சம் விரிவாக பேசமுடியும்.

இசை: கவிதையின் வடிவம் என்பதை முற்றிலும் புறவயமானதாக கருத முடியுமா? சில சமயங்களில் அது கவிதையோடு சேர்ந்தே பிறக்கிறது.

உயிரின் வடிவம் அகவயமானதா, புறவயமானதா?

இளஞ்சேரல்: அகவயம் தான்.

நானும் அப்படித்தான் நினைக்கிறேன். பல சமயங்களில் தனக்கான வடிவத்தையும் சேர்த்து எடுத்துக் கொண்டேதான் கவிதை பிறக்கிறது.

இசை: சமீப காலங்களில் சங்க இலக்கியம், காப்பியங்கள் குறித்த அக்கறைகள் அதிகரித்து வருகிறது. இன்றைய நவீன கவிதைகளில் சங்க இலக்கியங்களின் பல கூறுகள் காணக் கிடைக்கின்றன. நீங்கள் இன்றைய கவிதையை மேற்கின் பாதிப்பு என்பீர்களா? அல்லது நமது மரபின் இடைவிட்ட தொடர்ச்சி என்பீர்களா?

மேற்கின் பாதிப்போடு நிகழ்ந்த நிகழ்வு... சிறுகதை, நாவல் போன்று புதிய கவிதை என்பதும் மேற்கின் பாதிப்பாலும் நம்மிடம் நிகழ்ந்தது. இது காலத்தின் பாதிப்பு. மேற்கின் பாதிப்பு என்று மட்டுமே சொல்லி விட முடியாது. நம்முடைய வாழ்நிலை, சூழல், வரலாறு இதையெல்லாம் அடியொற்றி தவிர்க்க இயலாமல் உருக்கொண்டது இது.

இளங்கோ: இன்றைய சூழலில் கவிதை ஆற்ற வேண்டிய பணி என்னவாக இருக்கிறது? மகாகவி போன்ற சொல்லாடல்கள் நாவலின் வருகைக்குப் பின் என்ன அர்த்தம் பெறக்கூடியவை?

எல்லா மொழியிலும் ஆதிவடிவம் கவிதைதான். காலம் போகப் போக இந்த வாழ்க்கை, இந்த பண்பாட்டுமுறை மாற மாற வேறு இலக்கிய வடிவங்கள் தோன்றின. ரொம்ப அடிப்படையில் படைப்பைத் தூண்டி விடுகிற ஒரு நிலையைத்தான் கவிதை என்கிறோம். அது நாவலானாலும் சரி, கவிதையானாலும் சரி. இது நான் வைத்திருக்கிற அளவுகோல், நாவல் ஒரு பெரிய வாழ்க்கையை *Historisation* பண்ணுது. சிறுகதைச் சின்ன உணர்வை நிகழ்வாக்குகிறது. கவிதை மொத்தமான படைப்பின் துடிப்பை நிரந்தரமாக கொண்டு வர முயற்சி செய்கிறது. இதுதான் கவிதையில் இடையறாதத் தொடர்ச்சியாக வருவது. கவிதைக்கு ஒரு *Functional* ஆன *Purpose* உண்டு என்பதும் இல்லை என்பதும்

மேற்கின் பார்வை. நமக்குப் படைப்பு என்பது ஒரு *Functional* ஆன விஷயமல்ல. அது வாழ்வியல் சார்ந்த *Existential* ஆன ஒருவிஷயம். அதனால் தான் நம் தமிழில் ஜோதிடத்திற்கும், மாட்டு சாஸ்திரத்திற்கும், வைத்தியத்திற்கும் கவிதையைப் பயன்படுத்தி இருக்கிறார்கள்.

இசை: வெட்டி ஒட்டும் தொழில் நுட்பத்திற்கு உங்கள் கவிதையில் எத்தகைய பங்கு இருக்கிறது?

ஒரு சிறிய விழுக்காடு இருக்கும். முதலில் வெட்டி ஒட்டும் தொழில் நுட்பம்னா என்ன?

இசை: ஒரு கவிதை முழுசாக உருவாகி வந்த பிறகு நாம் நம் அறிவு சார்ந்து செய்கிற திருத்தங்கள் "Repetation" போன்ற சில விஷயங்கள்.

வெட்டி ஒட்டுதல் என்பதை உடன்பாடான அர்த்தத்தில் சரி என நினைக்கிறேன். அதை என்னுடைய வார்த்தையில் சொல்வதென்றால் "*Editing*" என்பேன். எனக்கு அது தேவையாக இருக்கு. எல்லோரும் சிலாகித்து சொல்கிற என்னுடைய ஏழு வரிக் கவிதை ஒன்று... "கையில் அள்ளிய நீர்"... அந்தக் கவிதையை நான் கிட்டத்தட்ட 60 வரி எழுதினேன். அந்த 60 வரியில் என்ன சொல்ல நினைத்தேனோ அது அந்த ஏழு வரியில் வந்துருச்சு. அப்ப எடிட்டிங் தேவையாத்தானே இருக்கு... பொதுவா ஒரு படிமம் அல்லது ஒரு ஓசை அல்லது ஒரு வார்த்தை அல்லது ஒரு வரி மனசுல தோன்றி அதன் தொடர்ச்சியாகத்தான் கவிதை வருகிறது. என்னைப் பொறுத்தவரை 10 தடவை எழுதினேன். 15 தடவை எழுதினேன்னு எல்லாம் சொல்ல வரலை. ஒரு வடிவத்தை முன்ன பின்ன மாத்தி எழுதுறதுக்கான வாய்ப்பு உள்ளது. முதல் வரியை இரண்டாவது வரியாகவோ, இரண்டாவது வரியை முதலாவதாகவோ முதல் வரியை இரண்டாக மடித்துப் போட்டோ . . . இது மாதிரி ஏதாவது செய்திருப்பேன். மற்றபடி நான் காத்துக் கிட்டிருக்கேன். ஒரு வேளை இவ்வளவு *Wait* பண்ணலைன்னா நான் இன்னும் கொஞ்சம் எழுதியிருக்க முடியும். எண்ணிக்கை சார்ந்ததா கவிதைன்னு கேள்வி இருந்தாலும் முப்பது வருஷத்துல இன்னும் கொஞ்சம் எழுதியிருக்கலாம்னு தோணுது.

இளங்கோ: பொதுவாக எண்ணிக்கை ஒரு பொருட்டல்ல என்பதான தர்க்கப் பூர்வமான உரையாடல் நம் எல்லோரிடமும் இருக்கிறது. அதே சமயம் நம் மனதில் எண்ணிக்கை போதாது என்கிற எண்ணமும் இருந்துகிட்டேதான் இருக்கு?

நீங்க தொடர்ந்து இயங்கி வருகிறீர்கள் என்பதற்கான ஒரு சின்ன அடையாளம்தான் எண்ணிக்கை. அதில் எவ்வளவு

தேறும் என்பது வேறு. யாரையும்விட அதை எழுதியவனுக்கு தெரியும். ஆனால் நாம் தொடர்ந்து இயங்குவதற்கு ஒரு தூண்டுதல் வேண்டும். அந்தத் தூண்டுதல் வலுவான தூண்டுதலாக இருக்க வேண்டும் என்பதற்குத் தான் இவ்வளவு ஆவலாதி.

இசை: இலக்கியம் பற்றிப் பேசும் போது, அற உணர்வு குறித்தும் பேசுகிறோம். அற உணர்வு என்பதை தன்னளவிலே முழுமையாக செயல்படுத்த முடிவதில்லை. இதை சமூக தளத்திற்கு விரிக்கும்போது இன்னும் சிக்கலாகிறது. அவ்வளவு அறக்கேடு நம்மைச் சுற்றிலும். இந்நிலையில் அறவுணர்வு பற்றி பேசும் படைப்பாளியின் நிலை என்ன?

எல்லோருக்கும் சமமான நீதி என்பதை அறவுணர்வு என்று கொண்டால், அது எட்டாது போகும் போது நாம் துக்கத்தை வெளிப்படுத்துகிறோம். அதற்குத் தடையாக இருப்பவற்றை தூஷிக்கிறோம் அல்லது நையாண்டி பண்ணுகிறோம். தொடர்ந்து இலக்கியம் இதை கேள்வி கேட்கிறது.

இசை: ஒரு படைப்பாளியின் வேலை அந்த இலக்கியத்தில் கேள்வி கேட்பது மட்டும் தானா?

வேறென்ன செய்யலாம் ? ஒரு மனிதனாக அவன் அதற்காக போராடலாம். இது ஒண்ணுக்குள்ள ஒண்ணு இருக்கிற விஷயம் தான். ஒரு மனிதனாகப் போராடுவதற்கு இலக்கியம் தூண்டுதல் தருது. இலக்கியத்தில் அவன் அதை செய்யணும்னா அவன் மனிதனாக இருக்க வேண்டும். அதனால் தான் ஒரு இசைக் கலைஞரையோ, வேறுயாரிடமோ கேட்காமல் எழுத்தாளனிடம் நீ ஏன் இதற்காக போராடவில்லைன்னு கேட்கறாங்க. ஏன் என்றால் மொழி என்பது வெறும் மொழியல்ல. அது வாழ்க்கை. எனவே வாழ்க்கை மீது ஏதோ ஒரு தீர்ப்பு சொல்லக் கடமைப் பட்டவன் எனக்கருதப்படுகிற படைப்பாளியிடம் இந்தக் கேள்வி கேட்கப்படுகிறது.

இளஞ்சேரல்: ஆமாம் . . . என் நண்பர்கள்கூட கேட்கிறாங்க. சமீபத்திலகூட நாடாளுமன்ற நம்பிக்கை இல்லா தீர்மானத்துல பல கோடி விளையாடிச்சு. நீங்க இது மாதிரி விஷயத்தையெல்லாம் எழுதாம வேறு எதையோ எழுதிக்கிட்டிருக்கீங்கன்னு . . .

எழுத்து என்பது உடனடியாக எதிர்வினை காட்டுகிற விஷயமல்ல. அப்படி React பண்ற எழுத்துக்களும் இருக்கு. அது பத்திரிகை அறிக்கை. அதுவும் சமூகத்துக்குள்ள செயல்படுது. ஆனா இந்த பாதிப்பு ஒரு மொத்த மனித வாழ்க்கையை, ஒரு சமூகத்தை, ஒரு தனிமனிதனை எந்த வகையில் பாதிக்கும் எனும் கேள்விகள் தாம் படைப்பாளியிடம் வருது. அந்த கேள்விக்கான பதிலைத்தான் அவன் தேடுகிறான். அதைத் தேடுவதற்குக்

கொஞ்சம் டைம் எடுத்துக்கக் கூடும். சுதந்திரப் போராட்டக் காலத்தில் வாழ்ந்த புதுமைப்பித்தன் ஏன் சுதந்திரப் போராட்டம் பற்றி எழுதலைங்கறது பெரிய குறையா பேசப்படுது. ஆனா அது குறையே இல்லைன்னு தோணுது. பாரதி எழுதினான். புதுமைப்பித்தன் எழுதலை... இரண்டும் இரண்டு படைப்பு மனங்கள். தவிரவும் படைப்பு என்பது எப்போதும் நிரந்தரமாக இருக்கிற மனித வாழ்வின் கேள்விகளுக்குத்தான் பதில் சொல்ல முயற்சிக்கிறது.

இசை: வார்த்தைக்கும் வாழ்க்கைக்கும் இடைவெளி கூடாது என்பது படைப்பாளிகளுக்கான நிச்சயிக்கப்பட்ட நிபந்தனையா?

ரெண்டும் வேறில்லையா, அதே சமயம் ஒன்றில்லையா?

இசை: அப்படி இரண்டும் வேறாகிப் போகிறபோது உங்களுக்குள் தடுமாற்றம் வருவதில்லையே?

அது எல்லா எழுத்தாளருக்கும் வரும். நீங்க வெறுமனே Writer ஆக மட்டும் வாழ முடிவதில்லையே. வேறு வேறு பாத்திரங்களை ஏற்க வேண்டியுள்ளது. அது ஒரு பெரிய கனவு... எழுத்தும் வாழ்வும் பிரிக்க முடியாத மாதிரி இருக்கணுங்கறது ஒரு பெரிய கனவு. அந்த கனவை நோக்கித்தான் பேனா எடுக்கற ஒவ்வொருத்தனும் ஆசைப்படறான். அதுல போய் சேர வேண்டிய இடம் ரொம்ப தூரமா இருக்கு . . . வழி ரொம்ப சிக்கலா இருக்கு... நமக்குத் தெம்பு ரொம்ப கம்மியா இருக்கு.

சேரல்: நீங்கள் நிறைய மொழிபெயர்ப்புகளில் ஈடுபட்டிருக்கிறீர்கள். தமிழ் படைப்புகள் அதன் தனித்துவமான அழகியலோடு மொழி பெயர்க்கப்படுவதாக உணர்கிறீர்களா?

கவிதையை இன்னொரு மொழிக்குள் மொழி பெயர்ப்பதென்பது அசாத்தியம் என நான் நினைக்கிறேன். ஆனா அந்த கவிதை சார்ந்த உணர்வு நிலை, கருத்து நிலை இரண்டையும் இன்னொரு மொழிக்குள் கடத்த முடியும். மலையாளத்துலயும் நான் எழுதியிருக்கேன். ஆனா என்னுடைய கவிதைகளை என்னால் மலையாளத்திற்கு கொண்டு போக முடியல. ஏனெனில் என்னுடைய சொற்களஞ்சியம் தமிழ் சார்ந்தது.

இளங்கோ: ஒரு bi-lingual poetக்கும் இது முடியாதா?

என்னால முடியல. ஏன்னா எனக்கு அந்த கவிதையோட ஒரு உறவு இருக்கில்லையா? இந்தக் கவிதை இது சார்ந்தது என்பதுபோல. அதனால் அதை நான் குறைச்சுக்க விரும்பல. சிறுகதை அல்லது நாவல் போன்றவற்றை மொழி பெயர்க்கலாம். அதில் உள்ள கலாச்சாரக் கூறுகளை கொஞ்சம் விளக்கத்தோட

வெளியிடலாம். கவிதை அடிப்படையில் அது சார்ந்திருக்கிற பிராந்திய சுபாவம் கொண்டது. அதனால் அதை மொழிபெயர்க்க கடினமாக உள்ளது. நாம் செய்யக் கூடிய எளிய பணி கவிதையின் கருத்துநிலையை அங்கு கொண்டு செல்வதுதான். பிறகு சில பொதுவான உணர்வுகளைக் கொண்டு செல்லலாம்.

இளங்கோ: தமிழ் – மலையாளம் இரண்டு இலக்கியங்களிலும் பரிச்சயமுள்ளவர் என்னும் அடிப்படையில் இரண்டு மொழிகளின் தற்போதைய சூழல் குறித்துச் சொல்ல முடியுமா?

நாம் அகம் – புறம் என்று தனித்தனியே கவிதைகளை பிரித்து வைத்திருந்தபோது மலையாளத்தில் இரண்டும் சேர்ந்தே இருந்தது. தமிழில் 80களுக்குப் பிறகு இது சமூகம் சார்ந்த கவிதை, இது தனி மனித கவிதைங்கற பிரிவினை இல்லாமல் ஆனது. கவிதை கவிதையானது. ஆனால் மலையாளத்தில் தற்போது, நாம் முன்பு அகம் சார்ந்த கவிதை என்று சொல்லி வந்ததை எழுத முயற்சிக்கிறார்கள் என்று எனக்குத் தோன்றுகிறது. ஏனெனில் இடதுசாரி மனோபாவம் என்று இருந்த சூழல் முற்றிலும் சிதிலமாக இருக்கும் இடத்தில் முளைக்கத் துடிக்கிற தளிரின் தவிப்பாக இது இருக்கலாம். அப்புறம் தமிழில் நாம் இழந்து போன முக்கியமான விஷயம் சிறுகதை. இன்றைக்குப் பேரெடுத்து சொல்லக்கூடிய சிறுகதை எழுத்தாளர்களைச் சொல்வதற்கு யோசிக்க வேண்டி இருக்கு. ஆனால் ஒரு பத்து வருடத்திற்கு முன்னால் மளமளவென்று பல பெயர்களைச் சொல்ல முடிந்தது. ஆனால் மலையாளத்தில் சிறுகதைக்கு இன்னும் பெரிய மரியாதை இருக்கு. நாவலில் நாம் கொஞ்சம் வெற்றி பெற்றிருக்கிறோம் அல்லது முன்னால் இருக்கிறோம் என்று சொல்ல முடியும். கடந்த சில வருடங்களாக நாம் குறிப்பிடத்தக்க பல நாவல்களைப் பெற்றிருக்கிறோம். இந்த நாவல்களெல்லாம் வாழ்வை ஒரு பெரிய பரப்பில் வைத்து பேசுவனவாக இருக்கின்றன. உதாரணத்திற்கு "ஆழி சூழ் உலகு", "மணல் கடிகை", "இரண்டாம் ஜாமங்களின் கதை", "நெடுங்குருதி" போன்ற நாவல்கள் ஒரு பெரிய வாழ்வைப் பேசுகின்றன. மலையாளத்தில் நாவல்கள் ஒரு சிறு பரப்பிற்குள் இயங்குவதாக எனக்குத் தோன்றுகிறது.

இசை: நீங்கள் ஏன் சிறுகதை, நாவல் என்று வேறு வடிவங்களில் எழுத முயற்சிப்பதில்லை? கவிதை உங்களுக்குப் போதுமானதாக இருக்கிறதா?

இரண்டு காரணங்கள். ஒன்று கவிதை என்பது மிக கூர்மையாகச் சொல்கிற விஷயம். எனக்கு அதன் மேல் பெரிய ஆர்வம் உண்டு. அதற்கு நீங்க பெரிய தகவல்களையெல்லாம் தொகுக்க வேண்டிய அவசியமில்லை. சிறுகதைன்னா அதையெல்லாம்

செய்யணும். இரண்டாவது, நான் ஒரு சின்ன அளவில் சோம்பேறி. தவிரவும் நான் சரியா வெளிப்படும் இடம் கவிதைதான் என்று நினைக்கிறேன். கவிதைக்குள்ள இருக்கும் போது நான் இன்னும் சுதந்திரமாக இருப்பதாக உணர்கிறேன்.

இசை: உங்கள் கவிதைகளின் வடிவம், தொனி ஆகியவை – தற்போது காலாவதியாகிவிட்ட – பழைய தன்மையை உடையதாக உள்ளது என்கிற குற்றச்சாட்டிற்குப் பதில் கூற விரும்புகிறீர்களா?

இந்த குற்றச்சாட்டே சரியல்ல என்று நினைக்கிறேன். என்னுடைய நான்கு தொகுப்புகள் வந்துள்ளன. இந்தத் தொகுப்புகள் ஒவ்வொன்றும் *distinctire*ஆக *form*லையும் *Content*லையும் மாறிகிட்டே தான் வந்திருக்கு. இன்றைக்கு எழுதுகிற இளைஞனுடன் நான் போட்டி போட்டு நிற்கணும் என்பதில் நான் ரொம்ப பிரக்ஞையுடன் இருக்கேன். அதற்காக நான் நிறைய படிக்கிறேன். என் மொழியை செழுமைப்படுத்திக்கிறேன். சமீபத்தில் காலச்சுவடில் என்னுடைய இரண்டு கவிதைகள் வந்தன. அதுல நீங்க சொல்கிற என் பழைய கவிதைகளின் நடை ஏதும் இல்லை. நான் பாம்பு மாதிரி... அப்பப்ப உரிச்சிக்குவேன்.

இளங்கோ: வாழ்வியல் அனுபவங்கள் கூட கவிதைகளின் முகத்தை மாற்றும் இல்லையா?

ஆம். "கோடைகாலக் குறிப்புகள்" எழுதிய போது என்ன எழவுடா, இந்த உலகம் என்று எதைப் பார்த்தாலும் எரிச்சலாக வந்தது அடுத்து "பயணிகளின் சங்கீதம்" எழுதும் போது இந்த உலகம் இப்படித்தான் இருக்கும். ஆனா ஏன் இப்படி இருக்குங்கற கேள்விகளாக இருந்தது. மூன்றாவது தொகுப்பில இது இப்படித்தான் இருக்கும். இதை நான் இப்படித்தான் எதிர் கொள்ளப் போகிறேன் என்கிற தோரணை வந்தது. நான்காவதில் இது இப்படித்தான் இருக்கு நானும் இப்படித்தான் இருக்கேன்கிற மாதிரி ஒரு தொனிக்கு வந்துட்டேன். இது எல்லாம் வாழ்க்கைக் கத்து கொடுத்ததுதானே.

இசை: சென்றமுறை சந்தித்தபோது முகுந்த் நாகராஜனின் கவிதை களைச் சிலாகித்துக் கூறினீர்கள். அவர் கவிதைகளில் இயங்கும் குழந்தை உலகம் உங்களைக் கவர்கிறதா?

நிச்சயமாக புதுக்கவிதை எனும் வடிவம் வந்த போதே அது நகர்புற – மத்தியதர வர்க்கத்தின் மனநிலையை பேசுவதாக இருந்தது. 70களில் மாற்றங்களை விரும்புகிற போராட்ட குரலாகவும், 90களில் இருப்பின் நிலையை கேள்வி கேட்கிற எல்லோரின் குரலாகவும், 90களின் இறுதியில் விளிம்புநிலை மற்றும் பெண்களின் குரலாகவும் அது இருந்தது. இதில் மிகவும்

கவனிக்கப்படாமல் போன விஷயம் குழந்தைகளின் உலகம். மொழி அதிகம் இல்லாமல், தன் முன்னால் உள்ள உலகத்தைப் பற்றி உடனடியாக எதிர்வினையாற்றக் கூடிய ஒரு அற்புதமான உலகம் எனக்கு முகுந்தின் கவிதைகளில் கிடைக்கிறது.

இசை: சில சமயங்களில் அது ரொம்ப எளிய, கவிதையை சென்று தொடாத உணர்வு நிலைகளாக இருப்பதாக தோன்றுகிறது.

இளங்கோ: குழந்தைகளின் உலகம் (அ) குழந்தைமை இயல்பாகவே கவிதைக்கு நெருக்கமானதா எனும் போது ஒரு குழந்தையின் செய்கைகளைக் கவனித்துக் கொண்டிருக்கும்போது நாம் அகத்தூண்டல் பெறுவதென்பது மிக இயல்பானது. அதை அனைத்தையுமே அவசரப்பட்டு கவிதை செய்ய முயலும்போது சில சமயங்களில் அதில் சிறந்த கவிதைக்கான ஏதோ ஒன்று குறைவதுபோல தோன்றுகிறது.

இதை இவ்வளவு கறாராகப் பார்க்க வேண்டுமா என்று தெரியவில்லை. கொஞ்சம் காத்திருந்து பார்ப்போமே. அவரே இதைவிட சிறந்த கவிதைகளைத் தர முடியும். அல்லது வேறு யாராவது எழுதலாம். அவர் தன் கவிதைகளின் அக உலகம் என குழந்தைமையை தெரிவு செய்திருக்கலாம். அதைத் தாண்டி வெளியே யோசிக்கும் போது எங்கே அது தன்னுடைய கவிதையாக இல்லாமல் போய்விடுமோ என்று கூட நினைத்திருக்கலாம். அப்படி அவசியம் இல்லை. எல்லா மனிதனுக்கும் பால்யம் தாண்டிய வாழ்வும் அனுபவமும் இருக்கு.

இளங்கோ: இந்த இடத்தில் எனக்கொரு சந்தேகம் வருது. பொதுவா ஒவ்வொரு கவிஞனுக்கும் கவிதை எழுத தூண்டுதல் தருகிற மனநிலை (அ) அக உலகம் என்பது ஏதோ ஒரு குறிப்பிட்ட விஷயமாகவே இருக்கிறது. நம் எல்லோராலும் எல்லா வித கவிதைகளையும் எழுத முடிவதில்லை. உதாரணத்திற்கு உங்கள் கவிதைகளின் Core ஆக "துயரம்" இருக்கு. பெரும்பாலும் உங்கள் கவிதைகளில் ஒருவிதத் துயர மனநிலையே செயல்படுகிறது. இதைப்பற்றி தத்துவார்த்தமான நியாயப்பாடுகள் ஏதாவது உங்ககிட்ட இருக்கா?

கவிதை தத்துவத்தின் விளக்கம் என்பதிலெல்லாம் எனக்கு உடன்பாடு கிடையாது.

இளங்கோ: நான் அப்படி கேட்கலை. உங்கள் கவிதைகளில் திரும்ப, திரும்ப ஒரு துயர மனநிலையே இயங்குகிறதே அதைப் பற்றி யோசித்திருக்கிறீர்களா? அது ஏன் அப்படி நிகழ்கிறது. உங்கள் மனநிலையின் அடிப்படை பற்றிய கருத்தியல்ரீதியான அவதானங்கள் ஏதேனும் உங்களிடம் உள்ளதா? உதாரணத்திற்கு

சில மேற்கத்திய உளவியலாளர்கள் "அடிப்படை துயரம்" என்று ஒரு விஷயத்தை பேசுகிறார்கள். மனித ஆழ்மனதின் அடிப்படையான உணர்வு, ஒருவித துயரம் என்பதுவரை அவர்கள் வாதிடுகிறார்கள். இதுபோன்ற காரண, காரிய தேடலைத்தான் நான் தத்துவார்த்த நிலைப்பாடு என்றேன்.

மனம் சில விஷயங்களைத் தேர்ந்தெடுக்குது. இதுக்குள்ள தான் நான் பாதுகாப்பாக இருக்கேன் என்பதுபோல. மனிதனுக்கு அடிப்படையில் சில ஆசைகள் இருக்கு. ஒரு மேன்மையான வாழ்க்கை வாழணும் என்பதைப்போல. அதை இலக்கா வைச்சுகிட்டு அவன் வாழத்துவங்கும் போது அதுல என்னென்னமோ நடக்குது. அவன் சில கணங்களில் மகிழ்ச்சியாக இருந்திருக்கலாம். அல்லது மிகுந்த வேதனையாக இருந்திருக்கலாம். ஆனால் அவன் ஆசைப்பட்ட அந்த இலக்கு என்னாச்சுங்கிறது தான் கேள்வி. அது இல்லைன்னு ஆகறப்போ ஒருவித ஏமாற்றம் வருது. அவன் வாழ்க்கையில் எல்லா உணர்வுகளும் இருந்தாலும் அந்த கசப்பு அவன் உள்ளேயே ஊறிக் கிடக்கு. எழுதும் போது அதுதான் மேல வருது. நம்முடைய பேரிலக்கியங்கள், காவியங்கள் பெருங்கதைகள் எல்லாமே துயரத்தைத்தான் பேசுகின்றன.

இளங்கோ: எனக்கென்னவோ இலக்கியத்தின் சுபாவமே கசப்பு தானா என்று தோன்றுகிறது.

ஆமாம். ஒவ்வொரு மனுஷனுக்குள்ளயும் இருக்கிற அது ஒவ்வொரு துளியா சேரும்போது ஒரு கடலா, ஒரு பெருந்துயரமா திரண்டு நிற்கிறது.

இளஞ்சேரல்: உயிர்மையில் நீங்கள் எழுதிய பத்திகள் மிகுந்த வரவேற்பைப் பெற்றன. அதை அடியொட்டி நிறைய படைப்பாளிகள் பத்திகள் எழுத துவங்கியுள்ளனர். நீங்கள் இதைத் தொடர வேண்டும் என விரும்புகிறேன்? தொடர்ந்து இதுபோல் பத்திகள் எழுதுவீர்களா?

இந்த "Form"இல் இனி நான் தொடர்ந்து எழுத மாட்டேன். நீங்க பழைய சினிமாவெல்லாம் பார்த்தீங்கன்னா ஒரு விளம்பரம் வரும். "பாபு, தினமும் வீட்டிற்கு செல்லும் போது புதுப்புது வழிகளை தேர்ந்தெடுக்கிறான்" என்று அதுலநான் கொஞ்சம் விருப்பம் உடையவன். அது மாதிரி வேறு யாராவது செய்தார்களென்றால் நான் வேறு Formஇல் முயற்சி பண்ண துவங்கிடுவேன்.

இளஞ்சேரல்: இசையில் உங்களுக்கு எப்படி ஆர்வம் ஏற்பட்டது. தங்களது இசை பற்றிய எழுத்துகள் பற்றி சொல்லுங்கள்?

தமிழில் நிறைய படைப்பாளிகளுக்கு நிறைய விஷயம் தெரியும். ஆனால் அவர்கள் அதைப் பற்றியெல்லாம் எழுதுவதில்லை.

90களுக்கு முன்னால் ஒரு தமிழ் சினிமா பார்த்துவிட்டு அதப்பத்தி ஏதாவது கருத்து சொன்னால் "நீ தீவிர இலக்கியவாதி அல்ல"–ன்னு சொல்லிருவாங்களோன்னு ஒரு பயம் இருந்தது. என்னையெல்லாம் விட நுட்பமான சங்கீத ரசிகர் ஆத்மாநாம். ஆனா அவர் சங்கீதத்தைப் பற்றி ஒரு வரி கூட எழுதல. தி. ஜானகிராமன் கதைகளில் சங்கீதத்தைப் பற்றி நிறைய எழுதல. இப்படி பலருக்கும் பல விஷயம் தெரியும். ஆனா இதையெல்லாம் எழுதினா "நீ சீரிய இலக்கியவாதி அல்ல" என்று அவப்பெயர் வந்திரும்னு ஒரு பயம்... ஆனால் இன்றைக்கு அந்த நிலை மாறிடுச்சு எனக்கு மூன்று விஷயங்களின் மேல் ஆர்வம் உண்டு. இலக்கியம், இசை, சினிமா. இன்று நான் இலக்கியம் எழுத வந்துட்டாலும் மற்றவைகளின் மேலான "*Passion*" குறையல. என்னுடைய இசை பற்றிய கட்டுரைகளில் என்னுடைய பங்களிப்பு என்று நினைப்பது, நான் எந்த விஷயத்துல *Passionate*– ஆக இருக்கிறேனோ அதை பெரிதாக பொய் ஏதும் கலக்காமல் சொல்ல முடிந்தது என்பதுதான். வாசகனும் அதே *Passion* உடன் இருக்கிறதால அது ஏற்றுக் கொள்ளப்பட்டது.

இசை: "எனக்கு இசையின் கணக்கு வழக்குகளில் சற்றும் ஆர்வம் கிடையாது... என் பைத்தியத்திற்கே இசையை துணை சேர்க்கிறேன்..." என்கிறார் ஜெயகாந்தன். இசையின் கணக்கு வழக்குகளை நன்றாக அறிந்திருக்கும் ரசிகன் பயணிக்கும் எல்லா இடங்களுக்கும், இசையின் உணர்வுப் பெருக்கை மட்டும் வரித்துக் கொண்ட ரசிகனால் பயணிக்க முடியுமா?

நானும் கணக்கு வழக்கெல்லாம் பார்த்து இசை கேட்கிறது கிடையாது.

இசை: இல்லை... அதைக் கற்றுக் கொள்வதன் மூலம் இசையை இன்னும் ஆழமா அனுபவிக்க முடியுமா என்று கேட்கிறேன்.

இளங்கோ: அறிவு எந்த அளவுக்கு உபயோகமாக இருக்கும்?

ஓரளவுக்கு உதவும். நான் திருவனந்தபுரத்திலிருந்து கன்னியாகுமரிக்கு ரயிலில் போய்க்கிட்டிருந்தேன். பக்கத்துல ஒரு வட இந்தியர். அவர் ஒவ்வொரு ஸ்டேஷன் வரும் போது அதன் பெயரை கேட்டுத் தெரிந்து கொண்டார். பிறகு நாங்க ரெண்டு பேரும் கடல் பார்க்கப் போனோம். அவருக்கு அங்க பேசிக்கிட்டிருந்த மொழி புரியலை. ஆனால் கடல் பார்த்த அனுபவம் இருவருக்கும் ஒன்று தானே?

இளங்கோ: உங்களுடைய இசையார்வம் கவிதை எழுதுவதற்கு உதவியாய் இருந்திருக்கிறதா?

எல்லாக் கலைகளும் எங்கோ சந்திக்கிற சில இடங்கள் உண்டு. அந்த சந்திப்பு நிகழும் போது இன்னும் சுலபமா இருக்கும். சில கவிதைகளில் நான் வேணும்னே ஒரு "*Musical Quality*"–க்காக முயற்சி பண்ணியது உண்டு. நீங்கள் ஒரு ஸ்வரத்தைத் தொடர்ந்து சொல்லும் போது ஒரு மாற்றம் வருதுல்ல... அதை டெக்னிக்குன்னு சொல்ல முடியுமான்னு எனக்குத் தயக்கமா இருக்கு. கவிதைக்குள் ஒரு உணர்வுநிலையை அப்படி கொண்டு வர முடியும்னு தோணுது.

இளங்கோ: ஒரு மனநிலையை சொற்களைவிட இசை சரியா வெளிப்படுத்திவிடும் இல்லையா?

வெளிப்படுத்திடும். அதனால்தான் அது இசை.

இளங்கோ: எல்லாக் கலைகளும் இசையின் தன்மையை அடைய முயற்சி செய்கின்றன என்று இதைத்தான் சொல்கிறார்களா?

எல்லாக் கலைகளும் மௌனத்தின் தன்மையை அடைய முயற்சி செய்கின்றன... மொழிக்குள்ள இரண்டு பயன்பாடுகளை இசை கொண்டுள்ளது. படமாகப் பார்ப்பது ஒன்று. சப்தமாக கேட்பது ஒன்று. ஒரு நல்ல சங்கீதம் கேட்கும் போது நம் மனதில் எண்ணற்ற படங்கள் ஓடுகின்றன. அதுதான் இசையின் சுபாவம். அதனால் தான் எல்லாக் கலைகளும் இசையின் தன்மையை அடைய முயற்சி செய்கின்றன என்கிறோம்.

இளங்கோ: இலக்கியத்தின் அடிப்படைதான் என்ன?

அதைத்தானே இவ்வளவு நேரம் பேசினோம்.

இளங்கோ: இல்லை . . . பஷீர் ஒரே வார்த்தையில் "அற உணர்வு" என்கிறாரே . . . பயமா இருக்கு . . .

அதை ஒரு வார்த்தையில் சொல்லிவிட முடியாது. இன்று நாம் நம் படிப்பு, அறிவு, அனுபவங்களை வைத்து ஒரு முடிவுக்கு வருகிறோம். ரொம்ப முன்னால், மொழியே தோன்றுவதற்கு முன்னால் பாடப்பட்ட ஆதிவாசிப் பாடல்களுக்கு என்ன இலக்கிய அடிப்படை இருந்திருக்கும். நான் ரொம்ப எளிமையாகச் சொல்வேன் அது இருப்பின் அடையாளம்.

***மணல்வீடு*, ஆகஸ்ட் 2008**

காகிதம் காலியாக இருக்கிறது

2008ஆம் ஆண்டுக்கான 'சிற்பி இலக்கிய விருது' பெற்றுள்ளார் கவிஞர் சுகுமாரன். கவிஞர் என்ற முதன்மை முகத்துடன், பத்திரிகையாளர், மொழி பெயர்ப்பாளர், பதிப்பாசிரியர் என்ற பன்முக அடையாளம் கொண்டவர் சுகுமாரன்.

நவீன தமிழ்க் கவிதையில் தனக்கென தனித்த மொழி நடையும், சொற்செட்டும் கொண்டவர். வருணனைகள் அதிகமின்றி நதியின் இயல்பில் நகரும் படகுபோல் இயல்பாய், நேருக்கு நேராய் பேசக்கூடியதுபோல அமைந்தவை அவரது கவிதைகள்.

35 ஆண்டுகளாக சுகுமாரன் எழுதி வந்துள்ள கவிதைகளின் தொகுப்பான 'பூமியை வாசிக்கும் சிறுமி' என்ற புத்தகமே அவருக்குச் சிற்பி இலக்கிய விருதைப் பெற்றுத் தந்துள்ளது. விருது பெறுவதற்காக பொள்ளாச்சி வந்த கவிஞர் சுகுமாரனிடம் பேசியதிலிருந்து...

நேர்கண்டவர்: ஜி. மீனாட்சி

உங்கள் எழுத்துலகப் பிரவேசம் எந்த வயதில் நிகழ்ந்தது?

பள்ளி செல்லும் பருவத்தில் எல்லோரையும் போல் கிறுக்குத்தனமாக எதையாவது எழுதிக் கொண்டிருப்பேன். பிரசுரமான முதல் கவிதை என்றால், என்னுடைய 16 ஆவது வயதில் கண்ணதாசன் இதழில் வெளிவந்த கவிதையைக் கூறலாம். தொடர்ந்து தாமரை, கணையாழி போன்ற இதழ்களிலும் எனது கவிதைகள், சிறுகதைகள் வெளிவந்தன. ஆரம்ப காலத்தில் என்னுடைய தமிழாசிரியர்கள் என் கவிதைகளைப் படித்துப் பார்த்து ஊக்குவித்தார்கள்.

உங்களின் முன்னோடியாக யாரைக் கருதுகிறீர்கள்?

இலக்கியத்தை விரும்பும் எல்லோரையும்போல சுப்பிரமணிய பாரதியார்தான் என்னுள் பெரும் தாக்கத்தை ஏற்படுத்தியவர். புதுமைப்பித்தனின் படைப்புகளில் மனதைப் பறி கொடுத்திருக்கிறேன். சுந்தரராமசாமி, பிரமிள், விக்கிரமாதித்தன், கலாப்ரியா ஆகியோரின் படைப்புகள் என்னை வெகுவாகக் கவர்ந்தன. பலரது படைப்புகளும் என்னைப் பாதித்திருந்தாலும், எனக்குள் அதிர்வை ஏற்படுத்தி இருந்தாலும், என்னுடைய படைப்புகள் யாருடைய சாயலும் இல்லாதவை. எனக்கென தனி மொழி, என் அனுபவத்தின் வெளிப்பாடு போன்றவையே என் கவிதைகளில் நிறைந்திருக்கின்றன. எல்லோரும் செய்வதையே நாமும் செய்வோம் என்பதில் எனக்கு எப்போதும் உடன்பாடு இருந்ததில்லை.

இதுவரை நீங்கள் எழுதியுள்ள படைப்புகள் பற்றி . . .

35 ஆண்டுகளாக நான் எழுதி வந்திருந்தாலும்கூட, குறைந்த எண்ணிக்கையிலான கவிதைகளையே எழுதியுள்ளேன். 4 பக்கத்தில் சிறுகதை எழுதுவதற்குப் பதிலாக ஒரே கவிதையில் என் கருத்துக்களைச் சொல்லிவிடலாம் என்பதால், கவிதைக்கே முன்னுரிமை கொடுத்தேன். உயிர்மை சிற்றிலக்கிய இதழில் 'தனிமையின் வழி' என்ற தொடர் எழுதியுள்ளேன். நிறைய நூல்களை மொழிபெயர்ப்புச் செய்துள்ளேன். மலையாளத்தின் மூத்த கவிதாயினி சுகதகுமாரி முதல் புதிய தலைமுறைக் கவிதாயினி கவிதா பாலகிருஷ்ணன் வரை 10 பெண் கவிஞர்களின் கவிதைகளைத் தமிழில் மொழிபெயர்த்து 'பெண் வழிகள்' என்ற தொகுப்பை வெளியிட்டுள்ளேன். பாப்லோ நெரூதா கவிதைகளை மொழி பெயர்த்திருக்கிறேன். உலகக் கவிஞர்கள் எட்டு பேரைப் பற்றி 'கவிதையின் திசைகள்' என்ற புத்தகமும் வெளிவந்துள்ளது.

என்னுடைய படைப்புகளும் இந்திய மொழிகள் பலவற்றில் மொழிபெயர்க்கப்பட்டுள்ளன.

பத்திரிகைத் துறையில் உங்கள் அனுபவம் . . .

குங்குமம் பத்திரிகையின் துணையாசிரியராகவும், பொறுப்பாசிரியராகவும் சூர்யா தொலைக்காட்சியின் தலைமை செய்தி ஆசிரியராகவும் இருந்துள்ளேன். இரண்டு ஊடகங்களிலுமே எனக்கு நிறைய சுதந்திரம் இருந்தது. என் கருத்துகளை வெளிப்படையாகச் சொல்லும், எழுதும் வாய்ப்புக் கிடைத்தது.

தற்போது கிழக்குப் பதிப்பகத்தின் நியூ ஹொரைசான் மீடியாவின் தலைமைப் பதிப்பாசிரியராக திருவனந்தபுரத்தில் பணியாற்றுகிறேன்.

எழுத்தாளனுக்குப் பத்திரிகைப் பணி என்பது ஒரு சாபக்கேடாகக்கூட இருக்கலாம். நாம் சார்ந்திருக்கும் பத்திரிகையின் கொள்கைகளுக்கேற்ப எழுத வேண்டி இருக்கும். வர்த்தக அடிப்படையில் செயல்படுவது, பத்திரிகையின் குணம். அதற்கேற்ப பத்திரிகையாளன் இயங்க வேண்டி உள்ளது.

இதுவரை பெற்றுள்ள விருதுகள் பற்றி...

இப்போது கிடைத்துள்ள சிற்பி இலக்கிய விருதுதான் நான் பெறும் முதல் விருது. என் படைப்புகளை நானே அனுப்பி அதைச் சிலர் தேர்ந்தெடுத்து விருது தருவதில் எனக்கு எப்போதும் உடன்பாடு இருந்ததில்லை. விருது தர விரும்புபவர்கள் தாங்களாகவே சிறந்த படைப்பைத் தேர்ந்தெடுத்து வழங்கும் விருதுதான், படைப்பாளிக்குக் கிடைக்கும் உண்மையான அங்கீகாரம் எனக் கருதுகிறேன்.

கவிதை எழுதுவது, மற்றவர்களின் படைப்புகளை மொழிபெயர்ப்பது, எது கடினமானது?

சொந்தமாகக் கவிதை எழுதுவதுதான் என்னைப் பொருத்தவரை கடினமானது. உணர்வைச் சொற்களாக்குவதில் சிக்கல்கள் தோன்றலாம். மொழிக்குள் நான் இயங்கினால்தான் கவிதை பிறக்கும். எதையும் வலிந்து செய்ய முடியாது. மொழிபெயர்ப்பில் சிக்கல் இல்லை. அந்த மொழி நமக்குத் தெரிந்தால்போதும். கலாசார இடர்பாடுகள் வேண்டுமானால் சில நேரங்களில் வரலாம்.

பத்திரிகையாளன், கவிஞன், எப்படிச் சொல்லிக் கொள்வதில் பெருமைப்படுகிறீர்கள்?

நான் பத்திரிகையாளன் ஆனது தற்செயல் நிகழ்வு. வாழ்வின் நோக்கமல்ல; பிழைப்பின் நோக்கம். ஆனால், பத்திரிகைத் துறையில் ஈடுபட்டபோது, அதற்குத் தகுதியான ஆள்தான் என்பதை உணர்ந்தேன். 12 வயதில் பிடித்த பேனா, அதே உற்சாகத்துடன், ஆர்வத்துடன் என்னை எழுதத் தூண்டிக் கொண்டிருக்கிறது. எழுத்தைச் சார்ந்துதான் இருக்கிறேன். ஒரு முகம்தான் எனக்கு.

பத்திரிகைகளில் பக்கத்துக்குப் பக்கம் ஒரு காலத்தில் கோலோச்சிக் கொண்டிருந்த புதுக்கவிதைகளில் தற்போது பெருத்த தொய்வு ஏற்பட்டுள்ளதாகத் தெரிகிறதே?

1934இல் பிச்சமூர்த்தி எழுதிய "காதல்" என்ற கவிதைதான் தமிழின் முதல் புதுக்கவிதை வடிவம். அதற்கு முன்பு பாரதி,

புதுமைப்பித்தன் எழுதியவை வசன கவிதைகளாகக் கருதப் பட்டன. ஆரம்பத்தில் புதுக்கவிதைக்கு நிறைய எதிர்ப்பு இருந்தது.எந்தப் புது விஷயமும் ஆரம்பத்தில் எதிர்ப்புக்குள்ளாவது இயல்புதானே? பின்னர் எந்தவித நிபந்தனையும் இல்லாமல் ஏற்றுக் கொள்ளப்பட்டது. பழங்காலக் கவிதைகள் செய்யுள் வடிவத்தில் இருந்தன. மொழியும், மொழி சார்ந்த இலக்கணமும் அவற்றுக்கு ஆதாரமாக இருந்தன. காலப்போக்கில் புதுக் கவிதையை ஜனநாயகப்படுத்தும் முயற்சியாக அச்சு ஊடகங்களில் வெளியிடப்பட்டன.

உண்மையில் புதுக்கவிதையில் புதிய பரிமாணங்கள் இப்போதுதான் பிறந்துள்ளன. பெண் குரல், தலித் குரல், குழந்தைகள் குரல் என்று பல குரல்கள் புதுக்கவிதையில் ஒலிக்கத் தொடங்கியிருக்கின்றன.

புதிய தலைமுறைக் கவிஞர்களில் யாருடைய படைப்பு தங்களை அதிகம் கவர்ந்துள்ளது?

பெண் கவிஞர்கள் சல்மா, மாலதி மைத்ரி, சுகிர்தராணி, குட்டிரேவதி, தேன்மொழி போன்றவர்களின் படைப்புகள் என்னை ஆச்சரியப்படுத்தியுள்ளன. ஆண்களில் முகுந்த் நாகராஜன், என். டி. ராஜ்குமார், அழகிய பெரியவன் என்று பெரிய பட்டியலே உள்ளது.

இளம் தலைமுறைக் கவிஞர்களுக்குத் தாங்கள் கூற விரும்புவது..?

அறிவுரை என்று எதுவும் சொல்ல விரும்பவில்லை. என் அனுபவத்தை, என் சக மனிதனிடம் பகிர்ந்து கொள்வதற்கான பொது வெளிதான் – எழுத்து. சமூகத்தின் மீதான என் வருத்தத்தை, கோபத்தை என் எழுத்தின் மூலம் வெளிப்படுத்துகிறேன், அவ்வளவுதான். பாரதியார் கூறியிருப்பதுபோல "தெளிவுறவே அறிந்திடுதல், தெளிவு தர மொழிந்திடுதல்' என்பதே என் கருத்தும். லத்தீன் அமெரிக்கக் கவிஞர் நிக்கனோர் பாராவின் கருத்துப்படி, காகிதம் காலியாக இருக்கிறது. அதில் உண்மையை எழுதி நிரப்புகிறேன். பொய்யை எழுத முடியாது அல்லவா?

உங்கள் சாதனையாகக் கருதுவது..?

35 ஆண்டுகளாகத் தொடர்ந்து எழுதி வருவதே சாதனைதான். எல்லோரையும்போல சாதாரண வாழ்க்கைதான் என்னுடையதும். வாழ்க்கைச் சூழல்களுக்கிடையே கவிதை எழுதும் ஆர்வத்தை இன்றுவரை தக்க வைத்துக் கொண்டிருப்பதே சாதனைதானே?.

தினமணி, ஆகஸ்ட் 2008

மொழி தெரிந்தால் மட்டும் கவிதை புரிந்துவிடாது

நேர்கண்டவர்கள்: யூமா வாசுகி, சண்முகம் சரவணன்

சுகுமாரன் தமிழில் குறிப்பிடத் தகுந்த கவிஞர்களில் ஒருவர். விற்பனைப் பிரதிநிதியாக வாழ்வைத் தொடங்கி வணிகப் பத்திரிகை, காட்சி ஊடகம் வழியாக வந்து தற்போது மலையாள நூல் வெளியீட்டு நிறுவனமான 'புலரி'யின் பொறுப்பாளராக இருக்கிறார். கோடைகாலக் குறிப்புகள், பயணியின் சங்கீதங்கள், சிலைகளின் காலம், வாழ்நிலம், பூமியை வாசிக்கும் சிறுமி என்பவை இவரது கவிதை நூல்கள். திசைகளும் தடங்களும், தனிமையின் வழி என்பவை கட்டுரைத் தொகுப்புகள். மலையாளத்திலிருந்து ஏறத்தாழ பத்து சிறந்த நூல்களை மொழி பெயர்த்திருக்கிறார். இவரின் தொடர்ந்த படைப்புச் செயல்பாடுகள் தமிழ் இலக்கியப் பரப்பில் மிகுந்த கவனம் பெற்றவையாக விளங்குகின்றன. திருவனந்தபுரத்தில் அவரது அலுவலகத்தில் இரண்டு தினங்கள் நடந்த உரையாடலிலிருந்து இந்த நேர்காணல் தொகுக்கப்பட்டிருக்கிறது.

நான் ஒரு நடுத்தர வர்க்கக் குடும்பத்தில் முதல் பையனாகப் பிறந்தவன். என் அப்பா மின்சாரத் துறையில் வேலை பார்த்தவர். நான் பிறந்து ஒரு வயது ஆவதற்குள் என் அப்பாவின் சகோதரி (அப்பாவின் அக்கா) என்னை அழைத்துச் சென்று நீலகிரி

மாவட்டம் வெலிங்டன் என்கிற இடத்தில் வைத்திருந்தார்கள். அங்குதான் அவருடைய கணவருக்கு வேலை. அவர்களுக்கு குழந்தை இல்லை என்பதால் என்னை அழைத்துச் சென்று அவர்களிடம் ஒப்படைத்தார்கள். ஒரு வயதிலிருந்தே நான் தனியாக வளர்ந்த ஆள். அப்பா, அம்மா பெயர்கள் மட்டுமே தெரியும். அவர்களுடைய முகங்கள் தெரியாது. அதனாலேயே இயல்பாகவே மனத்தில் ஒரு வலி வந்திருக்கலாம். அதுதான் என் இளம்பிராய வலியின் தோற்றுவாய்.

காலப்போக்கில் உறவுகளின் தொடர்பு வேறுவிதமாக அர்த்தப்படுகிறது. குடும்பம் என்று எடுத்துக்கொண்டால் எங்கள் அப்பாவைத் தவிர மற்ற அனைவருடனும் நெருக்கம் இருந்தது.

முதல் பையன் என்பதால் பொறுப்பாக இருக்க வேண்டும் என்கிற மரபு வழிவந்த ஒரு செய்தி தலைக்குள் ஏறி இருக்க வேண்டும். அதனாலேயே அப்பா எல்லோரையும் இரட்சிக்கக் கூடியவராக ஒரு பிம்பம் வந்திருக்கலாம். அதனாலேயே எல்லோரிடமும் ஒரு பிரியம் இருந்தது. ஆனால் என் அப்பாவிடம் அந்த நெருக்கமெல்லாம் இல்லை. நெருக்கமில்லை என்பதற்குக் காரணம் அவருடைய வேலை அப்படி இருந்தது. எந்த நேரத்தில் வீட்டில் இருப்பார் என்று தெரியாது. சிறு வயதிலிருந்து 10– 12 வயது வரை அவருடைய அண்மை இல்லை. இதுவே அவருடன் நெருக்கமில்லாமல் போனதற்குக் காரணமாக இருக்கலாம். எனக்கு அடுத்ததாக மூன்று தங்கைகள். அதற்கு அடுத்து ஒரு தம்பி. எனக்கு அடுத்தவளாக இருந்த தங்கை மேல்தான் அப்பாவுக்கு பெரிய பிரியம் இருந்தது. இது சிறு பையனான எனக்குச் சிறிய பொறாமையைத் தந்திருக்கலாம். அப்பாவிடம் கிடைக்காத அன்பை வேறொருவர் இட்டு நிரப்பினார். அவர் எங்கள் அத்தையின் கணவர். அவரிடம் என்னால் மிகவும் அன்பாகவும் வெளிப்படையாகவும் இருக்க முடிந்தது. எனக்குத் தெரிந்து அவர் மிகவும் பிரியமாக இருந்தது என்னிடம் மட்டும்தான் என்று நினைக்கிறேன்.

எனக்கு சிறுவயதில் வறுமையெல்லாம் கிடையாது. ஏன் என்றால் என் அப்பா கோயம்புத்தூர் நகராட்சியில் மின்சாரத் துறையில் இருந்தார். அப்போது தஞ்சாவூர், திருச்சி, கரூர் போன்ற ஊர்களில் எல்லாம் மின்சாரத் துறையை நகராட்சியே கையில் வைத்திருந்தது. என் அப்பா நல்ல திறமையான ஒரு தொழிலாளி. கேபிள் லைன் என்று ஒரு பிரிவு வைத்திருந்தார்கள். அதாவது பூமியைத் தோண்டி இணைப்புகளைக் கொடுப்பது. அப்பா அந்தத் தொழிலில் நல்ல திறமை பெற்றவர். அதனால் பெரிய வறுமைக்கானச் சூழல் இல்லை. ஆனால் பின்னால் அவருக்கு ஒரு பழக்கம் வர ஆரம்பித்தது. அப்போதுதான் வறுமையும்

ஆரம்பித்தது. ஆனால் அது எந்தக் கட்டத்தில் என்று தெளிவாகத் தெரியவில்லை. நான் பள்ளிக்கூடம் படிக்கிற போது எஸ்எஸ்எல்சி. புத்தகத்தில் கையெழுத்துப்போட என் அப்பாவை அழைத்துச் சென்றேன். அப்போது என் அப்பா ஒரு மாதிரியான தடுமாற்றமான நிலையில் வந்தார். அந்த நேரத்தில் எனக்குப் புரியவில்லை. அதாவது சான்றுப் புத்தகத்தில் கையெழுத்துப் போடுவது ஒன்பதாவது வகுப்பில் நடக்கும். அப்போது பள்ளியில் இருந்த ஒரு அலுவலர் சொன்னார், உன் அப்பாவுடன் வேறு யாராவது இருக்கிறார்களா என்று. சரியாக சொல்ல வேண்டுமென்றால், உன் அப்பாவுக்குள் கருணாநிதி இருக்கிறார் என்றார். ஏன் என்றால் கருணாநிதிதான் அப்போது மதுக்கடையைத் திறந்து விட்டிருந்தார். அதனால் அந்த நேரத்தில் அப்படி ஒரு பேச்சு இருந்தது. அப்போதுதான் அப்பாவுக்கு இப்படி ஒரு பழக்கம் இருக்கிறது என்று தெரியும். அவரால் அந்தப் பழகத்தில் இருந்து விடுபடமுடியவில்லை. அந்த நேரத்தில்தான் வறுமை தலைகாட்ட ஆரம்பித்தது. அவருடன் எனக்கு ஏற்கனவே நெருக்கமில்லை. அவரால் எனக்குக் கிடைத்த கேலிகள், அவமானங்கள், நண்பர்கள், உறவினர்கள் மத்தியில் இருந்தப் புறக்கணிப்புகள் எல்லாம் சேர்ந்து, அதிகமாக வெறுக்க வேண்டிய ஆள் அவர்தான் என்ற முடிவுக்கு வந்தேன். பிறகு அதைப் பற்றிய ஞாபகம் வரும்போது வருத்தம் எனக்கும் உண்டு. அவருக்கும் உண்டு.

எனக்கு என் அப்பாவைப் பற்றிய மிகவும் குறைவான படங்கள்தான் உண்டு. நான் வெலிங்டனில் படித்துக்கொண்டிருந்தபோது, விடுமுறைக்கு கோயம்புத்தூர் வரும் போது அம்மாவைப் பார்க்கவேண்டும், தங்கையைப் பார்க்க வேண்டும் என்று ஒரு ஆவல் இருக்கும். என் அப்பாவைப் பொறுத்தவரை உடை அலங்காரத்தில் மிகவும் கவனமாக இருப்பார். அந்தப் பழக்கம் எனக்கும் உண்டு. அவர் ஒருமுறை சைக்கிளில் வந்து நின்றிருந்தபோது அவரின் கால்களுக்கு இடையில் கட்டிக்கொண்ட ஞாபகம் இருக்கிறது. அதுதான் சிறிய வயதில் அவர் குறித்தான என் ஞாபகம். பிற்பாடு உள்ளூர் சிறுபத்திரிக்கையில் நான் எழுதிய கதை வந்தது. இதை அவர் நண்பர்கள் யாரோ அவரிடம் சொல்ல, அப்பா அந்தப் பத்திரிகையை வாங்கிக் கொண்டு வந்து 'இங்கே பார் நீ எழுதிய கதை வந்திருக்கிறது' என்று சொன்னார். சிறுவயதில் அவருக்கும் எனக்குமான உறவு குறித்துச் சொல்வதற்கு இதைத் தவிர வேறு எதுவும் இல்லை. பின் நாட்களில் நான் பெரிய ஆளாகி வேலைக்குப் போக ஆரம்பித்தபோது, அவர் சாவதற்கு முன்னால் உடல்நிலை சரியில்லாமல் என் தங்கை வீட்டில் இருந்தார். அப்போது அவரைப் பார்க்கப் போன போது ஒரு நெகிழ்ந்த மனநிலையில்தான் இருந்தேன். இந்த மனிதரையா இப்படி வெறுத்தோம் என்று. இவனையா நாம் புறக்கணித்தோம்

என்கிற ஆதங்கம் அவருக்கும் இருந்திருக்கும் என்று நினைக்கிறேன். அநேகமாக அது இருவரின் கண்களிலும் தெரிந்திருக்க வேண்டும்.

கடைசியாக அவர் என்ன சொன்னார் என்றால், 'நான் உனக்கு ஒன்றும் செய்யவில்லை. மோசமாக ஏதாவது செய்திருந்தேன் என்றால் மன்னித்துக் கொள்' என்றார். அது எனக்குத் தாங்க முடியாத விஷயமாக இருந்தது. அதற்குப் பின்னால் அவரை இறந்த உடலாகத்தான் பார்த்தேன்.

என் அம்மாவுக்குப் பெரிதாக படிப்பறிவெல்லாம் இல்லை என்றாலும் அவர்களால் மூன்று, நான்கு மொழிகள் பேச முடியும். தமிழ், தெலுங்கு, கன்னடம், மலையாளம். என் அம்மா அவர்களின் அம்மாவுக்கு ஒரே பெண். ஏழு ஆண்களுக்குப் பிறகுப் பிறந்ததால் கொஞ்சம் செல்லத்துடன் இருந்திருக்கிறார்கள். பெரிய வசதி வாய்ப்புகள் எல்லாம் இல்லாததால் வீட்டு வேலையெல்லாம் செய்து கொஞ்சம் கொஞ்சமாக வாழ்க்கையில் முன்னேறியிருக்கிறார்கள். அம்மா எந்தச் சூழ்நிலையிலும் எதையும் 'இல்லை, முடியாது' என்று சொல்லி நான் கேட்டது கிடையாது. எப்படியாவது கடன் வாங்கியாவது சில காரியங்களைச் செய்துவிடுவார்கள். இப்படித்தான் கடைசி வரைக்கும் இருந்தது. பிறகு ஒவ்வொரு காலகட்டத்தில் ஒவ்வொரு பிள்ளை மீது அவர்களுக்குப் பாசம் வந்திருக்கிறது. அது சரியா தப்பா, அது அப்படித்தானா என்கிற உளவியல் ரீதியான காரணங்களுக்குள் போக நான் விரும்பவில்லை. ஆனால் அம்மாவுக்கு என் மீது பெரிய பிரியம் இருந்தது. பெரிய மரியாதை இருந்தது. நான் ஏதோ பெரிய காரியங்களைச் செய்வேன் என்கிற நம்பிக்கை இருந்தது. ஆனால் கடைசியில் நான் ஒன்றும் செய்யவில்லை என்கிற ஆதங்கமும் இருந்தது. அம்மாவின் பிரியங்கள் ஒவ்வொரு காலகட்டத்திலும் மாறிக் கொண்டே இருந்தது. முதலில் என்னிடம் பிரியமாக இருந்தார்கள். அப்புறம் என் தங்கைகள் ஒவ்வொருவராக மாறி இப்போது என் தம்பியுடன் இருக்கிறார்கள். எனக்கு இறுதி முடிவாக என்னபடுகிறது என்றால், பெண்கள் மீது நாம் ஏற்றி வைத்திருக்கிற தாய்மை என்னும் விஷயங்கள் எல்லாம் ஒன்றும் இல்லை என்று தோன்றுகிறது. அதை நான் குறையாக ஒன்றும் சொல்லவில்லை. பெண்களின் தன்னலம் சார்ந்த ஒரு விஷயமாகத்தான் பார்க்கிறேன். ஒரு பெண் தன் குழந்தைகளிடம் தன் சாயலை காண்கிறாள் என்கிறபோது அந்த சுபாவம் இயல்பாக இருக்கும் என்று தோன்றுகிறது.

இலக்கியம் ஜெனிடிக்கலாக வரும் என்று சொல்வதில் எல்லாம் எனக்கு நம்பிக்கையில்லை. என்னை வளர்த்தது என் அத்தைத்தான். அவர்களுக்குப் பெரிய படிப்பெல்லாம் இல்லை என்றாலும் மலையாளத்தில் இருக்கின்ற புராண இதிகாசங்கள்

எல்லாவற்றையும் படித்து வைத்திருந்தார்கள். அப்புறம் சிறு பிராயத்திலிருந்து தமிழ்நாட்டில் இருந்ததால் தமிழில் வருகின்ற வார, மாதப் பத்திரிகைகளையெல்லாம் அவர்களால் படிக்க முடியும். தொடர்கதை படிக்கும் பழக்கம் அவர்களுக்கு உண்டு. அடுத்தவாரம் எப்போது வரும் என்று காத்திருந்து வாசிக்கிற ஆர்வம் அதிகம் இருந்தது. அதுவும் என்னை உருவாக்கிய கூறாக இருக்கலாம். இன்னொருவர் என் அம்மாவின் அம்மா. பாட்டி. அவர்களாலும் மலையாளத்தில் படிக்கமுடியும். அவர்கள் சிறு பருவத்தில் வந்து கேரளாவில் கோவில் சார்ந்த ஒரு வாழ்க்கைதான் வாழ்ந்திருக்கிறார்கள். அதைப் பற்றிய அதிக விபரம் ஒன்றும் தெரியாது. ஆனால் பக்தி இலக்கியம் போன்ற விஷயங்கள் அவர்களுக்குள் ஊறி போயிருந்தன. பொதுவாக சராசரி மலையாளிக்கு இயல்பான ஒரு விஷயம், மாலை நேரத்தில் விளக்கு ஏற்றி வைத்து நாமம் சொல்வது, அது சார்ந்த இலக்கியம், அந்த மொழி சார்ந்த உணர்வு அதெல்லாம் அவர்களிடமும் இருந்தது. அது எனக்குள் வந்திருப்பதற்கான வாய்ப்பு இருக்கலாம்.

நான் என் அத்தையிடம்தான் வளர்ந்தேன். அத்தைக்கு சாமி கும்பிடும் பழக்கம் உண்டு. எனக்கும் பக்தியும் ஈடுபாடும் இருந்தன. 15 வயது வரை எங்கள் தெருவில் இருந்த கோவிலுக்கு நான்தான் பூசாரியாக இருந்தேன். அது ஒரு விநாயகர் கோவில். யாரும் கவனிக்காமல் கைவிட்டு விட்ட கோவில். எனக்கு 15, 16 வயது இருக்கும்போது எங்கள் பகுதியில் பெரியார் பேச வந்தார். அவர், நான் அடிப்படையாக வைத்துக்கொண்டிருந்த பல விஷயங்களை சம்மட்டி கொண்டு அடித்துத் தூள் தூளாக்கி னார். முதலில் மிகவும் வருத்தமாக இருந்தது. ஆதாரமான பல நம்பிக்கைகள் போன பிறகு சிதிலமான மனநிலை இருக்கும் அல்லவா, அந்த மனநிலையில்தான் இருந்தேன்.

பெரியாரின் பேச்சு தொடர்ந்து என்னை பல சிந்தனை களுக்கு அழைத்துச் சென்றது. அவர் சொன்ன பல விஷயங்கள் சரிதான் என்று பட்டன. கடவுளின் இருப்பு பற்றி, சாதியின் இருப்பு பற்றி, சமூகத்தின் நிலைமை பற்றி அவர் சொல்கின்ற கருத்துகள் மெல்ல மெல்ல உள்ளே தைக்க ஆரம்பித்தன. அதன் தொடர்ச்சியாக ஆனைமுத்து தொகுத்தப் பெரியார் தொகுப்புகளை படிக்கத் தொடங்கினேன். இன்றைக்குப் பெரியாரைப் பற்றி வேறு விமர்சனங்கள் சொல்லக்கூடும். ஏன் என்றால் அவர் எல்லாவற்றையும் முற்றிலுமாகத் துடைத்து எடுத்துவிட்டார். மனிதனுக்கு வழிபடுவதற்கோ ஏதாவது இட்டு நிரப்புவதற்கோ ஒரு இடம் தேவைப்படுகிறது. அந்த இடத்தை அவர் காலியாகவே விட்டுவிட்டார்.

பிறகு அதைப் பற்றி யோசித்தபோது அவர் சரியாக, ஒரு எத்திஸ்ட் ஆட்டிடியூட்லதான் செய்திருக்கிறார் என்று தோன்றியது. இதெல்லாம் பிற்பாடு எனக்கு வந்த தெளிவுகள். ஆனால் அன்றைக்கு அது அதிர்ச்சியாக இருந்தது. கடவுள் போன்ற விஷயங்களிலிருந்து விலகுவதற்குப் பெரிய கதவை திறந்துவிட்டது பெரியார்தான். ஏறத்தாழ அன்று அவருக்கு 90 வயது இருக்கும். அந்த மேடையில் கட்டில் போன்ற ஒரு இருக்கையில் அமர்ந்து பேசினார். அது மிகவும் பரவசம் தரக்கூடிய காட்சியாக இருந்தது. அவர் பேசிய பல கருத்துகள் அன்றைக்குப் புரியவில்லை. இன்றைக்கு எனக்கு சில மறுப்புகள் உண்டு. இருந்தாலும் அவர் எனக்கு மிகப்பெரிய விழிப்பைத் தந்தவர். இதை நான் மிகவும் நன்றியுடன் நினைவு கூர்கிறேன்.

நான் சிறந்த மாணவன் அல்ல. சராசரியான மாணவன்தான். படிப்பதில் எனக்குப் பெரிய விருப்பம் உண்டு. அதைத்தவிர சொல்லிக்கொடுக்கும் ஆசிரியர்களைப் பொருத்தும் அந்தப் பாடம் குறித்து விருப்பம் கூடும் அல்லவா? அப்படி எனக்குச் சில பாடங்களுக்குக் கிடைத்த ஆசிரியர்கள் மிகத் தேர்ந்தவர்கள். குறிப்பாக, தமிழ், ஆங்கிலம் போன்ற பாடங்களுக்கெல்லாம் பள்ளிக்கூடத்தில் கிடைத்த ஆசிரியர்கள், கல்லூரியில் கிடைத்த ஆசிரியர்கள். இவர்கள் எல்லாம் பாராட்டப்பட வேண்டியவர்கள்.

நான் புகுமுக வகுப்பு படிக்கும்போது பாதசாரி என்கிற விசுவநாதன் பட்ட வகுப்பு இரண்டாவது வருடம் படித்துக் கொண்டிருந்தார். அப்போது கல்லூரியில் ஒரு பத்திரிகை நடத்தி கொண்டிருந்தார்கள். மாணவர்களுக்காக மாணவர்களால் நடத்தப்படும் இதழ் அது. நான் அதில் கவிதைகள் எழுதினேன். பாதசாரியும் அதில் எழுதினார். அப்படித்தான் எங்களுக்குள் நட்பு ஏற்பட்டது. புதுமுக வகுப்பு முடிந்ததும், ஒருவருடம் இடைவெளி விழுந்தது. கல்லூரிப் படிப்பிற்கு வேறு ஒரு *Course*–க்கு போக வேண்டும் என்று ஆசைப்பட்டதால் நான் *Agriculture University*யில் சேரலாம் என்று இருந்தேன். இதற்கிடையில் பாதசாரிக்கும் எனக்குமான நட்பு மிகவும் ஆழமானது. இரண்டு பேரும் சேர்ந்துதான் கோவை ஞானி நடத்துகின்ற கூட்டங்களுக்குச் செல்வோம். அப்போது ஞானியின் தொடர்பும் ஏற்பட்டது. கோவையின் இலக்கிய வேடந்தாங்கல் ஞானியின் வீடு. கணக்கில்லாதப் புத்தகங்களைக் கொண்ட பெரிய நூலகம் வைத்திருந்தார். அதெல்லாம்தான் நான் இன்றைக்கு இருக்கிற நிலைக்கான அடிப்படைகளை உருவாக்கிக் கொடுத்தன.

பாதசாரிக்குப் படிப்பதில் பெரிய விருப்பம் உண்டு. பெரிய புத்தகமாக இருந்தாலும் விடிய விடிய உட்கார்ந்து படித்து விடுவார். படித்துவிட்டு வந்து அதுபற்றிய கருத்தைச் சொல்வார்.

அது போல நானும் படித்துவிட்டு வந்து அது பற்றிப் பேசுவேன். அவரிடம் எனக்கு மிகவும் பிடித்த விஷயம், ஒரு புத்தகத்தின் சாரத்தை நாம் எட்டுவதற்கு முன்பே அவர் அதை எட்டிவிடுவார். தஸ்தயேவ்ஸ்கியின் பெரும்பாலான நாவல்களைத் தேடித்தேடிப் படித்தார். இடாலோ கால்வினோ என்னும் எழுத்தாளரை தேடிப் படித்தது முதலில் அவர்தான். ஏதோ ஒரு கட்டத்தில் அவருடைய எழுத்தின் வேகம் குறைந்து போய்விட்டது. அவருடன் ஏற்பட்ட நட்பினால் முன்னைவிடவும் அதிதீவிர வாசகனானேன். அவர் பத்தடி பாய்ந்தால் நான் இருபது அடி பாயவேண்டும் என்ற ஒரு செல்லமான மூர்க்கத்தினால் வேகவேகமாகப் படித்தேன். இரண்டு பேரும் தெரு முனையில், அல்லது டீக்கடை வாசலில் மாலை நேரத்தில் உரையாடலைத் தொடர்ந்தால் மறுநாள் காலை விடிவதுவரை அந்தப் பேச்சு தொடரும். எல்லோரும் காலையில் பணிக்காகச் சென்று கொண்டு இருப்பார்கள். அதுபோல நிறைய நாட்கள் நடந்திருக்கின்றன.

பள்ளி இறுதி வகுப்பு முடிக்கும்போது சில விஷயங்களை செய்யவேண்டும் என்று நினைத்தேன். இளம் பருவத்தின் வேட்கையாக இருக்கலாம். கோயம்புத்தூரில் எனக்குத் தெரியாத இடமே இருக்கக் கூடாது என்று முடிவு செய்து சைக்கிளில் எல்லா இடத்தையும் சுற்றி வந்தேன். அதன் மூலம் கோவையின் நில அமைப்பைத் தெரிந்துகொண்டேன். பிறகு கூடுதலாக ஏதாவது மொழியைக் கற்றுக் கொள்வது என்று தீர்மானித்தேன். அப்போதுதான் மலையாளம் கற்றுக்கொண்டேன். மலையாளம் பெரிய உலகத்தைக் காண்பித்தது. 70களில் கேரளத்தில் நவீன இலக்கியத்தின் கொடி பட்டொளி வீசிப் பறந்துகொண் டிருந்தது. உலக இலக்கியத்தின் பல பெயர்கள் மலையாளத்தில் பேசப்பட்டன. நான் பல உலக எழுத்தாளர்களை மலையாளம் மூலமாகத்தான் தெரிந்துகொண்டேன்.

கல்லூரி முடிந்து தேர்வு முடிவு வருவதற்கு முன்னாலேயே நான் ஒரு சிறிய கம்பெனியில் வேலைக்குச் சேர்ந்துவிட்டேன். கோயம்புத்தூரில் இருந்த ஒரு ஃபாக்டரியின் விற்பனைப் பிரதிநிதியாக. அதன் தொடர்ச்சியாகப் பத்து வருடங்களுக்கு மேற்பட்ட காலம் அந்த மாதிரியான வேலைதான் செய்திருக்கிறேன்.

இந்த வேலை நிறைவாக இருந்ததா இல்லையா என்று தெரியவில்லை. எனக்குள் இருந்த விருப்பத்தை பூர்த்தி செய்தது. என்னை *Interview*வில் கேள்வி கேட்டார்கள். எதற்காக இந்த வேலையை தேர்ந்தெடுக்கிறேன் என்று. அப்போது நான் *I Have Want Thrist* என்று சொன்னேன். இதில் ஒரு பயண லாபம் இருக்கிறது. இடங்களையெல்லாம் பார்க்கலாம். இப்படிப் பட்ட ஒரு பெரிய சந்தோஷத்துக்காகவே அந்த வேலையைத்

தேர்ந்தெடுத்தேன். அந்த வேலையில் நான் ஒரு வெற்றிகரமான விற்பனை பிரதிநிதி என்றெல்லாம் சொல்லமாட்டேன். சுமாரான ஒரு விற்பனை பிரதிநிதிதான். *Targetஐ* என்னால் *Complete* பண்ணமுடியுமே தவிர *Outstanding* சேல்ஸ்மேன் கிடையாது. ஐந்தாறு நிறுவனங்களில் வேலை செய்திருக்கிறேன். ஒரு சில இடங்களில் நல்ல சேல்ஸ்மேனாகவும் இருந்திருக்கிறேன். மற்றபடி இருந்த இடங்களில் ஒரு *சராசரியான* விற்பனைப் பிரதிநிதிதான். விற்பனைப் பிரதிநிதியாக எல்லா இடங்களையும் பார்க்க முடிந்தது. எனக்கு உட்கார்ந்து பார்க்கிற வேலையில் விருப்பமில்லை. வெளியில் செல்லும்போது நிறைய ஆட்களைப் பார்க்க முடிந்தது. அதுதான் இந்த வேளையில் இருந்ததற்கான பெரிய காரணம்.

எனக்கு முதலில் கோயம்புத்தூர் மாவட்டம், நீலகிரி மாவட்டம் இரண்டிலுமே சுற்றுகிற வேலை கிடைத்தது. பிறகு ஒவ்வொரு கம்பெனியாக மாறும்போது ஏறத்தாழ தென்னிந்தியா முழுவதற்கும் போவதற்கான வாய்ப்புக் கிடைத்தது. பெரும்பாலும், எனக்குத் தெரிந்த, அல்லது நான் பார்க்க வேண்டும் என்று ஆசைப்படுகிற எழுத்தாளர்களை, ஓவியர்களை, இசைக்கலைஞர்களை இது போன்ற மனிதர்களைத் தேடித்தேடிப் போய் பார்த்திருக்கேன்.

தமிழில் முக்கியமான எழுத்தாளர்கள் என்று சொல்லப் படுகிற பலரை இந்தப் பயணத்தின் போதுதான் பார்த்திருக்கிறேன். சுந்தரராமசாமி, கரிச்சான்குஞ்சு, கலாபிரியா. பெயர் சொல்வது என்றால் முழு பட்டியலையும் சொல்ல வேண்டியிருக்கும்.

அடிப்படையில் சில விஷயங்களுக்கு நான் தயாராகி இருந்தேன். என்னுடைய வாசிப்பு எழுத்து இதுபோல. இதற்கு கூடுதலான மேலதிகமான விஷயங்களை கொடுத்தவர்கள் என்று பலரும் இருக்கக்கூடும்.

மிகவும் வெளிப்படையாகச் சொல்லவேண்டும் என்றால் மூன்று பேர் என்னை பாதித்திருக்கக்கூடும் என்று நான் நினைக்கிறேன். என்னை மிகப் பெரிதும் பாதித்தவர் சுந்தர ராமசாமி. இரண்டாவது ஆத்மாநாம். மூன்றாவது பிரம்மராஜன். பிரம்மராஜன் எழுத்துரீதியாக என்னைப் பாதிக்கவில்லை. என்னுடைய வாசிப்பு கூர்மைப்படுவதற்கும் எனது அக்கறைகள் வேறு கலைகளை நோக்கிப் போவதற்கும் வாசல் திறந்து விட்டது பிரம்மராஜன்தான். கவிதை சார்ந்த அடிப்படையான தெளிவுகளைத் தந்தவர் ஆத்மாநாம். ஒரு எழுத்தாளனுடைய செயல்பாடுகளைப் பற்றிய விஷயங்களை தந்தவர் சுந்தர ராமசாமி. இவர்களையெல்லாம் இந்தப் பயணத்தில் சந்தித்தேன்.

இதற்கெல்லாம் முன்பாக என்னை வேறு ஒரு எழுத்தாளர் பாதித்திருந்தார்.

பள்ளிக்கூடத்தில் கிடைத்த ஆசிரியர்கள். ஒருவர் பெயர் கலியபெருமாள். அவர் கரந்தை தமிழ்ச் சங்கத்தில் படித்தவர். எங்கள் பள்ளிக்கூடத்தில் ஆசிரியராக இருந்தவர். அவர் தமிழ் கற்பிக்கவில்லை. நீதிபோதனை என்று ஒரு வகுப்பிருக்கும். அவர்தான் அந்த வகுப்பிற்கு வருவார். வந்து பல கதைகள் சொல்வார். கதைகள் என்றால் நீதிபோதனைக் கதைகள் கிடையாது. அவர் பார்த்த திரைப்படங்களின் கதையைச் சொல்வார். ஆங்கிலப் படங்களுடைய கதையைச் சொல்வார். அந்த கதையை கேட்பதற்கு மிகவும் ஆர்வமாக இருக்கும். அவர்தான் இலக்கியத்தில் ஒரு தரமான ருசியை ஏற்படுத்தியவர். அதேபோல புலவர் மருதவாணன். தமிழ் ஆசிரியர். திராவிட இயக்கங்கள் வெற்றிபெற்று தமிழுக்கெல்லாம் ஒரு பெரிய மரியாதை கிடைத்துக் கொண்டிருந்த காலம் அது. அந்த மகிழ்ச்சியை மாணவர்களிடம் பகிர்ந்து கொண்டார்கள். அவர்தான் தமிழை எனக்கு அதிகமாகக் கற்றுக் கொடுத்தவர். தட்டுத்தடுமாறி நான் எழுதிக்கொண்டிருந்த கவிதைக்கு இலக்கணம் திருத்திக் கொடுத்தவரும் அவர்தான். புலால் சாப்பாடு போட்டு தமிழைக் கற்றுக் கொடுத்தவர். இவர்களின் தொடர்புகளால் எனக்குத் திராவிட இயக்கத்துடன் மானசீக நெருக்கம் இருந்தது. ஆனால் அது நீண்ட காலம் நீடிக்கவில்லை. இந்த ஆசிரியர்கள் எனக்குப் பாடம் கற்பிக்காத சூழல் வந்தபோது, வேறு இடத்திற்கு திரும்பியது. அப்போது சோமசுந்தரம் என்று ஒரு ஆசிரியர். இந்திய கம்யூனிஸ்ட் கட்சியைச் சார்ந்தவர் அவர். அவர் ஒரு நாள், என்னை ஒரு இடத்திற்கு அழைத்துச் சென்றார். அங்கே கட்டிடத்திற்குச் சிகப்பு நிறம் அடிக்கப்பட்டிருந்தது. அங்கே ஒருவர் அமர்ந்திருந்தார்.

அவர் தன் பிடரியை கோதிவிட்டுக் கொண்டே பேசிக் கொண்டிருந்தார். என்னை அழைத்துச் சென்றவர் 'இவர் யார் தெரியுமாடா?' என்று என்னிடம் கேட்டார். நான், 'படித்திருக்கிறேன் சார். ஜெயகாந்தன்' என்று சொன்னேன். நான் பார்த்த முதல் எழுத்தாளர் அவர்தான். பிறகு நான் படித்த முதல் எழுத்தாளரும் அவர்தான். அப்போது கிடைத்தப் புத்தகங்கள் மூலமாக ஜெயகாந்தன் மீது ஒரு பெரிய பிம்பம் இருந்தது. பிற்பாடு அது உவப்பாகவும் இருந்தது. சமயங்களில் ஏற்றுக்கொள்ள முடியாததுபோலவும் இருந்தது. அதற்கான காரணம் தெரியாது. அவர் சொல்லித்தான் நான் புதுமைப்பித்தன் என்கிற பெயரைக் கண்டுபிடித்தேன். புதுமைப்பித்தன் ஒரு அவதார புருஷன் என்கிற தோற்றத்தை உருவாக்கியது. பள்ளி இறுதி வகுப்பில், புதுமைப்பித்தனின் 'காஞ்சனை' என்னும்

நூலை எங்கள் ஊர் மத்திய நூலகத்தில் பார்த்தேன். அவரைப் படிக்க ஆரம்பித்த பிறகு என்னுடைய எழுத்தாளர் இவர்தான் என்று தோன்றியது.

ஆத்மாநாமிடம் மிகவும் நெருக்கமாக இருந்தேனா என்று வெளிப்படையாக பதில் சொல்லத் தெரியவில்லை. நான் எழுத வந்த காலத்தில், நான் கவிதைகள் என்று நினைத்து எழுதியதை ஆத்மாநாமின் பத்திரிகைக்கு அனுப்பினேன். அந்த நேரத்தில் ஆத்மாநாம் 'ழ' என்னும் பத்திரிகையை நடத்தி வந்தார். அடுத்த இதழிலேயே என் கவிதைகள் பிரசுரமாகியிருந்தன. இது எனக்குப் பெரிய சந்தோஷத்தைக் கொடுத்தது. சரி, நாம் எழுதுவது கவிதைதான் போல என்று ஒரு சந்தோஷம். பிறகு அவர் எனக்குக் கடிதம் எழுதியிருந்தார். உங்கள் கவிதைகள் நன்றாக இருந்தன. தொடர்ந்து 'ழ'வுக்கு கவிதைகள் அனுப்புங்கள் என்று எழுதியிருந்தார். என்னை ஒருவர் அங்கீகரித்தது எனக்குப் பெரிய மகிழ்ச்சி அளித்தது. 1979தோ – 80தோ எனக்கு வருடம் சரியாக ஞாபகம் இல்லை. 'இலக்கு' என்கிற அமைப்பு சிறு பத்திரிகைகளையெல்லாம் சேர்த்து வில்லிவாக்கத்தில் ஒரு கூட்டம் நடத்தியது. அதில் ஆத்மாநாமும் வந்து கலந்து கொண்டார். அப்போது நான் கோயம்புத்தூரிலிருந்து வந்து கலந்து கொண்டேன். மிச்சமிருந்த 'ழ' இதழ்களையெல்லாம் விற்கிற பொறுப்பை ஆத்மாநாம் என்னிடம்தான் கொடுத்திருந்தார். அப்போதுதான் மிகவும் நெருக்கமானோம்.

என் வேலை ஊர்ஊராக சுற்றுகிற வேலை. 1982–83இல் பிரம்மராஜன் ஊட்டிக்கு வந்தார். வேலை நிமித்தமாக ஊட்டிக்கும் செல்ல வேண்டி இருந்ததால் ஊட்டி செல்லும் போதெல்லாம் பிரம்மராஜனை பார்ப்பேன். முதல் சந்திப்பிலேயே இருவருக்கும் நெருக்கம் ஏற்பட்டது. அதனாலேயே தொடர்ந்து அங்கே போகக்கூடியவனாக இருந்தேன். அங்கே ஆத்மாநாமும் அடிக்கடி வருவார். அப்போது நந்தலாலா 'ஸ்வரம்' என்னும் பத்திரிகையை நடத்திக்கொண்டிருந்தார். இன்லண்ட் லெட்டர் வடிவில் வந்தது இந்த பத்திரிகை. பிரம்மராஜன் வந்த பிறகு அது 16 பக்கங்களில் கவிதைக்கானப் பத்திரிகையாக மாறியது. அந்தப் பத்திரிகையில் பயன்படுத்தப்படும் அச்சுக்கட்டைகள் கோயம்புத்தூரில் தயாரிக்கப்படும். அதை நான் தான் வாங்கிக் கொண்டு செல்வேன். இப்படி இருக்கும் சூழலில் ஆல்பர் காம்யூவை பற்றிய புத்தகம் ஒன்று வந்தது. ஆத்மாநாமுடைய 'கவிதையைப் பற்றி' என்ற புத்தகமும் வந்தது. இப்படி ஆத்மநாமிடம் ஒரு நெருக்கம் இருந்தது. வேலை தொடர்பாக சென்னை வரும்போது பல சமயம் அவரை வந்து பார்த்திருக்கிறேன். அவர் சில நேரங்களில் என்னை வந்து பார்த்திருக்கிறார். ஏதாவது

இலக்கியக் கூட்டமிருந்தால் அங்கு இருவரும் சந்தித்துக் கொள்வோம். அப்படி நான் பார்க்கிற சூழ்நிலைகளில் ஒரு மாதிரியான பதற்றமான ஒரு மனநிலையிலும் இருந்தார்.

நானுமே நெகிழ்ந்து குழைந்து போகிற ஆள்தான். என்னால் அவரது பதற்றத்தை தாங்கிக்கொள்ள முடியவில்லை. இதனாலேயே பல நேரங்களில் அவரிடம் இருந்து விலகி யிருக்கிறேன். லஸ் கார்னரில் கீதாஞ்சலி என்கிற புத்தகக் கடை ஒன்று உண்டு. ஆத்மாநாம் புத்தக கடையில் ஏதோ ஒரு புத்தகத்தைத் தொட்டவுடன் அவருக்குப் பெரிய பதற்றம் ஏற்பட்டது. அப்போது நான் 'மது நான் கிளம்புகிறேன்' என்று சொன்னேன். அந்த நேரத்தில் ஏன் அப்படிச் சொன்னேன் என்று தெரியவில்லை. அவருடைய அந்தப் பதற்றத்தை என்னால் தாங்கிக் கொள்ள முடியவில்லை. அதற்கு என்ன பொருள் என்று கேட்டீர்களானால் என்னிடம் பதில் இல்லை. அவருடன் மிகவும் சந்தோஷமாக இருந்த நாட்களும் உண்டு. நான் லஸ்ஸில் சாதாரணமான ஒரு லாட்ஜில் தான் தங்குவேன். ஒருநாள் ஆத்மாநாம் லஸ் பஸ்டாப்பில் இறங்கி நடந்து சென்று கொண்டிருந்தார். நான் அவரிடம் ஓடி வந்து லஸ் ஸில் இருக்கிற ஒரு லாட்ஜில் தான் தங்கியிருக்கிறேன். நீங்கள் எங்கே போகிறீர்கள்' என்று கேட்டேன். அப்போது அவர் 'எம்.டி. ராமநாதனை பார்க்கப்போகிறேன். இல்லை J. கிருஷ்ணமூர்த்தி மீட்டிங் போகிறேன்' என்றார்.

'சரி நானும் வருகிறேன்' என்றேன். நாங்கள் காபி குடித்து முடிப்பதற்குள் 'ஜே. கிருஷ்ணமூர்த்தி வேண்டாம். எம். டி. ராமநாதன் பார்க்கப் போகலாம்' என்றார் ஆத்மாநாம். அவையெல்லாம் மிகவும் மகிழ்ச்சியான நாட்கள். நிறைய விஷயங்கள் பற்றி அவர் பேசுவார். அவர் பேச்சு மிகவும் கூர்மையாக இருக்கும். அன்றைக்கு அவருடைய நண்பர் களாக இருந்தவர்கள் எல்லாம் வெறும், அழகியல் என்று பேசிக்கொண்டிருந்தபோது சார்பு நிலை குறித்த சில விஷயங்களையெல்லாம் ஆத்மாநாம் பேசியது எனக்குப் பெரிய தெளிவைத் தந்தது. கவிதை வெறுமனே தனிமனித அனுபவம் அல்ல. தனிமனித அனுபவமாக இருக்கும் போதும் அது சமூக அனுபவம். சமூக அனுபவம் என்று சொல்லும் போதும் வெறும் சமூக அனுபவம் மட்டுமல்ல. ஒரு தனிமனித அனுபவமும்கூட என்கிற பெரிய தெளிவை ஆத்மாநாமுடைய தொடர்பு தந்தது. இதையெல்லாம் எனக்கு வகுப்பெடுத்து பயிற்றுவித்தார் என்பதல்ல. அவருடைய பேச்சிலிருந்து நான் கிரகித்துக் கொண்டது. அவருடைய கவிதைகளிலிருந்து நானாகவே பிரித்தெடுத்துக் கொண்டது. அல்லது என்னுடைய வாசிப்பில் வந்து வசப்பட்டது.

நேர்காணல்கள் 41

சுந்தர ராமசாமியிடம் நான் அதிகமாகப் பேசியது இல்லை. அவர் பேசியதைக் கேட்டுக் கொண்டிருந்திருக்கிறேன். மலையாள இலக்கியத்தின் அடிப்படையான அனுபவத்தைத் தந்தது சுந்தர ராமசாமிதான். அதேபோல தமிழ் இலக்கியத்தை குறித்தும் இரண்டு விஷயங்களை அவரிடம் இருந்து கற்றுக்கொண்டேன். தொடர்ந்து படிக்க வேண்டும். எழுதுவது நம் வேலை. அதற்கு வருகிற விமர்சனங்களுக்குப் பதில் சொல்லிக் கொண்டிருக்க வேண்டியதில்லை என்கிற தெளிவை தந்தது அவர்தான். இவை இரண்டையும் அவரிடமிருந்து கற்றுக்கொண்டேன். ஒரு எழுத்தாளன் சமூக வாழ்க்கையில் நடத்துகிற இடையீடு, அடுத்த மனிதனோடு கொள்கிற உறவு அவனோடு கொள்கிற தோழமை இந்த மாதிரியான தன்மைகள் கொண்ட நான் பார்த்த நபர்களில் மிகச்சிறந்த மனிதர் சுந்தர ராமசாமி.

பிரம்மராஜன் தமிழில் மிக முக்கியமான கவிஞர் என்பதில் மாற்று அபிப்பிராயம் கிடையாது. தமிழ் கவிதைக்கு அவருடைய பங்களிப்பு விரிவானது. அவருடையக் கவிதைகளைப் பொருத்தவரை புதிய அழகியலையும், புதிய பார்வையையும் கொண்டு வந்தார். ஆனால் பின்னால் என்ன காரணத்தாலோ ரொம்பவும் திருகலான மொழியில், பொதுவாகச் சொல்வது போல புரியாத கவிதைகளை எழுதினார். இது நான் தெளிவுபடுத்த வேண்டிய விஷயமல்ல. அவர் தெளிவுபடுத்த வேண்டியது. அதில் எனக்குப் பெரிய எதிர்நிலை இருக்கிறது. தமிழ்க் கவிதைகள் வெளிப்படையானவை. அப்படித்தான் நினைக்கிறேன். அந்தந்தக் காலப் பகுதியை ஒட்டி மொழி சிக்கலானதாக இருக்கலாமே தவிர, தமிழ் கவிதைகள் சிக்கலானவை என்பதில் எனக்கு உடன்பாடு கிடையாது. மிகவும் குறிப்பிட்ட சில கவிதைகள் புரியாமல் போவது, பிரத்தியேகமான தனிப்பட்ட நோக்கங்களுக்காக மறை பொருள் கொண்டது என்று சொல்லலாம். குறிப்பாக சித்தர் பாடல்களில் வரக்கூடியது. இந்த மொழி கவிதையைச் சார்ந்துதான் எல்லா கலைகளையும் அறிவையும் தனக்குள் தக்க வைத்திருக்கிறது. மாட்டு வைத்தியத்தைக்கூட செய்யுள் வடிவத்தில் பாதுகாத்து வைத்திருக்கிறது. மருத்துவத்தைகூட செய்யுள் வடிவத்தில் பாதுகாத்து வைத்திருக்கிறது. அதுபோன்ற நோக்கத்தைக் கொண்ட சில கவிதைகள் நமக்குப் புரியாமல் போகலாமே தவிர வாழ்க்கையோடு தொடர்புடைய நிகழ்வுகள் சார்ந்து எதுவுமே புரியாதவை அல்ல.

நமக்கு மொழி தெரியும் என்பதாலேயே கவிதை புரிய வேண்டும் என்கிற கட்டாயம் இல்லை. மொழி தெரியும்

என்பது அடிப்படையான தகுதி. ஆனால் கவிதையை தெரிந்து கொள்வதற்கு உங்கள் தகுதியை இன்னும் உயர்த்திக்கொள்ள வேண்டும். அந்தக் கவிதையை வாசித்தோ அந்தக் கவிதையை தொடர்ந்து போவதற்கான முயற்சி மேற்கொண்டோ கவிதை என்ன சொல்கிறது என்று விளங்கிக் கொள்வதற்காக வேறுவிதமான வாசிப்புகளை மேற்கொண்டோ நாம் கவிதையை அணுக வேண்டியிருக்கிறது. இப்படிச் செய்கிற போதுதான் கவிதைகள் உங்களுக்கு விளங்கக்கூடும். சங்கீதத்தில் ஏழு ஸ்வரங்கள் இருக்கின்றன என்று தெரிந்ததனாலேயே உங்களுக்கு சங்கீதம் தெரிந்ததாகிவிடாது. அந்த ஸ்வரங்கள் சார்ந்து வேறுவேறு வடிவங்கள் வருவதுபோல இந்தக் கவிதை சார்ந்து வேறுவேறு வடிவங்கள், வேறு வேறு உணர்வுகள், வேறுவேறு நிறங்கள் வந்துகொண்டே இருக்கின்றன. இதை நீங்கள் புரிந்து கொள்வதில் சிரமம் இல்லை. இரண்டாயிரம் ஆண்டுகளுக்கு முன்பு எழுதப்பட்ட சங்க இலக்கியத்தின் மொழிதான் கடுமையானது. அந்த உணர்வுகளை உங்களால் வாங்கிக்கொள்ள முடிகிறதே.

மிகவும் அடிப்படையாக, மனித வாழ்வோடும் மனித உறவோடும் கலைகளை நெருக்கமாக கொண்டு வரும் போது அது புரியும் என்பது என் ஆதாரமான அபிப்பிராயம்.

கவிதை பூடகத் தன்மையோடு இருக்க வேண்டும் என்பது ஒரு உறுதியான கருத்தாக வைக்க முடியும் என்று எனக்குத் தோன்றவில்லை. அதில் எனக்கு நம்பிக்கையும் இல்லை. கவிதை நீங்கள் எதிர்பார்க்கிற மொழியில் பேசவில்லை என்பதுதான் அதில் அடிப்படையான விஷயம். கவிதை அது பேசிக்கொண்டிருக்கும் மொழி அல்லாத இன்னொரு மொழியில் தன்னை விளக்கிக்கொண்டேயிருக்கிறது. மிகவும் எளிமையான உதாரணத்தை திருக்குறளிலிருந்து வேண்டுமானால் சொல்லலாம்.

"பீலி பெய் சாகாடும் அச்சிறும் அப்பண்டம்
சால மிகுத்துப் பெயின்."

மயில் இறகுகளை அளவுக்கு அதிகமாக வண்டியில் ஏற்றினால் அச்சு முறிந்துவிடும் என்பது மட்டும்தான் அந்த கவிதையில் இருக்கிறது. அப்படி என்றால் அது மட்டும்தான் கவிதையா? அதைத் தாண்டி ஒரு செயல்பாடு, ஒரு மொழி இருக்கிறது அல்லவா? அதைத் தான் கவிதை தொடர்ந்து செய்து போகிறது.

கவிதையைப் புரிந்துகொள்ள மொழி மட்டுமே அடிப்படைத் தகுதி அல்ல. புரிந்து கொள்வதற்கு நீங்கள் என்னவிதமான தயார் நிலையில் இருக்கிறீர்கள்? இது சாதாரணமாவே வாழ்க்கையில் நடக்கிற விஷயம்தான். நாம் கேட்கிற, எந்தப்

பெரிய அறிவும் இல்லாத சாதாரண மக்களிடமும் கவிதைக் கூறுகள் வெளிப்படுகின்றன. இதில்தான் மொழி தன் செரிவை தொடர்ந்து தக்கவைத்துக் கொண்டிருக்கிறது.

கவிதை எப்போதுமே பரவசம் தரும் அனுபவமாக இருக்கும் என்று சொல்ல முடியாது. கடந்த 35 வருடங்களில் வெறும் நூற்றி சொச்சம் கவிதைகள்தான் எழுதியிருக்கிறேன். அதனால் நூற்றி சொச்சம் தடவையும் கவிதையின் பரவசத்தை அடைந்தேன் என்று சொல்லமுடியாது. கவிதை இரண்டு வழிகளில் தன்னை நிகழ்த்தி கொள்ளும் என்று தோன்றுகிறது. சில கவிதைகளை எழுதியே தீர வேண்டும் என்றும் நிர்பந்தத்தில் எழுதியிருக்கிறேன். அது பரவசத்தையோ, அதுபோன்ற மனயெழுச்சியையோ தந்ததா என்று கேட்டால் இல்லை என்பது பதிலாய் இருக்கலாம். இன்னொன்று ஒரு மேலான மனவெழுச்சியில் வெளிவந்திருக்கும். எல்லோரும் அடிக்கடி மேற்கோள் காட்டுகிற என்னுடைய சில வரி கவிதை ஒன்று உண்டு. "கையில் அள்ளிய நீர்." நான் எழுதியது. ஒரு அறுபது வரிக்கும் மேலே எழுதியிருப்பேன். அந்த அறுபது வரியும் உமியை மெல்லுவதுபோல எந்தவிதமான சுவையும் இல்லாமல் இருந்த வரிகள். கடைசியாக எனக்குக் கிடைத்த இந்த ஏழு வரிகளும் கிடைத்தவுடனே எனக்குக் கிடைத்த பரவசம் இருக்கிறதல்லவா, அது பெரிய பரவசம். அந்த மாதிரி பல கவிதைகளுக்கு நடந்திருக்கிறது.

கவிதையின் மிக உயர்வான மனநிலையை அடையும் ரகசியம் தெரிந்துவிட்டால் நாம் எல்லா நேரமும் கவிதை எழுதிக்கொண்டிருக்கலாம். எல்லா கவிதைகளுக்கும் நமக்கு இந்த அனுபவத்தைத் தரும் என்று உறுதியாகச் சொல்லாம். ஆனால் இது ஏதோ வரையறைக்கு அப்பாற்பட்ட நிகழ்வு என்று தோன்றுகிறது. தன் இணையோடு உறவு கொள்ளும் எல்லா நேரங்களிலும் உச்சக்கட்ட பரவசத்தை அடைந்தோம் என்று ஒன்றும் இல்லை. சங்கீதம் கேட்கிறோம், சங்கீதம் நடத்துபவர் தன் திறமை அனைத்தையும் பயன்படுத்தியே அந்த நிகழ்ச்சியை நடத்துகிறார். ஆனால், ஏதோ ஒரு கட்டத்தில்தான் நாம் அந்த பரவச நிலைக்குப் போகிறோம். இதில் தெளிவு பெற்று விட்டால் நாம் எப்போதுமே வெற்றி பெற்ற கவிஞர்களாகவும் பரவசமூட்டும் கவிஞர்களாகவும் இருக்கலாம். அது தெரிய வில்லை என்பதுதான் இந்தப் படைப்பின் ரகசியம்.

கவிதைகள் உருவாகும் ஆச்சரியகரமான, நுட்பமான வழிமுறைகளைக் குறித்து என்னாலும், மிகவும் துலக்கமான வார்த்தைகளில் சொல்வதற்குத் தயக்கமாக இருக்கிறது. அல்லது

அது துலக்கமாக இல்லை. கவிதைக்கு நிர்ணயிக்கப்பட்ட அளவு, நிர்ணயிக்கப்பட்ட நேரம், இதெல்லாம் இருக்கும் பட்சத்தில் நான் எழுதாமலேயே இருந்துவிடுவேன். கவிதை உருவாவதின் மர்மமான ஒரு அனுபவம் இருக்கிறது அல்லவா, அது தேவையாக இருக்கிறது.

சமயங்களில் நாம் உன்னதமான படைப்பு என்று நினைத்து செய்கிற கவிதை, யாராலும் கண்டுகொள்ளப்படாமலேயே போகும். சில நேரங்களில் இது சரியான கவிதையாக வரவில்லை, இன்னும் இதில் வேலை செய்ய வேண்டியிருக்கிறது என்று நாம் நினைக்கிற கவிதையை நிறையப் பேர் கொண்டாடுவார்கள். ஆளுக்கு ஆள் இது மாறுபடும் என்று தோன்றுகிறது.

படைப்பாளிகளுக்கு சமூகம் கடமைப்பட்டு இருக்கிறது. படைப்பாளிகளைச் சமூகம் போற்றிப் பாதுகாக்க வேண்டும். என்னும் கருத்தில் எனக்கு மாற்று அபிப்பிராயம் உண்டு. படைப்பாளிக்கெல்லாம் சமூகம் பிரத்யேகமாக ஒன்றும் தரவில்லை. உங்கள் மனைவிக்கோ உங்கள் குழந்தைகளுக்கோ நீங்கள் படைப்பாளி என்பதால் பிரத்தியேக சலுகையெல்லாம் கிடைக்காது. மற்ற எல்லோரையும் போன்று உழைக்க வேண்டும். பொருளீட்ட வேண்டும், குடும்பத்தைக் கவனிக்க வேண்டும். இந்தக் கடமையெல்லாம் உங்களுக்கு உண்டு. சமூகத்தில் அப்படியெல்லாம் பெரிய கடமை ஒன்றும் கிடையாது. எனக்கு அந்த அபிப்பிராயம் இல்லை.

மேற்கத்திய நாடுகளில் அப்படியான சமூகம் இருக்கிறது. அங்கே எழுத்தாளன் என்பவன் மிகவும் முக்கியமானவன். எழுதுவதுதான் அவனது தொழில். அதற்காக அவனுக்கான சூழலை சமூகம் உருவாக்கித் தரும். ஒரு எழுத்தாளனுக்கு அரசாங்கமே மான்யமும், உதவியும் செய்கிறது என்றெல்லாம் படித்திருக்கிறேன். அப்படியான ஒரு சமூகத்தில் நாம் வாழவில்லை. நம் சமூகத்திற்கு கலை பற்றிய விழிப்புணர்வு சொற்பம்தான். அது அப்படித்தான் இருக்கும். ஏன் என்றால் நாம் கலையைப் பாராட்டிக் கொண்டாடி பெரிய சாதனை செய்த மயக்கத்திலும் மதர்ப்பிலேயும் இருக்கிறோம். பரதநாட்டியம்தான் சிறந்தது என்றால் சினிமா நடனம்தான் சிறந்தது என்று நினைக்கிறார்கள். நீங்கள் உங்கள் கவிதைதான் சிறந்தது என்று நினைக்கிறீர்கள். அவர்கள் சினிமாப் பாடல்தான் சிறந்தது என்று நினைக்கிறார்கள். இப்படிப்பட்ட சமூகத்தில், சமூகம் எனக்கு எதுவும் தரவில்லை என்று சொல்வது பொருத்தமாகப் படவில்லை.

கலைஞனுக்கான தார்மீகம் என்று தனியாக எதுவும் இல்லை. என்னைப் பொறுத்தவரை எனக்கான அளவுகோல்

நான்தான். என்னைத் தாண்டி இதுமாதிரியான கோட்பாடுகளுக் கெல்லாம் ஆட்படுகிற ஆள் இல்லைநான். ஒரு இடத்தில் அநீதி நடக்கிறபோது ஒரு கலைஞன் எதிர்வினையாற்றுவதும், ஒரு சாதாரண மனிதன் எதிர்வினையாற்றுவதும் ஒரே மாதிரிதான் இருக்கும் என்று நினைக்கிறேன். சாதாரண மனிதனைவிட கலைஞன் பிரத்தியேக சலுகை பெற்றவன் என்று தோன்றவில்லை.

சங்க இலக்கிய கவிதைச் சாதனைகளை நவீன தமிழ் கவிதைகள் மிகைக்கவிலை என்று ஒரு சாரார் கருதுகிறார்கள். சங்க இலக்கிய காலத்தில் வாழ்க்கை அப்படி இருந்தது. அதனால் கவிதையும் அப்படி இருந்தது. இந்தக் காலத்தில் சமூகம் இப்படி இருக்கிறது. அதற்குத் தகுந்தாற்போல் கவிதையும் இருக்கிறது. சங்க இலக்கியத்தைவிட தற்போதைய கவிதை வளர வேண்டும் என்று ஏதாவது கட்டாயம் உண்டா? எனக்கு இப்படியான இலக்கிய கோட்பாடுகளெல்லாம் இல்லை. இதையெல்லாம் தீர்மானிப்பது வாழ்க்கையும் வாழ்க்கையோடு நாம் கொள்கிற உறவும் நாம் எடுக்கிற முடிவுகளும் நாம் முன் நகர்த்துகின்ற கருத்துகளும்தான் என்று நினைக்கிறேன். சங்க இலக்கிய காலத்தில் வாழ்க்கை அப்படி இருந்தது. அதனால் சங்க இலக்கியம் மேன்மையானது என்றும், இன்றைக்கு உள்ள இலக்கியம் சரியானது அல்ல என்றும் சொல்லப்படுகிற கருத்துகளில் எனக்கு உடன்பாடு இல்லை. அது அந்தக் காலத்தினுடைய கவிதை. ஆனால் அதில் ஆதாரமான மனித உணர்வுகள் இருக்கின்றன. எனக்குத் தெரிந்த ஒரு சங்க இலக்கியக் கவிதை இருக்கிறது. தலைவன் தலைவிமேல் காதல் கொள்கிறான். வீட்டுப் பக்கம் வராதே என்கிறாள் அவள். அவனோ வீட்டிற்கு அருகே சென்று நிற்கிறான். குடிக்கத் தண்ணீர் வேண்டும் என்று கேட்கிறான். அவள் தண்ணீர் கொடுக்கிறாள். தண்ணீர் கொடுக்கும் போது அவள் கையை மெதுவாக பற்றுகிறான். இவள் குரல் எழுப்புகிறாள். உடனே அம்மா வந்து என்னவென்று கேட்கிறாள். அதற்கு அவள் சொல்கிறாள், தண்ணீர் குடித்த ஆளுக்கு விக்கிக் கொண்டது. இதைக் கேட்டு தலைவன் சிரிக்கிறான்.

"நகை கூட்டம் செய்தான் அக் கள்வன் மகன் என்று கவிதை முடிகிறது."

இது அடிப்படை மனித உணர்வு. அந்தக் காலத்தில் இந்த உணர்வை அந்தக் காலச் சூழ்நிலைக்குத் தகுந்த மாதிரி சொன்னார்கள். இன்றைக்கு வேறு மாதிரி ஏதாவது சொல்லக்கூடும். நான் இந்த அடிப்படை உணர்வு சார்ந்துதான் கவிதையை மதிப்பிடுகிறேன்.

திராவிட இயக்கம் சார்ந்து செயல்பட்ட யாரும் தங்களைத் தாங்களே சிறந்த இலக்கியவாதிகள் என்று உரிமை பாராட்டிக் கொண்டதில்லை. மிகவும் அடிப்படையாக மொழி சார்ந்து மனிதனை இணைக்க முடியும் என்று நிரூபித்தது திராவிட இயக்கம் என்று தோன்றுகிறது. சாதி சார்ந்தோ, மதத்தை சார்ந்தோ, மிகப்பெரிய மக்கள் கூட்டத்தை இணைப்பதைவிட, மொழியைச் சார்ந்து இணைப்பது ஒரு பண்பாட்டு நடவடிக்கை. பண்பாட்டின் மூலமாக, மொழியின் மூலமாக சுயமரியாதையை ஏற்படுத்த முடியும் என்பதுதான் திராவிட இயக்கத்தின் வெற்றி.

இந்த வெற்றியை ஈட்டுவதற்குப் பல்வேறு கருவிகளைப் பயன்படுத்தியிருக்கிறார்கள். நாடகம், திரைப்படம், இலக்கியம், இதழியல், மேடைப்பேச்சு ... இத்தனையையும் பயன்படுத்தி யிருக்கிறார்கள். இது வெறும் பிரச்சார நோக்கத்திற்காக மட்டுமே. இறுதியாக நமக்கு கிடைக்கக்கூடியது மொழி சார்ந்து நான் ஒரு தமிழன் என்று சொல்வதில் உள்ள பெருமிதமும் மதிப்பும். இது உண்மையானால் இதுதான் திராவிட இயக்கம் சாதித்துக் கொடுத்த வெற்றியாகும். சாதி சார்ந்து சாதித்திருக்கிறார்களா என்று தெரியவில்லை. தெரியவில்லை என்று நான் சொல்வதற்குக் காரணம், இன்றைக்குத் தலித் பிரச்சினை மேலெழுந்து வருகிற போது, மொழி சார்ந்து வந்த இடத்திற்கு சாதி சார்ந்து வரவில்லை என்பது தான் வெளிப்படையாக தெரிகிற விஷயம். அவர்களுடைய பங்களிப்பு என்பது அதுதான். இந்த மொழியை பண்டிதர்கள் அல்லது படித்தவர்கள் மத்தியில் இருந்த மொழியை, சாதாரண மனிதனும் பேச முடியும் என்று ஜனநாயகப்படுத்தியது திராவிட இயக்கத்தினுடைய சாதனை. அதைப் பற்றி எந்த குறையும் சொல்ல முடியாது.

பொதுவாகவே ஜனநாயகம் என்று ஒரு அமைப்பு நமக்குள் வருகிறபோது அதனுடைய நிறைவான பகுதிகளுடன் குறைகளும் உள்ளேவரும். அப்படி வந்த பல விஷயங்கள் உண்டு. திராவிட இயக்கத்தின் மொழிரீதியான செயல்பாடுகளைப் பற்றிய என் கருத்தை இந்த இடத்துடன் நிறுத்திக்கொள்ள விரும்புகிறேன்.

தலித் சமூகம் இத்தனை காலமும் மிகவும் தள்ளி நிறுத்தப்பட்ட ஒரு சமூகம். அப்படிப்பட்ட ஒரு சமூகத்திற்கு ஆவேசம் இருக்கும். என்னுடைய காரியங்களில் தலையிடுவதற்கு நீ யார் என்கிற கேள்வி எல்லாம் வரும். இது ரொம்பவும் இயல்பானது. நமக்குக் கசப்பாக இருந்தாலும் ஏற்றுக்கொள்ள வேண்டியதுதான். ஆனால் இன்னும் தலித் எழுத்தாளர்கள், தலித் கவிஞர்கள் என்று வகைப்படுத்துவது எனக்குப் பிடிக்கவில்லை. இது பொது இலக்கியப் போக்காக மாறும்போது இந்த ஆவேசங்கள்

எல்லாம் மாறும். இதுவே இலக்கிய மரபாக மாறும் போது அதில் வைக்கப்படுவது பொதுவான மனித அனுபவம். அந்த அனுபவம் எனக்கும் கிடைக்கும். அப்போது இதைப் பற்றி பேசுவதற்கான எல்லா அருகதையும் எனக்கு வந்து சேரும். அப்போது நானும் பேசுவேன்.

இன்றைக்குத் தலித் எழுத்தாளர்கள் சொல்வது ஆவேசம் சார்ந்த ஒரு விஷயம்தான். ஒரு தலித்துடைய பிரச்சினை நூறு சதவீதம் எனக்குப் புரிய வேண்டும் என்பது இல்லை. அவன் வலியை, அவமானத்தை நூறுசதம் நானும் பெற்றேன் என்பது அல்ல. ஒரு மனிதன் என்ற நிலையில் அந்த வலியை என்னால் உணர முடியும் அல்லவா. இதுதான் முக்கியமானது என்று எனக்கு தோன்றுகிறது. நான் மலம் சுமக்கிறவன் இல்லை. ஆனால் ஒரு மனிதனாக அவனுடைய வலி எனக்குத் தெரியும். இது சார்ந்துதான் நான் மலம் சுமக்கிறவனுடைய உண்மையான வேதனை என்னவென்று பேசப்போகிறேன். இதைப் பல பேர் பேசும் போது பொது தன்மை வரும் என்று நினைக்கிறேன். அப்போதுதான் நானும் வந்து பேசுவேன். அப்படிப்பட்ட வெளிப்பாடு வரட்டும். இப்போது அவசரப்பட்டு நமது கருத்தை அள்ளித் தெளிப்பது தேவை இல்லை என்று நினைக்கிறேன்.

அடிப்படையில் நான் தமிழ்க் கவிஞன்தான். தாய்மொழியாக மலையாளம் இருந்தும் நல்ல விவரம் தெரிந்த பிறகுதான் நான் மலையாளம் கற்றுக் கொண்டேன். 16, 17 வயதில் இன்னொரு மொழியைக் கற்றுக்கொள்ளவேண்டும் என்ற ஆர்வத்தின் காரணமாக கற்றுக்கொண்டதுதான். ஆனால் கவிதை சார்ந்த என்னுடைய சிந்தனை, சொற்களஞ்சியம் இவையெல்லாம் தமிழ் சார்ந்துதான் இருக்கிறது. இன்றைய வரை மலையாளத்தில் ஒரு கவிதையும் எழுத முயற்சித்தது இல்லை. முயன்றதும் இல்லை. இது மிகவும் அடிப்படையான விஷயம்.

கவிதை என்னுடைய வடிவம் அல்லது எனக்குப் பிடித்த மான வடிவம் என்பதால் மலையாளக் கவிதையுடன் எனக்கு நெருக்கமான தொடர்பு உண்டு. பிறமொழிக் கவிதைகளோடும் தொடர்பு உண்டு. 17, 18 வயதில் மலையாளக் கவிதை படிக்க ஆரம்பித்தபோது தமிழ் கவிதை உச்சத்தில் இருந்தது. அன்றைக்கு தமிழில் இரண்டு பெரிய பிரிவுகள் இருந்தன என்று எனக்கு ஒரு கணிப்பு. அகவயமான மற்றும் புறவயமான கவிதைகள். தான் தன்னுடைய உணர்வு சார்ந்தது. இதுவெல்லாம் அகவயமான கவிதை. மற்றவை புறவயமானவை. இப்படியான பிரிவு தமிழ் கவிதையில் இல்லை என்பதுதான் என்னுடைய அடிப்படையான எண்ணம். நான் பார்த்த சில சங்க இலக்கியக் கவிதைகளில், இந்த மாதிரியான பிரிவுகள் இல்லை. புதுக்கவிதை

மேற்கத்திய தாங்கத்தினால் வந்தது. அதனால் இந்த நிலைப்பாடு வந்திருக்கலாம். இது வந்து ஏறத்தாழ 1970 வரை தொடர்ந்திருக்கிறது. 1970களில் தமிழ் தவிர பிற இந்திய மொழிகளில் ஒரு இடதுசாரி மனோபாவம் ஆதிக்கம் செலுத்திக்கொண்டு இருந்தது. தமிழிலும் அந்த பாதிப்பு உண்டு. பிறமொழிகளுடன் ஒப்பிடும்போது குறிப்பாக மலையாளத்தோடு ஒப்பிடும்போது தமிழில் பாதிப்பு மிகக் குறைவு. அதற்குக் காரணம் திராவிட பாதிப்பு இருந்ததனால் இருக்கலாம்.

கவிதைகளின் வடிவங்கள் தமிழில் ரொம்பவும் செட்டாகத்தான் வந்தன. இந்த வடிவங்களை உடைப்பது பெரிய உற்சாகம் தரக்கூடிய விளையாட்டுப்போல எனக்கு இருந்தது. இரண்டு வரி, மூன்று வரிக் கவிதைகள் தமிழில் வந்தபோது நான் மிக நீண்ட வரிகளைக் கொண்ட கவிதைகளைத்தான் எழுதியிருக்கிறேன். அதை மலையாளத்தில் இருந்துதான் கற்றுக் கொண்டேன். சமூக மையப்படுத்தப்பட்ட அனுபவங்களும் கவிதையாகும். அதுவும் மிகவும் சிறப்பானது என்பது நான் மலையாளத்திலிருந்து கற்றுக்கொண்ட விஷயம். அன்றைக்கு மலையாளத்தில் புனைகதைகளில் இதற்கு எதிரான போக்குதான் இருந்தது. நவீனத்துவத்தின் மையம் தனிமனிதன். தனிமனிதனின் இருப்பு. ஆனால் கவிதையில் மனிதன், சமூகம், இயற்கை இந்த மாதிரியான பொது இருப்புகள் வந்தன. அதுதான் மலையாளக் கவிதைகள் வசம் என்னை ஈர்த்தது. அது 1970களுக்குப் பிறகு 1980களில் தமிழுக்குள்ளும் ஆரம்பித்தது. அந்த வகையில் மலையாள கவிதைகள் அன்றைக்கு முன்னால் இருந்தன. இதெல்லாம் வர ஆரம்பித்தபோது தமிழ்க் கவிதைகளுக்கு ஒரு பெரிய பரப்பு கிடைத்தது. வேறு வேறு சொல்முறைகள் வேறு வேறு பின்னணிகள் வேறு வேறு கூற்றுகள் இத்தனையும் தமிழ்க் கவிதைகளுக்கு கிடைத்தன. இதனுடன் ஒப்பிட்டுப் பார்க்கும் போது ஒரு படி ஒரு மாற்று குறைவாகத்தான் மலையாள கவிதைகள் எனக்குப் படுகின்றன.

கவிதை நூல்கள் அதிகமாக விற்பதில்லைதான். அதிகமாக இனிப்புப் பதார்த்தம் சாப்பிட்டுக் கொண்டே இருந்தால் ஒரு கட்டத்தில் இனிப்பே வேண்டாம் என்று ஒரு நிலை வரும் அல்லவா. நாம் எல்லாவற்றையும் கவிதையாக செய்துவிட்டதனால் கவிதை வேண்டாம் என்கிற முடிவுக்கு வந்திருப்பார்களோ என்னவோ தெரியவில்லை.

கவிதைக்கு அதற்கான மரியாதை இருக்கிறது. அதன் எண்ணிக்கை குறைவாக இருப்பது ஒரு பொருட்டு அல்ல. கவிதை என்றைக்குமே விற்பனைச் சரக்கு அல்ல. கவிதைக்குச் சிறிதாக ஒரு தயார் நிலை வேண்டியிருக்கிறது. எனக்கு இரண்டு காரணங்கள்

தோன்றுகின்றன. ஒன்று ரொம்பவும் கவிதையில் திளைத்துப் போய்விட்டதால் கவிதை மேல் சலிப்பு ஏற்பட்டிருக்கலாம். இரண்டாவது, கவிதையை வாசிப்பதற்கான மனநிலையை தயார் செய்வதற்குத் தயங்குகிறோம். இவை இரண்டுமே கவிதைக்கான வாசகனை விலக்கி நிறுத்தியிருக்கக் கூடும். சரியாக யோசித்துப் பார்த்தீர்கள் என்றால் கவிதை அப்படி ஒன்றும் புறம்போக்கு நிலத்திற்குப் போய்ச் சேர்ந்து விடவில்லை. இன்றைக்கு வருகின்ற நாவல்களின் எண்ணிக்கையைவிட, சிறுகதைகளின் எண்ணிக்கையைவிட கவிதைகளுடைய எண்ணிக்கைதான் அதிகம். நாம் பார்க்கின்ற மனிதர்களில் பத்தில் எட்டு பேர் கவிதை எழுதுகிறவர்களாக இருக்கிறார்கள். அந்த கவிதை என்ன வடிவத்தில் இருக்கும், என்ன வீச்சில் இருக்கும் என்பதையெல்லாம் பின்னால் தீர்மானிப்போம். கவிதை அழிந்துவிடும் என்று தோன்றவில்லை.

மலையாளத்தின் இலக்கியச் சூழல் தமிழைக் காட்டிலும் வளமாக இருக்கிறது என்று சொல்லப்படுவதில் பாதி உண்மையும் பாதி மிகையும் உண்டு. மலையாளத்தின் நவீன இலக்கியச் சூழல் ஒருநாளில் உருவானது இல்லை. ஏறத்தாழ 60, 70 வருடங்களாக கேரளத்தில் ஒரு சமூகச் சூழல் நிலவி வருகிறது.

அது இடதுசாரி மனோபாவத்தால் உருவாக்கப்பட்ட சமூக சூழ்நிலை. இடதுசாரி கருத்துகள் இங்கு வந்தபோது அந்தக் கருத்துகளை மக்களிடம் பரப்புவதற்காக இரண்டு விஷயங்கள் தீர்மானிக்கப்பட்டன. ஒன்று கலாச்சாரத்துக்குள் ஊடுருவுவது. இரண்டாவது மக்கள் வாழ்க்கையுடன் நெருங்கி நிற்பது. இரண்டையுமே அவர்கள் வாசிப்பின் மூலம் சாதித்தார்கள். கேரளத்தில் நீங்கள் எங்கு சென்றாலும் அங்கே ஒரு சிறிய நூலகமாவது இருக்கும். குறைந்தது 100 புத்தகளாவது இருக்கும். தொடர்ச்சியாகப் பத்து பேராவது படிக்க வந்து கொண்டிருப்பார்கள். அதேபோன்று அந்த நூலகம் சார்ந்து ஒரு நாடகக் குழு இருக்கும். அது, வாழ்க்கை சம்பந்தப்பட்ட பிரச்சினைகளை நாடகமாக்கி மக்களிடம் கொண்டு செல்லும். இது 50, 60 ஆண்டு காலமாக உருவாக்கப்பட்ட பண்பாடு.

இங்கே பண்பாடு சார்ந்துதான் எழுத்தாளனுக்கான மதிப்பும், வாசிப்புக்கான மதிப்பும், கலைகளுக்கான மரியாதையும் வந்திருக்கிறது. தமிழ்நாட்டில் நமக்கும் இருந்திருக்கிறது. இதை திராவிட இயக்கம் நமக்காக உருவாக்கியிருக்கிறது. எல்லா இடங்களிலும் படிப்பகமும் இருந்திருக்கிறது. ஆனால் அதிகாரம் கையில் கிடைத்தவுடன், இதை உருவாக்கும் நோக்கம் பிரச்சாரமாகவும், இது விலைப் பொருள் என்ற

வணிக நோக்கமாகவும் இருந்திருக்கின்றன. தமிழிலும் வணிக நோக்கில் எழுதுகிறவன் வாழ முடிகிறது. அந்தக் காலத்தில் தீவிரமான இலக்கியம் எழுதுகிற ஒரு ஆளும் தமிழில் வணிக நோக்கத்தோடு எழுதுகிற ஆளும் ஒரே ஆள்தான். இந்த வேறுபாடு எங்கிருந்து வருகிறது என்றால் எது நல்ல இலக்கியம் எது நல்ல இலக்கியம் இல்லை என்று பிரித்துப் பார்க்க முடியாமல் போனதால்தான். நம் சூழலில் இப்போது கொஞ்சம் மாற்றம் வந்திருக்கிறது என்று நம்பலாம். கேரளத்தின் படிக்கக்கூடிய பெரும்பான்மை என்பது மனதளவில் இடதுசாரி கருத்து களால் பாதிக்கப்பட்டதுதான். எதுவெல்லாம் மனிதனுடைய கௌரவத்திற்குத் தீங்கான கருத்தாக இருக்கும் என்பதை யெல்லாம் கேள்விகேட்கிற மனநிலையைத்தான் இடதுசாரி மனநிலை என்கிறேன். அந்த மனநிலை இருப்பதால்தான் இந்த வாசிப்பு தொடர்ந்து இருக்கிறது. இந்த மனநிலையைத் தொடர்ந்து முன்னெடுத்து கொண்டுபோவான் என்பதால்தான் எழுத்தாளன் மீது மரியாதையிருக்கிறது. கேரளத்தில் எழுத்தாளன் சமூக முக்கியத்துவம் உடையவன் என்று நினைப்பதற்குக் காரணம் இதுதான். கேரளத்தைப் பொறுத்தவரை ஒரு சம்பவத்தை பொறுத்து கருத்துக் கேட்டு யாரிடம் போவார்கள் என்றால், முதலில் எழுத்தாளனிடம் போவார்கள். இதே தமிழ்நாட்டை பார்க்கும் போது அரசியல்வாதிகளிடம் போவார்கள் அல்லது சினிமாக்கரர்களிடம் போவார்கள். இது எப்படி சம்பவித்தது என்று நாம்தான் தீர்மானிக்க வேண்டும் அல்லது ஆய்வு செய்ய வேண்டும்.

நான் தமிழ் சார்ந்த கவிஞன். மலையாளக் கவிதைகளுடன் ஒப்பிடும்போது எனக்குத் தமிழ் கவிதைகள்தான் வளமானவை என்று இன்றும் தோன்றுகிறது. ஏனெனில் நமக்கு இரண்டு அடிப்படைகள். ஒன்று நமக்கு ஏற்கனவே ஒரு வளமிருக்கிறது. அதனுடைய தொடர்ச்சி வந்து கொண்டே இருக்கும்.

நான் கவிதைக்குள் – ஒரு தனி நபருடைய கவிதை மொழி, மொத்தமான கவிதை ஆகிய இரண்டு விஷயங்களைத் தேடுகிறேன். மொத்தமான கவிதை மொழி தொடர்ந்து இருக்கும் என்று நான் நம்புகிறேன். சங்க இலக்கியம் தொடங்கி யூமா. வாசுகிவரை, முகுந்த் நாகராஜன்வரை பொதுவான கவிதைக்கான மொழி இயங்கி கொண்டேயிருக்கிறது. மொழி கண்ணிகளாக இந்தக் கவிதைகளை இணைத்துக்கொண்டே வந்திருக்கிறது. இந்த இடத்தில், இந்த மொழியில் இயங்குவ தாலேயே எனக்கு இருக்கிற அறை கூவல் என்னுடைய மொழியை இதற்குள் கொண்டு வரவேண்டும் என்பதுதான். நான் என்னுடைய பொயட்டிக் இடியமை இதற்குள் கொண்டு

வரவேண்டும். தன்னுடைய மொழியை – உருவாக்கியவன்தான் இதுவரை கவிதையில் நின்றிருக்கிறான். “நூல் பார்த்து நூல் செய்தவனும்”, “பனுவல் பார்த்து பனுவல் செய்தவனும்” நிற்கவில்லை. ஏனெனில் இரண்டு வரி எழுதியவனும், “செம்புலப் பெயல் நீர்” என்று ஒற்றை வரி எழுதியவனும் காலம்காலமாக நிற்பதற்குக் காரணம் அவன் தன்னுடைய மொழியை உருவாக்கிக் கொண்டிருக்கிறான் என்பதுதான்.

வளம் என்பது தமிழில்தான் அதிகம். நான் மொழியியல் அறிஞன் கிடையாது. ஒரு வாசகன் என்ற நிலையில் இதை நினைக்கிறேன். மலையாளத்தில் கவிதை என்பது நம்முடைய கவிதையில் இருந்து வேறுபட்டது. தமிழில் கவிதை வாசிப்பு என்று சொல்கிறோம். மலையாளத்தில் கவிதை சொல்வது என்பார்கள். ஏன் என்றால் அங்கே வாய்மொழியாகவே வந்து கொண்டு இருந்த ஒரு மரபுதான் அது. அது பெரும்பாலும் வடமொழி சார்ந்து வந்திருக்கக் கூடியது.

தமிழ் கவிதை எவ்வளவு செறிவாகவும் சுருக்கமாகவும் இருக்கிறதோ, அதற்கு எதிராக மலையாளக் கவிதை விரிவாகவும் சமயங்களில் அரட்டையாகவும் இருக்கிறது. இது வடமொழி இலக்கியம் சார்ந்து வந்தது. ஏனெனில் ஒரு பெரிய காவியத்தில் விரிவான வர்ணனைகள் எல்லாம் சொல்லிச் சொல்லி அடுக்கிக்கொண்டு போகிற வடமொழியை இலக்கணமாகக் கொண்டு உருவாக்கப்பட்டதனால் மலையாளக் கவிதைகள் நீளமாகப் போய் கொண்டே இருக்கின்றன. எனக்குத் தோன்றுவது என்னவென்றால் மலையாளத்தில் 40 வரிகளில் எழுதப்பட்ட கவிதையை தமிழில் 10 வரியில் சொல்லிவிட முடியும். விரித்துச் சொல்வது என்பது மலையாளக் கவிதையின் இயல்பு. அது அப்படிதான். தமிழில் கவிதை செறிவாக இருக்கும். அதனால் இது உயர்ந்தது அது தாழ்ந்தது என்றெல்லாம் சொல்ல முடியாது. எல்லா இந்திய மொழிகளையும் ஐரோப்பிய, ஆங்கில மொழிகள் பாதித்திருக்கின்றன. மலையாள மொழியில் ஆங்கில பாதிப்பு அதிகம். தமிழில் கணிசமாக குறைவு. அது செம்மொழியாக இருப்பதனால் ஆங்கிலத்தை ஏற்றுக்கொள்ள முடியாத தடை இருந்திருக்கும் என்று எனக்குத் தோன்றுகிறது. மலையாளத்தில் வாக்கிய அமைப்புகள் ஆங்கிலமொழிபோலவே கையாளப்படுவது உண்டு. தமிழில் அப்படிப்பட்ட வடிவங்கள் எடுபடவில்லை. தமிழ் கவிதைகள் இயல்பான வடிவங்களை உருவாக்கி கொண்டே வந்திருக்கிறது. இது இந்த மொழியுனுடைய ஆதாரம். இப்போது மலையாளத்தில் இருக்கின்ற நவீனத்துவ தலைமுறை, கவிதை வெறும் அரட்டையாக இருக்கக்கூடாது எனும் தெளிவுக்கு வந்திருக்கிறது. இன்றைக்கு இருக்கும்

மலையாளக் கவிதையின் அடையாளம் ஏறத்தாழ தமிழ் கவிதைக்கு அடுத்து வந்து நிற்கிறது என்பது என்னுடைய அபிப்பிராயம்.

சக்கரியாவுடன் எனக்கு நட்பு ஏற்பட்டது ஒரு மொழி பெயர்ப்பு சார்ந்தது. சக்கரியா நவீனத்துவ காலகட்டத்தில் வேறு விதமான மொழியில் எழுதிப் பார்த்தவர். வேறு மொழியில் சொல்ல முற்பட்டவர் சக்கரியா. அந்தவகையில் அவர் மீது அபிமானம் உண்டு. இரண்டாவது, ஒரு பத்திரிகையாளராக 1992 பிறகு செயல்பட்டுக் கொண்டிருக்கிறார். கேரள சமூகத்தில் நடக்கிற பல்வேறு நிகழ்வுகள் பற்றிய அவரது அபிப்பிராயங்கள் முக்கியமானவை. அவருடைய கருத்துகள் மலையாளத்தின் பொது புத்தியை கேள்விக்கு உட்படுத்துகின்றன. அவரது இந்த வகையான ஆளுமையே அவருடனான எனது நெருக்கத் திற்குக் காரணம். பால் சக்கரியா மலையாளத்தில் முக்கியமான எழுத்தாளர்களில் ஒருவர்.

நான் கேரளாவில் என்னை ஒரு அந்நியனாகத்தான் கருதுகிறேன். அந்நியன் என்றால் முற்றிலும் விலகி இருக்கிறேன் என்று சொல்லவில்லை. இங்கே உள்ள சூழலை கவனித்துக் கொண்டுதான் இருக்கிறேன். ஆனால் அவற்றில் என்னுடைய இடையீடுகள் மிகவும் குறைவு. நான் என்ன நினைக்கிறேன் என்றால், இதிலிருந்து விலகி நிற்கிறபோது அந்நியனாக ஒரு சுதந்திரம் இருக்கிறது. இங்கே நான் பலருடனும் உறவைப் பேணி வருகிறேன். சக்கரியாவனாலும் சரி, டி. வினயச்சந்திரன் என்ற கவிஞரானாலும் சரி. மலையாளத்திலிருந்து நான் 10 பெண் கவிஞர்களின் கவிதைகளைத் தேர்ந்தெடுத்து தமிழில் மொழி பெயர்த்தேன். இது எல்லாம் நான் வெளி ஆள், எனக்கு இங்கே நடக்கிற விஷயங்கள் மீது அக்கறை இருக்கிறது, எனவே அது சார்ந்து நான் சில விஷயங்களைச் செய்ய ஆசைப்படுகிறேன் என்ற தளத்தில்தான். இப்போது ஒரு பக்க உறவு மட்டுமே சாத்தியமில்லை. இரண்டு பக்க உறவும் தேவையிருக்கிறது. இங்கே நான் அந்நியனாக இருப்பதால் ஒரு பக்கத் தேர்வு வைத்திருக்கிறேன். இந்தத் தேர்வு சுதந்திரத்தைத் தருகிறது. அந்த சுதந்திரத்துடன் தான் நான் இருக்கிறேன். நான் இங்கே உள்ளவர்களுடன் இன்னும் நெருக்கமானேன் என்றால் இந்த சுதந்திரம் போய்விடும். அதனால் கேரளாவில் கொஞ்சம் இடைவெளியுடன்தான் இருக்கிறேன்.

பச்சை மலையாளம் என்பது நம்முடைய தனித்தமிழ் போலத்தான். மலையாளம் தமிழை அடிப்படையாகவும் சமஸ்கிருத சொற்கள், இலக்கண மரபுகளை உட்கொண்டும் பாரசீக, அரபு, லத்தீன் வார்த்தைகளை இணைத்துக் கொண்டும் உருவான ஒரு மொழி. வடமொழியை அதிகமாக

உபயோகிப்பதுதான் பண்டிதத்தனத்தின் ஒரு அடையாளமாக ஒரு காலத்தில் இருந்தது. அதற்கு எதிரான போக்கும் இருந்தது. உதாரணமாக மலையாளத்தில் ஷேத்ரம் (கோயில்) என்ற சொல்லுக்குப் பதிலாக அம்பலம் என்று சொன்னால் என்ன? இப்படியான வார்த்தை நமக்கு இருக்கிறதே, அதை ஏன் நாம் பயன்படுத்தக் கூடாது? என்ற கேள்வியில் இருந்துதான் பச்சை மலையாளம் என்ற இயக்கம் தோன்றியது. ஆனால் இதனுடைய பெரிய சிக்கல் என்னவென்றால் மலையாள மொழியின் இலக்கணமே வடமொழி சார்ந்து இருப்பதால் மாற்றங்களை ஏற்றுக்கொள்வதற்கான ஒவ்வாமை எப்போதும் இருந்து கொண்டேயிருக்கிறது. இன்றைக்கும் அரசாங்கம் என்ற சொல்லுக்கு மலையாளத்தில் சர்க்கார்தான். மலையாளம் தன்னிச்சையான ஒரு மொழியல்ல. தமிழைப் பொறுத்தவரை ஒரு ஆங்கிலச் சொல்கூட கலக்காமல், ஒரு வடமொழிச் சொல்லும் கலக்காமல், எழுத முடியும். மலையாளத்தை அப்படிப் பயன்படுத்த முடியாது. அதனால் பச்சை மலையாளம் என்பது சாத்தியமில்லாமல் போயிற்று.

எழுத்து சாப்பாடு போடும் தொழில் இல்லை, தமிழை பொறுத்தவரை. சீரியஸான எழுத்தாளர் என்று வந்துவிட்டால் பட்டினிகிடப்பதைத் தவிர வேறு வழியில்லை. அல்லது ஏதாவது ஒரு வேலை பார்த்தாக வேண்டும். மிகப் பெரிய எழுத்தாளர்களாக இருந்தவர்களுக்கும் நாம் அப்படியான நிலையைத்தான் கொடுத்திருக்கிறோம். பாரதிக்கு, புதுமைப்பித்தனுக்கு அதற்குப் பின்னால் எழுத்தை நம்பி வந்த பலருக்கும் இந்த நிலைமைதான் ஏற்பட்டிருக்கிறது. நமது இதழியல் துறை வணிகம் சார்ந்து இருப்பதனால் இப்படியான எழுத்தாளர்களுக்கு அதில் இடமில்லாமல் போய்விட்டது. நான் வணிகப் பத்திரிகையில் அதிகமான காலம் வேலை பார்த்திருக்கிறேன். நான் சீரியஸ் இலக்கியம் சார்ந்த ஆள் என்றே அங்கே என்னை அடையாளப் படுத்திக்கொண்டேன்.

நான் இங்கே செய்யப் போவது ஒரு குமாஸ்தா வேலையோ, ஒரு கூலித் தொழிலாளி செய்கிற வேலைக்கோ சமமான ஒரு வேலை என்று முடிவு செய்து கொண்டுதான் நான் வணிகப் பத்திரிகையில் வேலைக்குச் சென்றேன். அதில் இலக்கியம் வளர்ப்பது அல்ல என் நோக்கம். அப்படி இலக்கியம் வளர்ப்ப தற்கான இடம் கிடைக்கும் பட்சத்தில் அதைத் தவறவிட்டதும் கிடையாது. தமிழ் இதழியல் மிகத் தேர்ந்த எழுத்தாளர்களாலும் மிகத் தேர்ந்த கவிஞர்களாலும் பராமரிக்கப்பட்டது. எனினும், ஏன் இப்படி ஆனது? அதைப் பற்றி பத்திரிகையாளர்களும்

எழுத்தாளர்களும் ஆய்வு செய்து சொன்னால், அது பின்வரும் எழுத்தாளர்களுக்குத் துணிவைத் தரலாம்.

தமிழில் எழுதிய எழுத்தாளர்களுக்கு உரிய அங்கீகாரம் கிடைத்திருக்கிறது என்று நான் நினைக்கவில்லை. பலருக்கும் வேறு வேறு காரணங்களுக்காக அங்கீகாரம் மறுக்கப்பட்டிருக்கிறது. சிலருக்குத் தேவையில்லாமல் உயர்ந்த பீடங்கள் கொடுக்கப் பட்டிருக்கின்றன.

நாகராஜன் எனக்கு மிகப் பிடித்தமான எழுத்தாளர். நாளை மற்றொரு நாளை எனும் அவரது நாவலைப் படித்துவிட்டு அரண்டுபோய் உட்கார்ந்திருந்தேன். இது எனக்கு நன்றாக நினைவிருக்கிறது. அப்புறம் அவரை பார்க்க வேண்டும் என்று தேடிப்போய், அவரை பார்க்க முடியாமல் போனதும் உண்டு. தமிழில் மணிக்கொடி தோன்றி நாகராஜன், சுந்தர ராமசாமி ஆகியோர் எழுத வருவதற்கு முன்னால் இருந்த கதைகள், நாவல்கள் எல்லாம் குடும்பப் பின்னணி உடையவையாகவும் நடுத்தட்டு மக்களின் வாழ்க்கையை பேசுபவையாகவும் இருந்தன. அப்போது நாகராஜன் கீழிறங்கி ஒடுக்கப்பட்ட வாழ்க்கை, புறக்கணிக்கப்பட்ட வாழ்க்கை என்று ஒன்று இருக்கிறது என்று காட்டினார்.

இதுபோல ஒரு சிறிய அளவுக்கு ஜெயகாந்தன் செய்திருக்கிறார். ‘வாழ்க்கை அழைக்கிறது’ எனும் நாவலில், அவரது சிறுகதை களில். அவற்றில் ஜெயகாந்தன் பார்வையிலிருந்து அவர்களுடைய வாழ்க்கை நமக்குக் காட்டப்பட்டது. நாகராஜன் செய்தது என்னவென்றால், அவர்களுடைய வாழ்க்கையை நீயே பார் என்று நேரடியாக எழுதினார். அதைப் பற்றிய எந்தத் தயக்கமோ முன் விதிகளோ இல்லாமல் அதை எழுதினார். அவர் தமிழில் முக்கியமான எழுத்தாளர். அவருடைய வாழ்க்கை என்பது அவர் தேர்ந்தெடுத்துக் கொண்ட வாழ்க்கை. ஒரு அலுவலகத்தில் 8 மணி நேரம் வேலை செய்வது என்பது, நான் தேர்ந்தெடுத்துக் கொண்ட வாழ்க்கை. அவர் முழுநேரமும் அலைந்து திரிவதுதான் தன்னுடைய வாழ்க்கை என்று தேர்ந்தெடுத்துக்கொண்டார். யாருடைய வாழ்க்கை மீதும் விமர்சனம் வைப்பதற்கும் நமக்கு உரிமை இல்லாதது போலவே அவர் மீதும் விமர்சனம் வைப்பதற்கும் உரிமை இல்லை.

உலகம் முழுவதும் இரண்டு எழுத்தாளர்கள் சந்தித்துக் கொண்டால் மூன்றாவதாக ஒரு கருத்து இருக்கும். இரண்டு பேரும் அந்த மூன்றாவது கருத்தைச் சார்ந்து சண்டை போட்டுக்கொள்வார்கள். இது உலகம் முழுக்கவும் நடக்கிற விஷயம்தான். இது தொடர்ச்சியாக வந்து கொண்டே இருக்கிறது.

இதற்கு இடையில்தான் இலக்கியம் சார்ந்து கலைகள் சார்ந்து பெரிய விவாதங்களும் சர்ச்சைகளும் நடக்கின்றன. சமீபத்தில் வரும் பத்திரிகைகளைப் பார்க்கும் போது வருத்தமாக இருக்கிறது. அவை, இலக்கியத்தில் இதுவரை எதுவுமே நடக்கவில்லை. என்னிடமிருந்துதான் எல்லாமே தொடங்குகின்றன என்ற தொனியில் பேசுகின்றன. காலம் காலமாக சி.சு. செல்லப்பா, க.நா. சுப்ரமணியம் தொ.மு.சி. ரகுநாதன் போன்றவர்கள் எல்லாம் செயல்பட்டு வந்திருக்கிறார்கள். தாமரை மற்றும் திராவிட இயக்கம் சார்ந்த பத்திரிகைகள் பெரிய மரபை உருவாக்கி யிருக்கின்றன. இன்றைக்குப் புதிதாக வந்து நாம் எதுவும் செய்யவில்லை. இந்த மரபின் தொடர்ச்சியாகத்தான் நாம் செயல்பட்டுக்கொண்டு இருக்கிறோம். செல்லப்பா என்னும் ஒரு ஆள், இலக்கியம் எல்லோராலும் படிக்கப்பட வேண்டும் என்பதற்காக பத்திரிகை நடத்தினார். புத்தகங்கள் போட்டு தெருத் தெருவாக விற்றார். கல்லூரி கல்லூரியாக, பள்ளி பள்ளியாக ஏறி நடமாடும் புத்தகக் கடையாக புத்தகம் விற்றார். அந்த தியாகத்தையும் அந்த பிடிவாதத்தையும் மறந்துவிட்டு இன்றைக்கு எதுவும் பேசமுடியாது. அதன் தொடர்ச்சித்தான் நாம் என்னும் கவனம் இருக்குமானால் இந்த உரிமையை பாராட்டுதல் இல்லாமல் போய்விடும். அப்போது சிறிதாக ஒரு பணிவு வரும். பணிவு வரும் என்றால் கை கட்டி நிற்கவேண்டும் என்று சொல்லவில்லை. நான் என்னவாக இருக்கிறேன் என்ற தெளிவு வரும். அதுதான் அடுத்த கட்டமாக காரியங்கள் செய்யத் தூண்டும். நான் எல்லாம் செய்து விட்டேன். எல்லாம் என்னிடம் இருந்துதான் தொடங்குகின்றன என்றால் நீங்கள் ஒரு போதும் தொடங்கமாட்டீர்கள்.

எனக்குத் தெரிந்து 70, 80களில் இந்திய இலக்கியம் முழுவதும் நவீனத்துவம் ஆட்சி செய்து கொண்டிருந்தது. அது மேற்கத்திய பாதிப்பு சார்ந்த ஒரு விஷயம். பின்னால் அது மட்டுமே போதாது எனும் போது பின் நவீனத்துவம் என்னும் விஷயத்தை எல்லோரும் சொல்கிறார்கள். கன்னடத்தில் எழுதக்கூடிய சில நண்பர்களுடன், மலையாளத்தில் எழுதக் கூடிய சில நண்பர்களுடன், வங்காளத்தில் எழுதக் கூடிய சில நண்பர்களுடன் விவாதித்த வகையில் Post Modernism என்பது ஒரு ஐரோப்பிய மைய வாதம் அல்லாத ஒன்று. அதற்குத் தனிப்பட்ட மனிதன் சமூகம் என்னும் உறவெல்லாம் கிடையாது. மொத்தமாகவே ஒரு அமைப்புக்குள் இருக்கும். மொத்தமாகவே ஒரு அனுபவம் தனித்தனி அடையாளங்களைக் கொண்டிருக்கும். உதாரணமாக இப்போது ஒரு கிராமிய வாழ்க்கையினுடைய மொழி அதன் குறியீடுகள் எல்லாம்

மேற்கத்திய நவீனத்துவத்தில் பின்னுக்குத் தள்ளப்பட்டிருந்தன. அதெல்லாம் இப்போது தன்னுடைய இடத்திற்கு வந்துவிட்டன. இதைத்தான் பின் நவீனத்துவம் என்று நினைக்கிறேன்.

மலையாளம் எனக்கு தாய் மொழி என்றாலும், தொடர்ந்து நான் கேட்ட மொழி, பேசிய மொழி, சிந்தித்த மொழி, கனவு கண்ட மொழி, இதெல்லாம் தமிழ்தான். அதனால் மலையாளத்துடன் ஆரம்பத்தில் பெரிய நெருக்கம் எதுவும் இருக்கவில்லை. எங்கள் அத்தை வீட்டில் இருந்தபோது மலையாளத்தில் பேசுவார்கள். நான் தமிழில் பதில் சொல்வேன். இப்படி ஒரு மொழி இருக்கிறது என்பது தெரியும். அதனுடைய சப்தம் என்ன என்பதும் தெரியும். அந்த வார்த்தைகளுக்குப் பொருள் என்ன என்பதும் தெரியும்.

கூடுதலாக இன்னொரு மொழியையும் தெரிந்து கொள்ளும்போது இலக்கியத்தில் இன்னும் பல விஷயங்களைத் தெரிந்து கொள்ள முடியும் என்று தோன்றியது. பிறகு தொடர்ந்து மலையாளம் படிக்க ஆரம்பித்தேன். கொஞ்சம் காலம் படித்த போது சிறிது சிறிதாக தமிழில் ஏதாவது செய்ய வேண்டும் என்று தோன்றியது. சில கவிதைகளை மொழிபெயர்த்தேன். இதில் மிகவும் முக்கியமான மொழிபெயர்ப்பு என்றால், கடம்மனிட்ட ராமகிருஷ்ணன் கவிதைகளை மொழிபெயர்த்தது வானம் பாடி வெளியிட்டது. அதற்குப் பின் தொடர்ச்சியாக மொழிபெயர்ப்புகள் செய்திருக்கிறேன். மலையாளத்தின் சில முக்கியமான கவிஞர்களின் கவிதைகளை முதலில் தமிழில் அறிமுகப்படுத்தியவன், ஒருவேளை நானாகத்தான் இருப்பேன். சச்சிதானந்தன், பாலச்சந்திரன் சுள்ளிக்காடு, ஆற்றூர் ரவிவர்மா இப்படிப் பலரின் கவிதைகளை மொழிபெயர்த்து இருக்கிறேன். அது போன்று மலையாளக் கதைகளை செய்ய வேண்டும் என்று தோன்றவில்லை. கதைகளுக்கு ஏற்கெனவே மொழி பெயர்ப்பாளர்கள் இருந்தார்கள். மொழிபெயர்ப்பதில் எனக்கு இரண்டு இலாபம். ஒன்று நான் செயல்படுகிற மொழியில் புதிய கவிதைகளை அடையாளம் காட்ட முடிந்தது. இரண்டாவது, என்னுடைய கவிதையை செம்மைப்படுத்தி கொள்ள முடிந்தது.இதுதான் என் மொழிபெயர்ப்பின் தொடக்கம். அதற்குப் பிறகு தேவைகள் கருதியும், தமிழில் இந்த விஷயத்தை அறிமுகப்படுத்த வேண்டும் என்ற நோக்கத்திற்காகவும், சிலவற்றை நண்பர்களின் வேண்டுகோளுக்காவும் மொழி பெயர்த்திருக்கிறேன்.

***உங்கள் நூலகம்*, ஏப்ரல்-மே 2008**

துயரத்தின் பாலைவெளி முடிவற்ற நீளம்

நேர்கண்டவர்: பெருமாள்முருகன்

கவிதைத் தொகுப்பு ஒன்றிற்கான முன்னுரையில் 'கருத்தும் அனுபவமும் இணைந்த படிமம்தான் கவிதை' என்று எழுதியுள்ளீர்கள். இதைப் பற்றி விளக்கமாகச் சொல்லுங்கள்?

கவிதை என்பது அடிப்படையில் அனுபவம் சார்ந்த விஷயம். அதில் வாசகன் தொகுத்து எடுத்துக்கொள்வது கருத்தைத்தான். அடிப்படையாக எந்த அனுபவமுமே உங்கள் மனதில் தங்கப்போவது ஒரு கருத்து என்கிற நிலையில்தான். ஆனால் அதை வெறும் கருத்தாகச் சொல்லும்போது வாசகனுக்கு உவப்பில்லாத ஒன்றாகவும் எழுதுகிறவனுக்குத் தன் மனதைப் பகிர்ந்துகொள்கிற ஒரு விஷயமாக இல்லாமலும் போகிறது. இது இரண்டும் எங்கே சமன்படுகின்றன என்பதுதான் கவிதையின் அடிப்படையான கேள்வி.

சில சமயம் கருத்து மட்டுமே சொல்லப்பட்டு அதனுடைய மறைபொருளாக இருக்கும் அனுபவம் வெளிப்படும் அல்லது அனுபவம் மட்டுமே சொல்லப்பட்டு அதனுடைய கருத்து வெளிப்படும். புதுக்கவிதை இவை இரண்டும் ஒன்று சேர்கிற புள்ளி.

கவிதையைக் கூறுபோட்டு வெளிப்படையாக இது கருத்து, இது அனுபவம் என்று பிரிக்க முடியாது. அனுபவம் அடிப்படையில் ஒரு கருத்து. கருத்து

அடிப்படையில் ஓர் அனுபவம். இரண்டும் ஒன்றுசேர்கிறபோது தான் கவிதைக்கான படிமமாக வந்து நிற்கிறது.

பீலிபெய் சாகாடும் அச்சிறும் அப்பண்டம்
சால மிகுத்துப் பெயின்

என்பது ஓர் அனுபவம். அதே நேரத்தில் ஒரு கருத்து. இதுதான் நான் சொல்ல வந்த விஷயம்.

'உள்ளொன்று வைத்துப் புறமொன்று பேசுவதுதான் கவிதை' என்றும் ஓரிடத்தில் எழுதியிருக்கிறீர்கள். நேரடித்தன்மைதானே நமது கவிதை மரபில் மிகுதி?

நேரடித்தன்மை கவிதை அல்ல. நேராக ஒரு விஷயத்தைச் சொல்வதற்குக் கவிதை தேவையில்லை. பிற எந்த மொழியையும் விடச் சிந்தனையும் வெளிப்பாடும் கவிதையாக இருக்கின்ற மொழி தமிழ். இதில் வெறுமனே ஒரு *plain* கூற்றாக அதாவது *statement* ஆக எந்த விஷயமும் சொல்லப்படவில்லை என்று எனக்குத் தோன்றுகின்றது.

காக்கை குருவி எங்கள் சாதி – நீள்
கடலும் மலையும் எங்கள் கூட்டம்

இதைப் பார்க்கும்போது வெறும் *statement* ஆகத்தான் இருக்கிறது. ஆனால் இதற்குப் பின்னால் ஒரு கவிதை மனம் செயல்படுகிறது. அதன் வெளிப்பாடாகத்தான் இந்த மாதிரியான ஒரு கூற்று அமைகிறது என்பது என் முடிவு.

சங்க இலக்கியத்தில் உள்ள சித்திரங்களாகச் சொல்லப்பட்ட கவிதைகள் என்றாலும் நேரடியாகச் சொல்லப்பட்ட கவிதைகள் என்றாலும் அவற்றில் எல்லாம் ஓர் அனுபவம், அனுபவம் சார்ந்த ஒரு மனம், அந்த மனதில் இருந்து கிளர்ந்த உணர்ச்சிகள் ஆகியவைதான் முன்னால் வந்து நிற்கின்றன. எனக்கு உடனடியாக நினைவில் வருவது,

கடைக்கணால் கொல்வான்போல் நோக்கி
நகைக்கூட்டம் செய்தான் அக்கள்வன் மகன்

என்று முடியும் கவிதை. அந்தக் கவிதை அங்கே முடியவில்லை. அது 'உள்ளொன்று வைத்துப் புறமொன்று பேசுகிறது'.

உங்கள் முன்னுரை ஒன்றில் 'சொந்த மரபை நோக்கித் திரும்புவது' என்று பின்–நவீனத்துவத்திற்கு விளக்கம் கொடுக்கிறீர்கள். பின்–நவீனத்துவம் பற்றிக் கோட்பாட்டு அடிப்படையில் பேசும் போக்கிற்கு எதிரானதாக உங்கள் கருத்து இருக்கிறதே?

அனுபவங்களையும் உணர்ச்சிகளையும் சார்ந்து எழுத்தை மதிப்பிடும் ஆள் நான். கோட்பாடுகளின் பின்புலத்தில் நான் எந்த

அபிப்ராயத்துக்கும் வரவில்லை. தமிழ்ப் புதுக்கவிதை என்பது ஒரு வடிவ மாற்றம் என்று எனக்கு எப்போதும் தோன்றியதே கிடையாது. அது உணர்வு நிலையில் ஏற்பட்ட மாற்றம்தான் என இப்போதும் நம்புகிறேன்.

பாரதிக்குப் பின்னால் மிகப் பெரிய எழுச்சி என்பது பாரதிதாசன்தான். பாரதிதாசனுக்குப் பின்னால் வந்த கவிஞர்கள் எல்லாருமே அவருடைய நகல்களாக மட்டும்தான் இருந்திருக்கிறார்கள். இது தமிழ்க் கவிதையில் மிகப் பெரிய முடக்கத்தை ஏற்படுத்தியிருக்கிறது. பெரிய ஆரவாரத்தை, தேவையில்லாத இரைச்சலை ஏற்படுத்தியிருக்கிறது. இதற்கு நேர் எதிரான ஒரு போக்குத்தான் புதுக்கவிதையில் பயன்படுத்தப்பட்டிருக்கிறது என்பது என்னுடைய யூகம்.

மௌன வாசிப்பும் கவிதை ஆகும். அதற்கு நம்மைத் தூண்டிவிட்டது மேற்கத்திய படிப்பு அனுபவம். கவிதையை அச்சடிக்கக்கூடிய வாய்ப்பு. இந்த இரண்டும் முக்கியம். ஆக, புதுக்கவிதை என்பது மேற்கத்திய அனுபவங்களில் இருந்து, கருத்தாக்கத்தில் இருந்து நாம் தொகுத்துக்கொண்ட ஒரு விஷயம். இது தொடர்ந்து கொஞ்ச காலத்திற்கு இருந்திருக்கிறது. ஆரம்பத்தில் புதுக்கவிதை எழுதியவர்களுக்கு எல்லாம் படிமமும் உணர்வுநிலையும்தான் முக்கியமாக இருந்திருக்கின்றன. தங்களுக்கான விஷயங்களைச் சொல்ல ஆரம்பித்தார்கள். இது பின்னால் அதாவது எழுபத்தைந்து எண்பதுக்குப் பின்னால் முழுக்கவுமே மேற்கத்திய அல்லது ஐரோப்பியச் சாயலுக்கு மாற ஆரம்பித்தது. அதற்குச் சமூகரீதியான காரணங்கள் உண்டு. மார்க்சியத் தத்துவம் நமக்கு அறிமுகமாயிற்று. அதுபோலப் பல்வேறு தத்துவங்கள் அறிமுகமாயின. அவை சார்ந்த இலக்கியங்கள், மற்ற விஷயங்கள் எல்லாமே அறிமுகமாயின. அதனால் அந்த வடிவங்களை மட்டுமே எடுத்துக்கொண்டு இங்கே திரும்பப் பேசும் நிலை உருவானது. இதில் நம்முடைய உணர்வு, வாழ்நிலை, மனப் போக்கு ஆகியவற்றை எல்லாம் முன்வைக்கத் தவறிவிட்டோம். சிம்பனி என்கிற ஒரு விஷயத்தையே கேட்காத ஆள் அதைப் பற்றிக் கவிதை எழுத முடியும். வாழ்க்கையில் பியானோ என்பதைப் பக்கத்தில்கூடப் பார்க்காத ஆள் பியானோவைப் பற்றிக் கவிதை எழுத முடியும். இதுதான் மேற்கத்திய நவீனத்துவம் நம்மீது செலுத்திய மோசமான பாதிப்பு என்று நினைக்கிறேன். இப்படித் தமிழில் நிறையக் கவிதைகள் வந்திருக்கின்றன என்பது என்னுடைய கணிப்பு.

இது அடுத்த கட்டத்தில் எங்கே போகும் என்னும் கேள்வி வந்தது. அப்போது நம்முடைய அனுபவங்கள்தான் நமக்கு முதன்மையானவை என்கிற தீர்மானத்திற்கு ஒவ்வொரு

கவிஞனும் அல்லது மொத்தமான கவிதைச் சூழலும் வந்து சேர வேண்டியிருக்கும் என்னும்போது நம்முடைய மொழி, நம்முடைய வாழ்க்கை, நம்முடைய வாழ்க்கையில் தட்டுப்படும் உவமைகள், உருவகங்கள், நாம் அன்றாடம் பயன்படுத்தும் புழங்கு மொழி ஆகிய எல்லாம் சேர்ந்துதான் புதிய நவீனத்துவம் என்று உருவாகும். இதை ஒவ்வொரு மொழியிலும் ஒவ்வொரு சொற்சேர்க்கையில் சொல்லியிருக்கிறார்கள். மலையாளத்தில் 'ஆதுனிக' என்று சொல்லியிருக்கிறார்கள். அதாவது நவீனத்துவத் திற்குப் பிறகான கவிதை. பெங்காலியில் 'உத்ராதுனிக்' என்கிறார்கள். இதனுடைய அடிப்படைகள் எல்லாமே நம்முடைய மரபு. மரபுன்னா வழக்கமான அர்த்தத்துல சொல்லவே இல்ல, நம்முடைய வாழ்நிலைகள் சார்ந்த ஒரு விஷயத்திற்குத் திரும்பிப் போறது என்னும் அர்த்தத்தில் சொல்கிறேன்.

நம்முடைய வாழ்க்கையில் பெறக்கூடிய கூறுகளைத் திரும்பக் கவிதையில் கொண்டுவருவதுதான் நவீனத்துவமாக, பின்–நவீனத்துவமாக இருக்கும் என்று நான் நினைக்கிறேன். இதனுடைய வெளிப்படையான உதாரணமாக இன்னொன்றைச் சொல்லலாம். மார்க்சியம் மற்றும் சமூக மாற்றத்திற்கான இயக்கங்கள் எல்லாம் உருவாகி வந்தபோது அந்தக் கவிதைகள் எல்லாம் நமக்கு வந்தன. அந்தக் கவிதைகளை அப்படியே நாம் நகலெடுத்துக்கொண்டிருந்தோம். நம்முடைய அனுபவங்கள் கிடையாது. நாளைக்குப் புரட்சிவந்துவிடும் என்று இந்தக் கவிதைகள் கூறின. ஆனால் புரட்சி என்கிற விஷயமோ புரட்சிக்கான சூழ்நிலையோ கனியாத போது இவையெல்லாமே போலித்தனமாக இருந்தன.

ஆனால் இதற்கு எதிரான இன்னொரு அணி கவிதையில் அரசியல் பற்றியெல்லாம் பேச வேண்டாம் என்னும் தீர்மானத்தில் இருந்தது. அரசியல் பேசுவது கவிதைக்கு மாற்றுக் குறைவான விஷயம் என்று அவர்கள் நினைத்தபோது அதுவும் பேசப்படலாம் என்னும் எண்ணம் உருவாயிற்று. அரசியல்ரீதியாக நடக்கிற ஒரு விஷயம் தனிமனித வாழ்க்கையை மாற்றக்கூடும், தீர்மானிக்கக்கூடும் என்னும்போது அரசியலும் கவிதைக்குள்ளே வர ஆரம்பித்தது. இது இந்திய மொழிகள் எல்லாவற்றிலும் நடந்திருக்கிறது. அதை நான் தமிழ் மொழியில் பயன்படுத்திப் பார்த்திருக்கிறேன்.

'மரங்களைப் பற்றிப் பேசுவது குற்றமாகக்கூடிய காலம் வந்துவிட்டது' என்று பெர்டோல்ட் பிரெக்ட்டுடைய ஒரு கவிதை இருக்கிறது. இதற்கு இணையாக வேறு வரிகளைத் தமிழில் நாம் பார்க்க முடியும். மரத்தைச் சகோதரியாகப் பாவித்துப் பேசுகிற ஒரு கவிதை தமிழில் இருக்கிறது. பெர்டோல்ட் பிரெக்ட்டுடைய

இந்த வரியைக் குறிப்பாக வைத்துக்கொள்ளலாமே தவிர நம்முடைய அடிப்படையாக வைத்துக்கொள்ள முடியாது. நமக்கு அடிப்படையான விஷயம் மரத்தைச் சகோதரியாகப் பார்த்த அந்தக் கவிதை வரிதான். அது நமது மரபுக்குள்ளேயே இருக்கிறது. அதை நாம் மேலே கொண்டு வருவோம் என்பதுதான் இதனுடைய நோக்கம்.

ஒரு கவிஞனுக்கு மரபிலக்கியப் பயிற்சி எந்த அளவுக்கு இருக்கணும்னு நெனக்கறீங்க?

இருக்கணுமா வேண்டாமா என்ற கேள்விக்கு 'ஆம்', 'இல்லை' என்ற இரண்டு பதிலுமே சொல்லலாம். தமிழில் மிகப் பெரிய சாதனையாளர்கள் என்று சொல்லப்படுகிற சிலருக்கு மரபுரீதியான பயிற்சி கிடையாது. சிலருக்கு மரபுரீதியான பயிற்சி உண்டு. மரபுல வந்த பிறகுதான் அவுங்க மாறி இருக்காங்க. மரபுங்கறது செய்யுள் எழுதுவதா யாப்பிலக்கணம் புரிந்து கொண்டு எழுதுவதா? அப்படீன்னா அந்த மரபு தெரியாம கவிதை எழுத முடியும். கவிதைக்கான மனநிலைதான் முக்கியம்.

ஒரு மரபுங்கறது இந்த மொழியை நான் பேச ஆரம்பிக்கிற போதே இந்த மொழியைப் பயில, எழுத ஆரம்பிக்கிறபோதே எனக்குள்ள வந்துருது. என்னிடம் முன்னுரைக்காகவோ அபிப்ராயம் கேட்டோ வருகிற கவிதைப் புத்தகங்களில் நான் அடிப்படையாக இரண்டு விஷயங்களைத் தேடுகிறேன். ஒண்ணு இந்த மொழிக்கென்று ஒரு மரபுண்டு. இரண்டாவது கவிஞனுக்கென்று தனியாக ஒரு மரபுண்டு. இதை வேறு வார்த்தையில் சொல்வதென்றால் இந்த மொழியில் ஒரு *Poetic diction* இருக்கு. அதுதான் கவிதையோட தொடர்ந்து உங்களைத் தொடர்புபடுத்துகிறது. அதுதான் கவிதையோட வாசல்களைத் தொடர்ந்து உங்களுக்குத் திறக்கிறது.

பாரதியார் கவிதையில் இருந்து சொல்லனும்னா சிட்டுக்குருவி என்று ஒரு படிமம் வருகிற போதே அது சுதந்திரத்தைப் பற்றிய கவிதை என்று தீர்மானிச்சிடறீங்க. நதிங்கிற ஒரு படிமத்தக் கவிதையில் பார்க்கிறபோதே இது வெறுமனே ஒரு நதியைப் பற்றியது அல்ல வாழ்க்கையைப் பற்றிய வாழ்க்கை ஓட்டத்தைப் பற்றிய ஒரு கவிதை அப்படீன்னு தீர்மானிக்கிறோம். இது கவிதையின் பொது *Idiom*. இதப் புரிஞ்சி இதுக்குள்ள நான் என்னுடைய ஒரு இடியத்த உண்டு பண்றேன். அப்படியான கவிதைகள்தான் நிற்கும் அப்படீங் கறது என்னுடைய நம்பிக்கை. எனக்குக் கிடைக்கிற கவிதைத் தொகுப்புகளிலெல்லாம் முதல்ல அடிப்படையா நான் தேடற விஷயம் இதுதான். இதை எழுதிய கவிஞருக்கு இந்த மொழியின்

மரபு பிடிபட்டிருக்கா என்பதுதான். அந்த மரபு யாப்பிலக்கண மரபோ செய்யுள் மரபோ அல்ல.

ஒரு மனித அனுபவத்தை இன்னொரு மனிதரிடம் தொடர்புபடுத்த என்னென்ன கருவிகளை உபயோகப்படுத்த முடியும், என்னென்ன வழிகளில் அதனை அடைய முடியும் என்பதையெல்லாம் தீர்மானிப்பதுதான் மரபுன்னு நான் யோசிக்கிறேன். அதனாலதான் இரண்டாயிரம் வருஷத்துக்கு முந்தைய சங்கக் கவிதையைப் புரிஞ்சிக்க முடியுது. இன்றைக்கு பிரான்சிஸ் கிருபாவினுடைய கவிதையைப் புரிஞ்சிக்க முடியுது. இதுதான் மரபு அப்படீங்கறது. ஒரு மொழியில் செயல்படுகிற ஒருவனுக்குப் பின்னால் அந்த மொழி சார்ந்த மரபு இயங்கிக்கொண்டேயிருக்கும். அதிலிருந்து ஒருபோதும் தப்ப முடியாது. தப்பியவன் கவிஞனும் ஆகமாட்டான்.

நீங்க எந்த அளவுக்கு மரபிலக்கியங்களைப் படிச்சிருக்கீங்க? அதில் எத்தகைய பயிற்சி இருக்கிறது?

தமிழை முறையாகப் படித்த மாணவன் என்று சொல்லும் வகையான பயிற்சியெல்லாம் எனக்கு இல்லை. ஆனால் என்னுடைய மனசு அல்லது சிந்தனை முழுக்க இருக்கிற ஒரு மொழி அப்படீங்கறது தமிழ். இதற்கு நான் பலருக்குக் கடன்பட்டிருக்கிறேன். என்னுடைய பள்ளிப் படிப்பு என்பது அறுபதுகளின் பிற்பகுதி. அப்போது எனக்குக் கிடைத்த ஆசிரியர்கள் எல்லாருமே தமிழ் மேல் மாறாக் காதல் உள்ளவர்கள். இன்றைக்கு யோசிக்கும்போது அது ஓரளவு வெறி என்ற தீர்மானத்துக்கு வர முடியும். அவர்கள் கத்துக் கொடுத்த தமிழ், முறையாகக் கத்துக்கொடுத்த தமிழ். அதுதான் என்னுடைய தமிழ்ப் பின்னணி.

இந்த ஆர்வத்தினால் பள்ளி இறுதி வகுப்பு முடிப்பதற்குள்ளாகத் தமிழின் முக்கியமான இலக்கியங்களை எல்லாம் படிப்பது என்னும் தீர்மானத்துக்கு வந்தேன். இதில் எல்லாருமே உதவி செய்திருக்கிறார்கள். ஆறாவது ஏழாவது படிக்கிறபோது எங்களுக்கு ஒரு தமிழாசிரியர் வந்தார். அவர் பேர் கலியபெருமாள். அவர் கரந்தைத் தமிழ்ச் சங்கத்தில் தமிழ் கற்றவர். அவர் எங்க வகுப்புக்கு வந்தார். ஆனா தமிழ் கற்பிக்கல. அப்போது நீதிபோதனை என்று ஒரு வகுப்பு இருக்கும். அந்த வகுப்பை அவர்தான் பார்த்துக் கொள்வார்.

அவர் படித்த புத்தகங்கள் பற்றி, அவர் பார்த்த திரைப் படங்கள் பற்றி எல்லாம் ரொம்பவும் ருசியாச் சொல்வார். அந்த 45 நிமிசங்கள் முடிந்தவுடனே நமக்குப் பெரிய ஏக்கம் வந்துவிடும். ஏன் மணி அடிக்கறாங்கன்னு. அந்த அளவுக்கு

அவர் சுவையாச் சொல்வார். பெருங்காவியங்களுடைய சாரத்தக் கதையாச் சொல்லியிருக்காரு. இதெல்லாம் தொடர்ந்து படிப்பதற்குத் தூண்டுதலாக இருந்தது. இந்தக் காவியங்கள் எல்லாம் சொல்லும்போது பதவுரை, பொழிப்புரை சொல்றவரா இல்லாம அதில் இருக்கும் கவிதைக் கணங்களை நெருக்கமாப் பார்க்கிறவராகவும் நம்மைப் பார்க்கச் செய்கிறவருமான ஒரு பாத்திரத்தை அவர் ஏற்றுக்கொண்டிருந்தார். அது தமிழ்மேல என்னுடைய ஆசையை அதிகப்படுத்தியது. அதற்குப் பின்னால் அடுத்த வகுப்புக்குப் போகிறபோது தமிழ்தான் சகலமும் என்று நினைக்கிற ஆசிரியர்கள் வந்து சேர்ந்தாங்க. புலவர் ச. மருதவாணன் என்று ஒரு ஆசிரியர். புலவர் ந. சுந்தரராசன் என்பவர் இன்னொருவர்.

இவர்கள் எல்லாம் தமிழ் கற்றுக்கொடுக்கிறபோது பாரதியார் சொன்ன 'யாமறிந்த மொழிகளிலே தமிழ் மொழிபோல் இனிதாவது எங்கும் காணோம்' என்னும் வரிகளைச் சொல்லலாம்னு அந்த வயதில் தோன்றியது. இன்றைக்கு மொழி பற்றிய அபிப்ராயங்கள் மாறியிருக்கிறது. இதெல்லாம்தான் தமிழை ஊட்டி வளர்க்க உதவின. இதில் குறிப்பாக மருதவாணனைச் சொல்லணும். நான் ஆர்வத்தோட 'முத்தொள்ளாயிரம்னா என்ன?' என்று கேட்டதுதான். 'சனிக்கிழம வீட்டுக்கு வா' அப்படின்னிட்டாரு. சனிக்கிழமை காலையில் அவர் வீட்டுக்குப் போனால் மாலைவரைக்கும் அவர் வீட்டிலேயே உண்டு உறவாடிப் பாடம் கேட்கலாம். இது பின்னால வரைக்கும் தொடர்ந்தது. தமிழ் எனக்குள்ளே பெரிய சுடரா ஒளிர்வதற்கான கைகளாக அவர்கள் இருந்தார்கள்.

அத்தோடு கவிதை என்பது சின்ன வயதிலேயே மயக்கம் தரக்கூடிய விஷயமாக இருந்தது. நான் வளர்ந்த சூழ்நிலையில் ரொம்பத் தனியாக வளர்ந்தேன். பெற்றோரிடமிருந்து பிரிந்து. என்னுடைய அத்தை மாமா இரண்டு பேரும்தான் என்னை வளர்த்தார்கள். அதனால் சின்னதாக ஓர் அனாதைத்தனம், ஆதரவில்லா ஏக்கம் எப்போதுமே எனக்கு இருக்கும். ரொம்பவும் தனியா ஓரிடத்தில் உட்கார்ந்து யோசிக்கிற பழக்கம் உண்டு. அப்போது எனக்குப் பெரிய துணையாக இருந்தவை புத்தகங்கள்தான். புத்தகங்கள் படிக்கும்போது புத்தகங்களில் வரும் ஓர் உலகம். புத்தகங்களுக்கு அப்பால் ஓர் உலகம் வரும். அது கற்பனையா நான் உருவாக்கிக்கிட்ட உலகம். இந்தக் கதைகளை நம்மால் எழுத முடியுமா என்று யோசித்தபோது முடியாது என்கிற ஒரு நிலைமைக்குத்தான் நான் வந்தேன். ஏன்னா நாலு பக்கம் ஐந்து பக்கம் கதை இருக்கும். அதைவிட

எளிமையாக எனக்குத் தெரிந்தது கவிதை எழுதுவதுதான். பத்து வரியில் நம்மால் கவிதை எழுதிவிட முடியும் என்பது ஒரு தெம்பைத் தந்தது.

அதனால் இரண்டு மூன்று விஷயங்கள் கிடைத்தன. மற்ற பையன்கள் முன்னால் நட்சத்திரமாகும் வாய்ப்புக் கிடைத்தது. மொழியைத் தொடர்ந்து கூர்மைப்படுத்திக்கொள்ள முடிந்தது. இப்படி எழுதின கவிதைகள் எல்லாமே என்னுடைய தமிழாசிரியர்களிடம் காட்டியிருக்கிறேன். அவர்கள் ஒவ்வொரு திருத்தங்களாச் சொல்லியிருக்காங்க. குறைந்தது ஆயிரம் கவிதையாவது எழுதியிருப்பேன். இதற்கு மறைமுகமாக எனக்கு உதவிய ஒரு நூலைச் சொல்லணும். புலவர் குழந்தை எழுதிய 'யாப்பதிகாரம்' என்னும் நூல் அது. எனக்குப் பத்தாவது பதினொன்றாவது படிக்கும்போது கிடைத்த இந்தப் புத்தகம் யாப்பைக் கற்றுக்கொள்ள மிகவும் உதவியாக இருந்தது. அந்தக் கட்டத்தில் தளை தட்டாம ஒரு வெண்பாவை என்னால் எழுத முடியும். அத்தோடு அந்தப் புத்தகம் தான் புதுக்கவிதைன்னு ஒரு விஷயம் இருக்கு என்னும் உணர்வை, அறிவைத் தந்தது. அந்த நூலின் ஒரு பகுதியில் புதுக்கவிதை பற்றி அவர் சில விமர்சனங்களை வைத்திருப்பார். ந. பிச்சமூர்த்தியின் 'தாயும் குஞ்சும்' என்னும் கவிதையை மேற்கோளாக எடுத்துப்போட்டு அவர் விமர்சனத்தைத் தொடர்ந்திருப்பார். அந்தக் கவிதை பிச்சமூர்த்தியால் வானொலியில் வாசிக்கப்பட்ட கவிதை. அதையும் குறிப்பிட்டுவிட்டு 'இத்தகைய பாட்டல்லாப் பாட்டுக்களைத் தமிழ் மக்களுக்கு ஒலிபரப்பும் நிலையில் உள்ளது தமிழ்நாட்டு வானொலி நிலையம்' அப்படீன்னு விமர்சனம் செய்திருந்தார் புலவர் குழந்தை. அவர் கொடுத்திருந்த அந்தக் கவிதைப் பகுதியைப் படித்தபோது அதுதான் கவிதைங்கிற மாதிரி எனக்குத் தோணுச்சு. 'இருப்பிட மின்ப மென்றும் இனியசே றும்ப ரென்றும்' என்று புலவர் குழந்தை அதற்கு ஒரு மரபு வடிவத்தைக் கொடுத்திருப்பார். பிச்சமூர்த்தியின் கவிதை 'இருப்பிடம் இன்பமென்றும் சேறதே சொர்க்கமென்றும்' அப்படீன்னு தொடங்கும்.

கவிதை மனசைச் சார்ந்தது என்று நான் நம்ப ஆரம்பிச்சதன் அறிகுறி அதுதான். 'உம்பர்' என்பது ஒரு புலவருக்குப் புரியக் கூடிய பாஷை. ஆனால் 'சொர்க்கம்' என்பது சாதாரணமாகத் தமிழ் தெரிஞ்ச ஒருவனுக்குப் புரியக்கூடியது. புரியக்கூடிய முறையில் எழுதப்படுவதுதான் கவிதை அப்படீங்கறது என்னுடைய நம்பிக்கை. அதில் இருந்துதான் புதுக்கவிதை பற்றிய ஒரு தோற்றம் எனக்குக் கிடைத்தது. அதற்கு முன்னாலேயே 'எழுத்து'ங்கிற அந்தப் பத்திரிகையை நான் பார்த்திருக்கிறேன்.

சோமசுந்தரம் என்று எங்களுடைய ஆசிரியர். அவர் தமிழ்ப் பண்டிதர் அல்ல. தமிழ் ஆர்வலர். அவர் கையில் அப்படி ஒரு பத்திரிகையைப் பார்த்திருக்கிறேன். பத்திரிகைன்னா ஒரு தலைப்பு இருக்கும். அதுக்கும் கீழ் ஒரு படம் இருக்கும். உள்ளேயும் படங்கள் இருக்கக்கூடிய பத்திரிகைகளைத்தான் பார்த்திருப்போம். படமே இல்லாமல் நான் பார்த்த முதல் பத்திரிகை அது. என்ன பத்திரிகை சார் அப்படீன்னு கேட்டபோது 'இலக்கியப் பத்திரிகை' அப்படீன்னாரு. நான் பார்த்த முதல் இலக்கியப் பத்திரிகை அதுதான். அதற்குப் பின் எங்கள் ஊர் நூலகத்தில் 'புதுக் குரல்கள்' என்கிற தொகுப்பு எனக்குக் கிடைத்தது. அதன் உள்ளடக்கத்தில் பிச்சமூர்த்தின்னு பேர் இருந்தது. ஏற்கனவே அந்தப் பேர் எனக்கு அறிமுகம் ஆகியிருந்ததால் அவர் கவிதையைப் படிக்க ஆரம்பித்தேன். அவர் கவிதைகள், அதில் இருந்த மற்ற கவிதைகள் என எல்லாவற்றையும் படித்தபோது கவிதை என்பது வேறொரு முகத்தோடு இருக்க முடியும் என்று ஒரு நம்பிக்கை எனக்குள்ளே உண்டாயிற்று. இதுதான் நான் கவிதைக்கு வந்த வரலாறு.

உங்களுடைய தொடக்கக் கவிதைத் தொகுப்புகளான 'கோடை காலக் குறிப்புகள்', 'பயணியின் சங்கீதங்கள்' ஆகியவற்றில் இருந்த செறிவு அதற்குப் பிறகு வந்த 'வாழ்நிலம்' தொகுப்பில் இல்லை. வாசகரை நோக்கி உங்கள் கவிதை எளிமைப்பட்டிருப்பதாகப்படுகிறது. இந்த மாற்றத்தை நீங்கள் எப்படி உணர்கிறீர்கள்?

அது தானாக உருவான மாற்றம். மனநிலைகளில் ஏற்பட்ட மாற்றம். கோடைகாலக் குறிப்புகள் எழுதும் போதெல்லாம் என்னுடைய வாழ்க்கையில் பெரிய சிரமங்களை அனுபவித்தேன். அதனால் அதில் உள்ள கவிதைகள் கழிவிரக்கத்தோடானவையாகப் பெரும்பாலும் இருக்கும். அப்போதைய சூழலிலும் அதற்கான வாய்ப்பு இருந்தது. எல்லாம் மொத்தமாகச் சேர்ந்துதான் அப்படியான தொனி என் கவிதைகளில் வந்தது. 'கோடைகாலக் குறிப்புகள்' தொகுப்புக் கவிதைகள் என்னை முன்னால் வைத்து வருத்தங்களைச் சொல்பவை, ஆதங்கங்களைச் சொல்பவை, கோபங்களைச் சொல்பவை, தோல்வியைச் சொல்பவை, எரிச்சலைச் சொல்பவை எனப் பலவிதமாக இருக்கும்.

அதற்குப் பின்னால் வரும் கட்டத்தில் என்னை முன்னிறுத்தி என்னைச் சுற்றியிருக்கும் பல விஷயங்களையும் கேள்வி கேட்கிற சுபாவத்துக்கு வந்து சேர்ந்தேன். 'பயணியின் சங்கீதங்கள்' தொகுப்புக் கவிதைகளை அப்படிப் பார்க்கிறேன். 'கோடைகாலக் குறிப்புகள்' கவிதைகளில் ஒரு முடிவுக்கு நானே வந்திருப்பேன். இருப்பதா இழப்பதா அப்படீன்னு ஒரு தீவிரமான முடிவுக்கு வந்து

அந்தக் கவிதைகளில் நின்னிருப்பேன். 'பயணியின் சங்கீதங்கள்' வருகிற போது முடிவுகளுக்கெல்லாம் நான் தயாராகவே இல்லை. கேள்விகளை மட்டும் கேட்டுட்டு இருந்தேன். 'ஏன் நமது நிலைமை இப்படி இருக்கிறது?' என்று கேள்விகளை மட்டும் தொடர்ந்து கேட்டுக்கொண்டிருந்தேன்.

அதற்கப்புறம் வந்த கவிதைகளில் இந்தக் கேள்விகளுக்கு நானும் பொறுப்பு, நீயும் பொறுப்பு என்கிற ஒரு பெரிய தளத்தில் யோசிக்க ஆரம்பித்தேன். அப்போது அதுவரை நான் பயன்படுத்தி வந்த மொழி வலுவானதாக எனக்குத் தோன்றவில்லை. அதை எளிமைப்படுத்துதல் என்று சொல்ல முடியுமான்னு தெரியவில்லை. இன்னும் புரிந்துகொள்வதற்குத் தோதான ஒருவகையில் பண்ணனும் என்னும் தேவை எனக்கு ஏற்பட்டது. நீங்க நல்லா யோசிச்சீங்கன்னா தமிழ்க் கவிதையில் அப்படியான ஒன்று தொடர்ந்து நடந்துக்கிட்டே இருக்கு. ஒரு கவிஞனும் ஆரம்பத்தில் எழுதிய அதே மொழியைப் பின்னால் எழுதவில்லை. உடனடியாகக் கிடைக்கக்கூடிய உதாரணம் பசுவய்யா. அவர் ஆரம்பத்தில் எழுதிய மொழிநடையில் பின்னால் எழுதவில்லை. அது அவருக்குள்ளே நிகழ்ந்த மாற்றம், அந்த மொழியில் நிகழ்ந்த மாற்றம், காலத்தில் நிகழ்ந்த மாற்றம் ஆகிய எல்லாம் சேர்ந்துதான் கவிதையுடைய தேவையை வெளிப்பாட்டைத் தீர்மானிக்கின்றன. அப்படி நிகழ்ந்த மாற்றங்கள் தான் எனக்கும்.

தொடக்கக் கவிதைகளில் கழிவிரக்கம் இருக்குன்னு சொன்னீங்க இல்லியா. அந்தக் கவிதைகளை எல்லாம் படித்தால் வாழ்க்கையே துக்கம்தானோ எனத் தோன்றும். அவ்வளவு துயரம், கழிவிரக்கம் கவிதைக்குத் தேவையா?

இந்த வாழ்க்கையில் சந்தோசத்துக்கான கணங்கள் ரொம்பக் கொஞ்சமாகவும் துக்கத்துக்கான கணங்கள் அதிகமாகவும் இருக்கின்றன. அப்படி இருப்பதுதான் இயல்பு. ஐம்பது வயது ஆகும் இந்தக் கட்டத்திலும் அந்த அபிப்ராயத்தில் இருந்து நான் மாற விரும்பவில்லை. மாறுவதற்கான பெரிய முகாந்திரங்கள் இல்லை. அன்றைக்கு என்னுடைய தனிப்பட்ட துயரம் பெரிதாக வருத்தப்படுத்தியது என்றால் இன்றைக்கு மொத்தமாக இருக்கிற வேறு துயரங்கள். சமூகத்தில் பார்க்கும் விஷயங்கள், நம்மைச் சுற்றி நடக்கும் விஷயங்கள் என எல்லாமே வருத்தப் படுத்துது. அதைப் பற்றி உடனடியாக ஒரு கவிதை எழுதி முன்னணிப் போராளியாக வந்து நிக்கணும் என்று கேட்டால் அதற்கான திராணி எனக்கில்லை. அந்த விஷயங்கள் என்னையும் தொடுது. அதனால் நான் பாதிக்கப்படுகிறேன். அதனால் எங்கோ ஒரு மூலையில் நானும் கசிகிறேன். நந்திகிராமில் மக்கள்

கொல்லப்படுகிறார்கள் என்பதில் எனக்கு ஒன்றும் சந்தோசம் இல்லை. உங்களுக்கும் சந்தோசம் இல்லை என்கிற போது வெறும் சந்தோசமான கணங்களைப் பற்றி என்ன பேச முடியும்?

உங்கள் கவிதை உருவாகும் முறைபாடு (process) எப்படியானது?

முப்பது வருசத்தில் நூற்றுக்கும் கொஞ்சம் அதிகமான கவிதைகள் எழுதியிருப்பவன் நான். நான் சரளமான எழுத்தாளன் அல்ல. சரளமான எழுத்தாளனாக இல்லாமல் போனதுக்குக் காரணம் நான்தான். என் கவிதைதான். ஒரு கவிதை மாதிரியே இன்னொரு கவிதை இருக்கும் என்கிறபோது அதை எழுத வேண்டாம் என்னும் கட்டாயத்தை நானே உருவாக்கிக்கிட்டு இருக்கிறேன். ஒருமுறை பயன்படுத்திய மொழி மாதிரி நான் இன்னொருமுறை பயன்படுத்தினால் அந்தக் கவிதையை எழுத வேண்டாம் என்ற தீர்மானத்துக்கு வந்தேன். ஒருவர் எழுதின அனுபவம் மாதிரியே நான் எழுத வேண்டி நேரும் அப்படின்னா அந்த மாதிரியான கவிதைகளை நான் தவிர்த்தேன். அதனால் கவிதை எண்ணிக்கையைக் குறைச்சுக்கிட்டே வந்திருக்கேன்.

அது பற்றியான வருத்தம் எல்லாம் இல்லை. இருபத்தைந்து வருசம் எழுதியுமே கவிதைமேல் இருக்கும் காதல் ஏன் குன்றாமல் இருக்கிறது என்னும் கேள்வியைத் தொடர்ந்து கேட்டுக்கிட்டிருக்கேன். தெரியவில்லை. ரொம்பச் சின்ன வயசிலேயே கவிதை உள்ள வந்துட்டதால் அதுமேல இருக்கிற நேசம் தொடர்ந்து போய்க்கிட்டு இருக்கலாம். வேறு எதையும்விட என்னைச் சரியாக வெளிப்படுத்திக்கொண்டேன் எனத் தோன்றும் இடம் கவிதை தரும் இடமாக இருக்கலாம். இவை எல்லாமே கவிதையைத் தொடரக் காரணமாக இருக்கின்றன. கவிதை எப்படி உருவாகிறது என்பது தொடர்ந்து புதிராகத்தான் இருக்கிறது.

பலமுறை யோசித்துப் பார்த்தால் சிலசமயம் ஒரு வரி வந்து இந்தக் கவிதையைத் தொடர்ந்து கொண்டுபோயிருக்கும். சில சமயம் படிமம் கவிதையைக் கொண்டுபோயிருக்கும். சில சமயம் வெறுமனே ஒரு சந்தம் மட்டும் கொண்டு போயிருக்கும். ஒவ்வொன்றுக்கும் உதாரணம் சொல்ல முடியும். 'கையில் அள்ளிய நீர்' என்கிற கவிதையை முதலில் அறுபது வரிகள் எழுதியிருப்பேன். ஆனால் எதுவுமே நிறைவாகத் தோன்றாததால் கிடப்பில் போட்டுவிட்டேன். வேறொரு நாள் அந்தப் படிமம் திரும்பத் தோன்றியபோது இப்போது இருக்கிற ஆறேழு வரிகள் மட்டும்தான் மிஞ்சின. அந்தக் கவிதையை அதே வடிவத்தில் தக்கவச்சுக்கிட்டேன். இது கவிதை வந்த ஒரு வழி.

சிலது சித்திரங்களாக வரும். போபால் பற்றிய விஷயத்தில் அந்த ஆட்கள் ஓடிவரக்கூடிய காட்சி. அது எனக்குக் கிடைத்த

ஒரு காட்சி. அதேபோலக் கொஞ்ச காலம் ரொம்பப் பயணம் செய்யக்கூடிய தொழிலில் நான் இருந்தேன். அப்போது நான் பார்த்த ஒரு காட்சி. நீலகிரி மலையில் நிறைய மரங்கள் வெட்டப்பட்டு அடுக்கிக் கிடந்தன. எனக்கு இந்த இரண்டு காட்சிகளுக்கும் ஏதோதொடர்பு இருப்பதாகத் தோன்றியது. அதுதான் 'இந்த நூற்றாண்டு மூன்று காட்சிகள்' என்னும் கவிதை. யார்கிட்டேயோ ஏதோ கேள்வி கேட்கும்போது சும்மா 'ச்சோ' அப்படீன்னு ஒலிக்குறிப்ப மட்டுமே பதிலாத் தந்தாங்க. அது ஒரு கவிதையை முழுக்கவுமே கொடுத்திருக்கு. 'பெயர்களின் கவிதை' என்பது. எழுதி முடித்ததும் கவிதை என்னை விட்டுப் போயிடுது. அது வாசகனுடையதாகிறது. இருந்தாலும் இது எப்படி வந்தது என்ற கேள்வி தொடர்ந்து இருந்துக்கிட்டேதான் இருக்குது. அந்தக் கேள்விக்குப் பதில் கிடைக்காதவரைக்கும் நான் கவிதை எழுதிக்கிட்டேதான் இருப்பேன். அந்தக் கேள்விக்குப் பதில் கிடைச்சிருச்சின்னா கவிதை எழுதுவதை நிறுத்திக்குவேன்.

உங்கள் கவிதையில் வரும் கிளிக்குக் காரணம் வைதீஸ்வரன் என்று சொல்லியிருக்கிறீர்கள்? சச்சிதானந்தனின் சில வரிகளை அப்படியே பயன்படுத்தியிருப்பீங்க. இது மாதிரி வேறு கவிஞர்களின் தாக்கம் உங்களிடம் இருக்கிறதா?

இருக்கு. நான் பிறக்கும் போதே கவிதையாகக் கத்திக் கொண்டு பிறந்த ஆள் கிடையாது. நான் ஒரு மாதிரிப் படிக்க ஆரம்பிச்சேன். படிப்பு ருசியைத் தந்தது. அந்த ருசி வாழ்க்கைக்கு ஒரு அர்த்தத்தைக் கொடுத்தது. அப்போது நாமும் எழுதலாம் என்னும் துணிவு வந்தது. அப்படித் தொடர்ந்து வந்த ஆள் நான். என்னை எல்லாரும் பாதித்திருக்கிறார்கள். பாதிப்பே இல்லாமல் ஒரு கவிஞன், ஒரு எழுத்தாளன் செயல்பட முடியுமா என்று என்னிடம் கேட்டால் என் பதில் முடியாது என்பதுதான்.

என்னைப் பெரிதாகப் பாதித்த கவிஞர் பாரதிதான். அதாவது பள்ளிப் புத்தகத்தில் பாரதியைப் படித்தபோது யாரோ பாட்டு எழுதியிருக்கான் என்று தோன்றிய ஒரு ஆள்தான். ஆனால் வயது ஏற ஏற அந்தக் கவிதைகள் வேறு வேறு அர்த்தங்களாக மனசுக்குள் வந்துக்கிட்டே இருக்கு. ஒவ்வொரு கட்டத்தில் படிக்கும் போதும் அந்தக் கவிதைகளுக்கு வேறு வேறு பொருள், வேறு வேறு வண்ணம், வேறு வேறு தொனி பார்க்க முடிந்தது. எனக்குப் பெரும் பாதிப்பு பாரதியிடம் இருந்து வந்தது. உதாரணமாக ஒரு கவிதை சொல்கிறேன். இருளும் ஒளியும் என்னும் கவிதை. 'வானமெங்கும் பரிதியின் சோதி' என்று தொடங்கும் அது. அதனுடைய ஈற்றடி 'மான வன்றன் உள்ளத்தில் மட்டும் வந்து நிற்கும் இருளிது வென்னே' என்பது. அந்த வரி இல்லாமல் இருக்கலாம். அது கவிதையாக

இருக்கக்கூடும். ஆனால் அந்த வரியைச் சொல்வதற்காகத்தான் அந்தக் கவிதையை எழுதினார் என்று நான் யூகிக்கிறேன். இந்தத் தந்திரத்தை நான் என்னுடைய பல கவிதைகளில் பயன்படுத்தியிருப்பேன். 'நெடுங்காலம் புகைந்துகொண்டிருப்பதைவிடப் பற்றி எரிவது மேல்' என்று முடியும் என்னுடைய கவிதையில் அந்த வரி இல்லாமல் இருக்கலாம். ஆனால் அந்த வரி இல்லாமல் அந்தக் கவிதையை என்னால் எழுத முடியாது.

வைதீஸ்வரன் ஒரு நகரம் சார்ந்த கவிஞர் என்கிற முறையில் என்னைப் பாதித்தார். அவர் நகரம் சார்ந்தவர். நான் நகரம் சார்ந்தவன்னு சொல்றது எவ்வளவு தூரம் பொருந்தும் என்று தெரியவில்லை. கோயம்புத்தூர் மாதிரியான ஒரு நகரத்தைச் சென்னை மாதிரியான அல்லது இன்னும் பெரிய நகரத்தோடு ஒப்பிட முடியும் என்று எனக்குத் தோன்றவில்லை. பெரிய கிராமத்தின் சாயல்களைக் கொண்ட நகரம் கோயம்புத்தூர். நகரம் என்று சொல்கிற வகையில் வைதீஸ்வரனின் சாயல்கள் என்னிடம் உண்டு. பேருந்து போன்ற சில படிமங்களைக் கொண்டு வருவது போன்றவற்றில் அப்படிச் சொல்லலாம்.

ஆனால் என்னை ரொம்பவுமே பாதித்த கவிஞராக இருந்திருக்க வேண்டியவர் பிரமிள் என்கிற தருமு சிவராமு. ஆரம்ப காலத்தில் படிமங்கள் கவிதைக்கு இன்றியமையாதவை என்று நான் நம்பிக்கொண்டிருந்த போது என்னை பாதித்தவர் தருமு சிவராமு. அதனுடைய சில சாயல்கள் அங்கங்கே என்னுடைய கவிதையில் இன்றைக்கும் இருக்கின்றன. 'இருளின் நிறமுகக் கதுப்பில் தணல்கள் சிரித்தன' என்று ஒரு வரி. அது படிமமாகவோ உவமையாகவோ எதுவுமாகவும் இல்லை. அந்த வரி மட்டுமே ஒரு மொத்தமான கவிதையாக இருக்கும். அந்த மாதிரியான வரிகள் எனக்குள் பாதிப்பை ஏற்படுத்தியிருக்கு. அந்த அளவுல அவருடைய பாதிப்பு இருக்கு.

என்னுடைய வாசிப்பு சார்ந்து செசார் வயெஹோ என்கிற பெரு நாட்டுக் கவிஞர் தற்செயலாக எனக்குத் தெரியவந்த ஒரு பெயர். எழுபதுகளில் எனக்குப் படிப்பதில் தீவிரமான ஆர்வம் இருந்தது. அப்படிப் படித்ததில் இந்த சோசலிசக் கவிதைகள் அல்லது இடதுசாரிக் கவிதைகள் எல்லாமே என்னை ரொம்பவும் பாதித்தன. அந்தப் பாதிப்பில் நான் பல கவிஞர்கள் பக்கத்துல நின்னு தொட்டு உரசிப் போயிருப்பேன். கையப் புடிச்சிக் குலுக்கிக்கிட்டு அவர் கைக்குள்ள என்னை அடக்கிக்கமாட்டாரான்னு ரொம்பவுமே ஆசைப்பட்ட கவிஞர் செசார் வயெஹோ. அவருடைய கவிதைகள் என்னை ரொம்பவுமே பாதித்திருக்கின்றன. ஒரு பெரிய துக்கம், தனிமனிதத் துக்கம், அது சார்ந்த சமூகத் துக்கம் என்பதுதான் அவருடைய

கவிதைகளின் அடிநாதம். அந்தச் சமூகத் துக்கம் தனிமனிதனைப் பாதிக்கும் விதத்தையும் தனிமனிதத் துக்கம் சமூகத்தைப் பாதிக்கும் பொதுத் துக்கமாகிற விதத்தையும் செசார்கிட்டத்தான் நான் கத்துக்கிட்டேன். அவர் கவிதையினுடைய பாதிப்பு இருக்கு. ஆனால் அவர் எழுதிய மாதிரி ஒரு வரிகூட நான் எழுதினதில்லை. அந்த உணர்வை நான் உறிஞ்சி என் நரம்பில், கிளையில் இலையில் எல்லாம் பரவவிட்டதுதான்.

அதேபோலத்தான் பாரதி. பாரதியின் நிறைய வரிகள். வரிகள் என்று சொல்வது அவற்றைக் குறைவுபடுத்துகிற மாதிரியாக இருக்கிறது. படிமமாகவோ பதப்பிரயோகமாகவோ இருக்கலாம். இவை எல்லாம் பாரதியிடம் இருந்து கற்றுக்கொண்டவைதான். அவர்தான் என்னைப் பாதித்த பெரும் ஆளுமை. பாப்லோ நெரூதா எனக்குப் பிடித்த கவிஞர். பெரிசா *infulence* பண்ணினவர் அல்ல. சச்சிதானந்தன் வரிகளை ஒரு *reference*க்காக எடுத்தது. அவர்கிட்ட நான் கத்துக்கிட்ட ஒரு விஷயம் வரிகளை நீட்டிவிடுவது. அதை ஒரு பாதிப்புன்னு சொன்னா பிரெக்ட்கிட்ட அது நிறையவே இருக்கிறது. வரிகள் நீளமா வரும்.

மலையாளத்தில் இருந்து மொழிபெயர்த்து ‘பெண்வழிகள்’ என்று ஒரு தொகுப்பு வெளியிட்டிருக்கிறீர்கள். தமிழில் பெண் கவிதைகள் பற்றிய பேச்சு தொடங்கிய காலத்திலேயே பெண்மொழி என்று ஒரு கட்டுரை எழுதியிருக்கிறீர்கள். இப்போது தமிழில் வரும் பெண் கவிதைகளுக்கும் மலையாளப் பெண் கவிதைகளுக்குமான இயைபு என்னன்னு பார்க்கறீங்க?

பெண்களுக்குத் தனியான ஒரு உலகம் இருக்கிறது என்று நான் நம்புகிறேன். அவர்களுடைய அனுபவம் என்னுடையது அல்ல. அந்த அனுபவத்தை என்னாலும் சுவீகரிக்க முடியுமானால் இன்னும் கொஞ்சம் மேம்பட்ட கவிஞனாக இருக்க முடியும் என்று நினைக்கிறேன். பெண்களின் அனுபவம் எழுத்தில் வரணும். எழுத்தில் எதற்கும் விலக்கோ தடையோ இருப்பதாக எனக்கு அபிப்ராயம் இல்லை. எழுத்தில் எல்லாமும் சாத்தியம். பெண்ணுடைய உலகமும் அதில் இடம்பெற வேண்டும் என்று நினைக்கிறேன்.

நான் கொஞ்சம் விரிவான வாசகன். தமிழ் அல்லாத வேறு இரண்டு மொழிகளிலும் தொடர்ந்து படிக்கிற ஆள் நான். அந்த மொழிகளில் நடக்கும் முயற்சிகளை எல்லாம் பார்க்கும்போது நான் இயங்கும் மொழியில் அப்படியான முயற்சிகள் இல்லை என்கிற குறையை உணர்கிறேன். வாசகனாகவும் கவிதை ஆர்வலனாகவும் உணர்கிற குறை இது. அதைச் சொல்வதற்காக

எழுதிய கட்டுரைதான் பெண் மொழி. அதில் பெண்மொழி நம் கவிதையில் இல்லை என்று சொல்லியிருப்பேன். பின்னால் லீனா மணிமேகலையுடைய தொகுப்புக்கு நான் எழுதிய முன்னுரையில் என்னுடைய கருத்தைத் திருத்திக்கொண்டேன். ஏன்னா இந்தப் பத்து வருஷத்துக்குள் நிறையப் பெண்குரல்கள் வந்திருக்கு.

நான் அந்தக் கட்டுரையை எழுதியபோது அன்றைக்கு இருந்த பெண் குரல்கள் என்பவை இரா. மீனாட்சி, திரிசடை, சுகந்தி சுப்பிரமணியன் போன்றவைதான். கவிதை என்று தைரியமாகச் சொல்லக்கூடிய குரல்கள் இவைதான். அந்த ஆதங்கத்தில் எழுதின கட்டுரை அது. அதற்குப் பின்னால் வந்த கவிதைகளையும் தொடர்ந்து படித்துக்கொண்டு வருகிறேன். சில பெண் கவிஞர்களுடைய தொகுப்புக்கு நான்தான் முன்னுரையும் எழுதியிருக்கிறேன். இந்த மொழியில் இது தவிர்க்க முடியாதது, வரவேற்கப்பட வேண்டியது, தொடர்ந்து போக வேண்டிய ஒரு போக்கு என்று எனக்குத் தோன்றுகின்றது. பெண்ணுடைய உலகம், உணர்வு, வரலாறு எல்லாவற்றையும் அவர்களுடைய மொழியில் பதிவுசெய்வதற்கான எல்லா உரிமையும் அவர்களுக்கு உண்டு. அதை எந்த வகையிலும் மறுக்க முடியாது. அதை ஏற்றாகணும். அப்போதுதான் இலக்கிய வாசகன் அல்லது இலக்கியவாதி என்னும் முறையில் உங்களுடைய உலகத்தை விரிவுபடுத்த அது உதவும். இந்த நோக்கில்தான் நான் பெண் கவிஞர்களுடைய தொகுப்புகளுக்கு முன்னுரை எழுதி இருக்கிறேன்.

தமிழில் பெரிய வெள்ளமாக வந்திருக்கிறது. இது ஒரு ஆற்றொழுக்கான ஓட்டமாக மாறுவதற்கு இன்னும் கொஞ்சம் காலமாகும். இதற்குள் சரியும் சரியில்லாததும் தேவையும் தேவையில்லாததுமான பல போக்குகள் இந்த ஓட்டத்தில் இருக்கின்றன. இதில் பிரதானமாக எனக்குத் தோன்றுவது பெண்கள் உடலை மையப்படுத்திக் கவிதை எழுதுபவர்கள் என்று சொல்லப்படும் ஒரு குற்றச்சாட்டு. அது சரியானதாக எனக்குப் படலை. பெண் உடலைப் பற்றிப் பெண்தான் எழுத முடியும் என்று நான் நினைக்கிறேன். கமலாதாஸ் ஒரு கவிதையில் கர்ப்பத்திலிருந்து குழந்தை இறங்கின ஒரு வலியைச் சொல்லியிருப்பாங்க. இந்த வரியைச் சுகுமாரனோ பெருமாள்முருகனோ உணர்ந்து எழுத முடியாது. ஊகித்துத்தான் எழுத முடியும். அப்படியான உண்மையான இயல்புகள் கவிதைக்கு வருவது என்பது நம் கவிதையை இன்னொரு கட்டத்துக்குக் கொண்டுபோவதற்கும் நம்ம கவிதையை மேன்மைப்படுத்துவதற்கும் உதவும் என்று நினைக்கிறேன். அதனால் அதைப் பற்றிய குறைகள் எனக்கு இல்லை. ஆகவே அந்தக் குற்றச்சாட்டுகளை நான் பொருட்படுத்த விரும்பவில்லை.

ஆனா இதில் நான் பார்க்கக்கூடிய குறை என்பது கவிதை மொழி சார்ந்தது. இதுவரைக்கும் ஆண்கள் பயன்படுத்திக்கொண்டிருந்த மொழியைத்தான் பெண்களும் பயன்படுத்துகிறார்கள். பெண்களுடைய மொழியாக இதை மாற்றுவதற்குப் பெரிய முயற்சி எதுவும் இல்லை. ரொம்பக் குறைவான முயற்சிதான் நடந்திருக்கு. இதில் மாற்றுக் கருத்துக்கும் இடம் உண்டு. அப்படியான முயற்சியைத் தொடங்கி வைத்தவர் சுகந்தி சுப்பிரமணியன் என்பது என் அபிப்ராயம். அதற்குப் பின்னால் பெரிய இடைவெளி விட்டு இன்றைக்கு சல்மாவிடம் அப்படி ஒரு மொழி செயல்படுது என நான் ஊகிக்கிறேன். மாலதி மைத்ரி, சுகிர்தராணியிடம் அப்படி யான மொழி செயல்படுகிறது. பெண்ணுடைய உலகத்தின் ஒரு மென்மையான மொழி உமா மகேஸ்வரியிடம் செயல்படுகிறது. இதையெல்லாம் நான் பார்க்கிறேன்.

ஆனால் இவர்களுடைய மொழியாக, சுயம்புவாக முழுவதும் பெண் உலகம் சார்ந்த, பெண் உணர்வு சார்ந்த மொழியாக இது இல்லை. அடுத்து, இவர்கள் எல்லாருமே பெண் உடல், உறுப்பு ஆகிய இரண்டு நிலைகளில் இருந்துதான் இந்தக் கவிதைகளை எழுதுகிறார்கள். பெண்கள் இந்தச் சமூகத்தினுடைய ஒரு பகுதி, இந்தப் பிரபஞ்சத்தின் ஒரு பகுதி என்று சொல்லப்படுமானால் பெண்ணுக்கும் வரலாற்றில் இடம் உண்டு, பண்பாட்டில் இடம் உண்டு, மதத்தில் இடம் உண்டு, மொழியில் இடம் உண்டு, இலக்கியத்தில் இடம் உண்டு. இத்தனை இடங்களிலும் இவர்கள் யாருமே பிரவேசிக்கவில்லை. எனக்குச் சுலபமாகத் தெரிஞ்ச இன்னொரு மொழி என்பதால் மலையாளத்தில் அப்படியான இடத்தை, வரலாற்றை மையப்படுத்துகிற ஒரு போக்கை மலையாளப் பெண் கவிதைகளில் பார்த்தேன். அதனால்தான் அந்தக் கவிதைகளை மொழிபெயர்த்தேன். தமிழ்க் கவிதைகளையும் மலையாளக் கவிதைகளையும் ஒப்பிடுவதற்கான விஷயம் இல்லை. இது அதை நிறைவுசெய்யவும் அது இதை நிறைவு செய்யவுமான பங்களிக்கும் முயற்சியாகத்தான் பார்த்தேன்.

உங்கள் குடும்பப் பின்னணி பற்றிச் சொல்லுங்கள்.

என் அப்பா, அம்மா இரண்டு பேரும் இரண்டு மூன்று தலைமுறைக்கு முன்னால் கேரளாவிலிருந்து பிழைப்புத் தேடித் தமிழ்நாட்டுக்கு வந்த குடும்பத்தைச் சேர்ந்தவர்கள். எங்க அப்பாவுக்கு ஒரு சகோதரி. என் அப்பாவின் அப்பாவுக்கு இரண்டு மனைவிகள். அதில் இன்னொரு சகோதரனும் சகோதரியும் உண்டு. எங்க அம்மா ஏழு ஆண்களுக்குப் பின் கடைசியாகப் பிறந்த ஒரே பெண். அம்மாவுக்கு அவங்க

அப்பாவைப் பார்த்த ஞாபகமெல்லாம் இல்லைன்னு சொல்லிக் கேட்டிருக்கேன். ·எங்க பாட்டி கேரளாவில் பாலக்காடு மாவட்டத்தில் நெடும்பரா என்னும் கிராமத்தில் கோவில் தொடர்பான வேலைகள் செய்துகொண்டிருந்தார்கள். பிழைப்புத் தேடித் தன்னுடைய ஏழு குழந்தைகளையும் கூட்டிக்கொண்டு கோயம்புத்தூருக்கு வந்து குடியேறினார்கள்.

எங்க அப்பா ஆரம்பத்தில் கோயம்புத்தூரிலிருந்து நேவல் போர்ஸ் அலுவலகத்தில் சின்ன வேலைகள் செய்துகொண்டிருந்தார். அதற்கப்புறம் பதினாறு பதினேழு வயதில் கோயம்புத்தூர் நகராட்சியில் மின்கம்பியாளராக வேலையில் சேர்ந்தார். எங்க அப்பா நேவல் இதிலெல்லாம் வேலைசெய்துகொண்டிந்தபோது கோயம்புத்தூரில் இருந்த சென்ட்ரல் ஸ்டுடியோவுக்கு எடுபிடி வேலைக்கெல்லாம் போவார். அங்க இருந்த ஒருவர் சி.பி. கண்ணன். அவர் ஸ்டுடியோவில் நீர்ப் பராமரிப்பு மாதிரியான வேலைகள் எல்லாம் செய்துகொண்டிருந்தார். கருணாநிதி வசனம் எழுதி எம்ஜிஆர் நடித்த காட்சிகளை எல்லாம் பார்த்த பாக்கியம் செய்தவர்கள் என்று சொல்லிக் கொள்வார்கள். என் அப்பாவுடைய சகோதரி, என்னுடைய அத்தையின் கணவர், அப்போது இறந்துபோய்விட்டார். என் அத்தைக்கு ஒரு துணை வேண்டும் என்பதால் சி.பி. கண்ணன் அவர்களைக் கல்யாணம் செய்துகொண்டார். இந்தக் கல்யாணம் அதிகாரப்பூர்வமாக நடந்ததா இல்லையா என்பது அவர்களுக்கு மட்டுமே தெரிஞ்ச ரகசியம். அதற்கு அப்புறம் மெட்ராஸ் இன்ஜினியரிங் சர்வீஸ் என்கிற கம்பெனியில் வேலை கிடைத்தது என்று நீலகிரி மாவட்டத்தில் உள்ள வெல்லிங்டன் என்னும் இடத்துக்குப் போனார்கள். எங்கப்பாவுக்குக் கல்யாணம் பண்ணி வெச்சாங்க. எங்க அம்மா பேரு தங்கமணி. அப்பா பேரு நாராயணன். எங்க அத்தைக்குக் குழந்தைகள் இல்லை. அதனால் நான் பிறந்த ஒன்பதாவது மாசமே என்னை அங்க கொண்டு போய்விட்டார்கள்.

என்னுடைய பன்னிரண்டு வயதுவரைக்கும் அந்தப் பகுதியில்தான் இருந்தேன். அங்கேதான் வளர்ந்தேன். என் கவிதையில் எங்கேயாவது மரம், செடி, மலை, நதி இதெல்லாம் தென்படுகிறது என்றால் அதற்குக் காரணம் அந்த இளமைக்காலக் காட்சிகள்தான். அப்புறம் என் மாமா, அதாவது சி.பி. கண்ணன், நான் பார்த்த மனிதர்களில் மிகவும் பிரமாதமான மனிதர். அவருக்கு இன்னொரு குடும்பம் மனைவியெல்லாம் இருந்தார்கள். ஆனால் அதைப் பற்றி அவர் அதிகம் பேசியதில்லை. எங்க அத்தைகூடத்தான் கடைசி வரைக்கும் இருந்தார். ஓய்வுபெற்ற பின்னால் கோயம்புத்தூருக்கு

வந்து இருந்தார். அப்புறம் இறந்துபோயிட்டார். இப்ப எங்க அத்தை பாலக்காட்டில் இருக்கிறார்கள்.

எங்க அம்மாவுக்குக் கூடப் பிறந்த ஏழு பேரில் முதல் இரண்டு பேர் கோயம்புத்தூரில் வேலையெல்லாம் பார்த்தார்கள். மூன்றாவது ஒருவர் சின்ன வயதிலேயே பூனாவுக்கு ஓடிப்போயிட்டார். அவருக்கு என்னுடைய சாயல் என்று இன்றைக்குவரைக்கும் சொல்லிக்கொண்டிருக்கிறார்கள். அடுத்த சகோதரர்கள் இரண்டு பேரும் ஊமைகள். அதில் ஒருவர் ஊனமானவரும்கூட. இன்னொரு சகோதரர் பற்றிய தகவல் எதுவும் தெரியவில்லை. இவர்கள் எல்லாரும் சாதாரண ஒரு வாழ்க்கையை வாழ்ந்தார்கள். கோயம்புத்தூரில் இருந்த ரப்பர் கம்பெனி ஒன்றில் சின்னச் சின்ன வேலை எல்லாம் செய்துகொண்டிருந்தார்கள்.

எங்க அப்பா கோயம்புத்தூர் நகராட்சி மின்துறையில் கொஞ்சம் பதவி உயர்வுகள் எல்லாம் பெற்று இருந்தார். அந்தக் கட்டத்தில் அவருக்கு ஓரளவு மார்க்சியச் சாயல் இருந்தது. வாழ்க்கையில் அவர் வெளிப்படையாக அரசியல் என்று வைத்துக்கொண்டது அது மட்டுமாகத்தான் இருக்கும். கோயம்புத்தூர் நகராட்சியில் முதன்முறையாக நடந்த தேர்தலில் வென்று நகராட்சி ஊழியர் மின் சம்மேளனத்தின் செயலாளர் ஆனவர். அவர்கள் முதலில் உண்ணாவிரதப் போராட்டம் எல்லாம் நடத்தினார்கள். என் அப்பா மூன்று நாள் உண்ணாவிரதத்தில் உட்கார்ந்திருந்தார். அந்தக் காட்சி இன்னும் என் நினைவில் இருக்கிறது. கருப்புத் துணியெல்லாம் கட்டிக்கிட்டு இருந்தார். நான் போய் அப்பான்னு கூப்பிட்ட போது பேசமாட்டேன் அப்படீன்னு கைகாட்டினார். அந்தக் காட்சி இன்னும் என் நினைவில் இருக்கிறது.

நான் ஊட்டியில் இருந்ததால் அப்பாகூடப் பெரிய நெருக்கம் எல்லாம் கிடையாது. நான் அப்பா அம்மா யாரும் இல்லாமல் தனியா அத்தையோட பராமரிப்பில் இருந்தேன். என் அத்தைக்குச் சின்ன அளவில் இலக்கிய ஈடுபாடெல்லாம் உண்டு. அவர்களுக்கு மலையாளம் நன்றாகப் படிக்க, எழுத, பேசவெல்லாம் தெரியும். கேரளத்தில் இருந்த மலையாளக் குடும்பங்களில் எல்லாம் வழக்கமாகப் பாராயணம் செய்கிற பக்தி நூல்கள் எல்லாத்தையும் அத்தை படிப்பார்கள். அதற்கு நேரெதிரானவர் மாமா. அவர் கோவிலுக்குப் போய் நான் பார்த்ததே இல்லை. அவர்களோடு இருந்தபோது வசதியான இளமைப் பருவம் இருந்தாலும் எனக்குச் சின்ன ஏக்கம் இருந்தது. தனியா இருக்கோம் அப்படீன்னு. அப்புறம்

நாலாவதோ அஞ்சாவதோ படிக்கும்போது முழு ஆண்டுத் தேர்வு விடுமுறைக்குக் கோயம்புத்தூர் வந்தவன் அப்புறம் திரும்பி அங்கே போகவில்லை. என்னுடைய அத்தை ரொம்பவுமே வருத்தப்பட்டுக்கிட்டு அங்க இருந்த என்னுடைய சொத்தை எல்லாம் தூக்கிக்கிட்டு வந்தாங்க. பழைய பெட்டி பம்பரம், தூண்டில் முள், தீப்பெட்டிப் படம் இந்த மாதிரி நிறையச் சொத்து இருந்தது. அதற்குப் பின்னால அங்க இருக்கலயே தவிர இப்பவும் என்னோட ஊர் அப்படின்னா ஞாபகம் வருவது வெல்லிங்டன்தான். அது மாதிரியான வாழ்க்கை இருக்கும் என்றால் ரொம்பவும் மகிழ்ச்சியாக இருக்கும் என்று இப்பவும் தோன்றுகின்றது.

அந்தத் தெரு முழுக்கவுமே ராணுவத்தில் இருந்தவர்கள், அது சார்பான தொழிலில் ஈடுபட்டு இருந்தவர்கள் எல்லாம் இருந்த இடம். தெருமுனையில் நின்னா எங்க வீடு நடுவில் இருந்தது. அந்த வீட்டுக்கு வர்றதுக்குக் கொறஞ்சது அரைமணி நேரம் ஆகும். ஏன்னா ஒவ்வொரு வீட்டு மேலயும் ஏறித்தான் வரணும். அப்படியான ஒரு பெரிய பிணைப்பு இருந்த ஊர். அது மனசுக்குள்ள பதிந்திருக்கிறது. அதனால் அந்த ஊர்மேல் இருக்கும் பிரியம் இன்னும் களையவில்லை. எனக்கு அடுத்தது தங்கை. அதுக்கப்புறம் ரொம்ப இடைவெளிவிட்டு இன்னும் இரண்டு பெண்களும் ஒரு பையனும். எல்லாப் பெண்களுக்கும் கல்யாணம் ஆயிடுச்சு. தம்பியும் அம்மாவும் இப்போது கோயம்புத்தூரில் இருக்கிறார்கள்.

என்னுடைய ஆரம்பப் படிப்பு வெல்லிங்டன்ல. செயின்ட் ஜோசப் ஸ்கூல். கோயம்புத்தூருக்கு வந்தப்புறம் செயின்ட் ஜான்ஸ் ஸ்கூல் என்று சொல்லப்படுகிற செயின்ட் மைக்கல்ஸ் ஹைஸ்கூலின் ஆரம்பப் பள்ளியில் சேர்ந்தேன். பள்ளிக் கல்வி முழுக்கவும் அங்கேதான். எஸ்எஸ்எல்சியில் எனக்குக் கிடைத்த பெரிய சந்தோசம் மாவட்டத்தில் தமிழ்ப் பாடத்தில் அதிக மதிப்பெண் வாங்கிய மாணவன் நான் என்கிற பெருமை. அப்போது எனக்குக் கிடைத்த ஆசிரியர்கள் பற்றி முதலிலேயே சொன்னேன். அப்புறம் பிஎஸ்ஜி கலை அறிவியல் கல்லூரியில் பியூசி படித்தேன். நல்ல மதிப்பெண். டாக்டர் ஆகணும் அல்லது அக்ரி யுனிவர்சிடிக்குப் போகணும் என்பது என்னுடைய ஆசையாக இருந்தது. டாக்டர் ஆகறதுக்கு வசதியெல்லாம் இல்லை. அதனால் அக்ரி யுனிவர்சிடியில் சீட்டுக் கேட்டேன். அதற்குக் காரணம் விவசாயம் பற்றிப் படிப்பது அல்ல. அப்போது அங்கே நல்ல இலக்கியச் சூழ்நிலை இருந்தது. கங்கைகொண்டான் என்ற கவிஞர் அங்கே இருந்தார். அவர் வெளியிட்ட ஆண்டு மலர்கள் எல்லாமே மாபெரும் இலக்கியப் பொக்கிஷங்களாகத்

தோன்றின. இன்றைக்கும் அப்படித்தான் தோன்றும். அதற்காகவே அங்கே போனேன்.

வேளாண் பல்கலையிலிருந்து சேர்க்கை அட்டை வரும்னு காத்துக்கிட்டு இருந்ததில் எல்லா இடங்களிலும் கடையை மூடிவிட்டார்கள். அதனால் அந்த வருஷம் எங்கேயும் சேர முடியவில்லை. அரசு கல்லூரியில் பொருளியல் படிக்கலாம் என்று மாலைக் கல்லூரியில் சேர்ந்தேன். நமக்கும் பொருளாதாரத் திற்கும் ஒத்துவராது என்பது தெரிந்தது. அது இன்றுவரைக்கும் தொடர்கிறது. அடுத்த வருசம் பிஎஸ்ஜி கல்லூரியில் பிஎஸ்ஸி வேதியியல் சேர்ந்தேன். ஆனால் அதில் ரொம்பப் பிரமாதமான மாணவனாக நானில்லை. தமிழில் பெரிய ஆர்வம் இருந்தது. பள்ளிக்கூடத்திலேயே எனக்குக் கிடைத்த ஆசிரியர்களின் தூண்டுதல் அதற்குக் காரணம். நான் முந்தியே சொன்ன மாதிரி கலியபெருமாள் என்னும் ஆசிரியர் இருந்தார். அவர் கதையாகச் சொன்ன இரண்டு விஷயங்கள் என்னை ரொம்பவுமே பாதித்தது. முதலாவது கோமல் சுவாமிநாதன் எழுதிய 'புதிய பாதை' நாடகக் கதையைச் சொன்னார். இரண்டாவது ஜெயகாந்தன் எழுதிய 'சமூகம் என்பது நாலு பேர்' என்னும் கதை. அவை இரண்டுமே எனக்குப் பெரிய பாதிப்பாக இருந்தன. அவரிடம் கேட்டு ஜெயகாந்தன் கதைகளைப் படிக்க ஆரம்பித்தேன்.

அந்த வயதில் அக்கதைகள் எனக்குப் புரிந்தன என்பதுதான் ஆச்சர்யம். சோமசுந்தரம் என்னும் இன்னொரு ஆசிரியரிடம் அந்தக் கதைகளை விமர்சித்தேன். 'மிருகம்' என்று ஜெயகாந்தன் எழுதிய கதை. சொந்த சகோதரனும் சகோதரியும் உறவு கொள்கிறார்கள். அதை அவரிடம் சொன்னபோது 'பிஞ்சுலயே பழுத்துட்ட' என்றார். நான் கதைகளைப் புரிந்து கொண்டிருக்கிறேன் என்பதற்குச் சந்தோசப்பட்டு 'இனிப்பும் கரிப்பும்' என்னும் தொகுப்பைக் கொடுத்தார். நான் தெரிந்து கொண்ட முதல் எழுத்தாளர் ஜெயகாந்தன். அந்தக் கட்டத்தில் 'ஞானரதம்' பத்திரிகை வந்துகொண்டிருந்தது. அதில் ஜெயகாந்தன் எழுதுகிறார், முன்னோட்டம் என்னும் பகுதி முக்கியமானது என்பதை எல்லாம் என்னுடைய ஆசிரியர் சொன்னார். அவர் சிபாரிசால் அவற்றைப் படித்தேன். அதில் தென்பட்ட ஒரு பெயர் புதுமைப்பித்தன்.

கோவை மத்திய நூலகத்துக்குப் போய்ப் புதுமைப்பித்தன் பெயருள்ள புத்தகங்களை எல்லாம் தேடி எடுத்தேன். 'காஞ்சனை' தொகுப்பைப் படித்தபோது ரொம்பவுமே பரவசமாக, சந்தோசமாக, பயமுறுத்தக் கூடியதா, அதுவரைக்கும் இருந்த அபிப்ராயங்களை எல்லாம் மாத்தறதா இருந்தது. ரகுநாதன் எழுதிய 'புதுமைப்பித்தன் வரலாறு' படித்தேன். அதைப்

படித்தபோது தீர்மானித்த ஒரு விஷயம் ஒரு காலத்திலும் எழுத்தை நம்பி வாழக் கூடாது என்பது. இந்தச் சமயத்திலும் எனக்குள் தொடர்ந்து வந்துகொண்டிருந்தவர் பாரதி. பாரதிமேல் இருந்த ரசனை, வாசக மதிப்பு எல்லாம் கடந்துபோய் அவர்மேல் பெரிய பக்தியே ஏற்பட்டிருந்தது. இன்றும் அந்த பக்தியில் இருந்து விடுபடலை. கல்லூரியில் படித்தபோது பூசாகோ (PSG) கல்லூரி நூலகம் பெரிய பொக்கிஷமாக இருந்தது.

கல்லூரியில் 'புது வெள்ளம்' என்று ஒரு பத்திரிகை மாணவர்களுக்காக வந்தது. மாணவர்களுக்காக மாணவர்களால் நடத்தப்படும் பத்திரிகைன்னாலும் அதற்கு ஆசிரியராக இருந்தவர் முத்துராமலிங்கம் என்று ஒரு ஆசிரியர். என்னுடைய கதை, கவிதை எல்லாம் அந்த இதழில்தான் வந்தன. நான் முன்பே சொன்ன மாதிரி மரபு சார்ந்த கவிதைகள் பள்ளி ஆண்டு மலரில் எழுதியிருக்கிறேன். எஸ்எஸ்எல்சி படிக்கும்போது தாமரை இதழில் கதைகள் எழுதினேன். தொடர்ந்து இரண்டு இதழ்களில் என் கதைகள் வந்தன. ஒரு கதை பேர் 'நியாயங்கள்'. இன்னொரு கதை பேர் ஞாபகம் வரவில்லை. இந்தச் சமயத்தில் அபூர்வப் பசி கொண்ட ஆள் மாதிரி நிறையக் கதைகள் வாசித்தேன். சீக்கிரமே ஜெயகாந்தன் எனக்குச் சலிப்பு தட்டினார். அன்றைக்கு வந்திருந்த 'ஒரு வீடு ஒரு மனிதன் ஒரு உலகம்' நாவல் வரைக்கும் ஏகதேசமா எல்லாமே வாசித்திருந்தேன். படித்தபோது ஈர்ப்பைத் தரக்கூடியதாக இருந்த அவை பின்னால் ஒரு மாதிரி அலுப்பைத் தந்தன. 'ஒரு மனிதன் ஒரு வீடு ஒரு உலகம்' நாவலைத் தவிர.

அப்புறம் என் கவனம் தி. ஜானகிராமன் பக்கம் திரும்பியது. நான் அதிகம் பேசாத ஆள். சங்கோஜி. மென்மையான சுபாவம் இருப்பதாகச் சொல்லப்படுபவன். அதனால் எனக்குப் பொருத்தமான எழுத்தாளர் ஜானகிராமன் என்பது மாதிரி பட்டது. இது மட்டும் போதாது என்று தோன்றியபோது மெல்ல மெல்ல ஆங்கிலத்தில் படிக்கத் தொடங்கினேன். ஆரம்பத்தில் நான் படிக்க நேர்ந்தது ஆங்கில மீடியம் சார்ந்த பள்ளி. அதனால் ஆங்கிலத்தில் படிப்பதும் எனக்கு எளிதாக இருந்தது. அன்றைக்குக் கிடைத்த சார்லஸ் டிக்கன்ஸ் மாதிரியான புத்தகங்கள் தாண்டி டி.ஹெச். லாரன்ஸ் மாதிரியான புத்தகங்களுக்கு வந்தேன்.

நடுவில் கம்யூனிஸ்ட் கட்சியோடு சின்ன உறவு. என்னுடைய ஆசிரியர் சோமசுந்தரம் சிபிஐ கட்சியோட உறுப்பினர். அவர் என்னைக் கட்சி அலுவலகத்திற்குக் கூட்டிக்கொண்டு போவார். முதன்முதலாக ஜெயகாந்தன் என்கிற எழுத்தாளரைப் பார்த்தது அங்கேதான். 'இவன் கவிதையெல்லாம் எழுதுவான்'

என்று என் ஆசிரியர் சொன்னார். 'ஆங் அப்படியா. சபாஷ்' அப்படீன்னு சொல்லிட்டுப் போனார் ஜெயகாந்தன். அதனால் அங்கே கிடைத்த சில புத்தகங்கள் எல்லாம் என் கவனத்தை மாற்றின. ரஷ்ய இலக்கியங்கள் மாதிரியான விஷயங்கள். அவற்றைப் படித்தபோது என்னுடைய எழுத்தாளர்கள் என்று தோன்றியவர்கள் ஆன்டன் செகாவும் தாஸ்தாவ்ஸ்கியும்தான்.

ஆங்கிலத்தில் படிக்கிறேன், தமிழில் கவிதைகள் எழுதுகிறேன், கவிதைகள் பிரசுரமாகி இருக்கின்றன என்றபோது என்னுடைய ஆசிரியர் கமலேசுவரன் என்பவர் எனக்கு நிறையப் புத்தகங்கள் கொடுத்து உதவினார். அப்போது எஸ்.வி.ஆரின் 'எக்ஸிஸ்டென்சியலிசம் ஓர் அறிமுகம்' என்ற புத்தகம் வந்திருந்தது. அது என்னை உலுக்கிப் போட்ட புத்தகம். அந்தப் புத்தகத்தின் மூல வடிவமான *Irrational Man* என்ற புத்தகத்தையும் நான் தேடிப் படித்தேன். இதையெல்லாம் நான் படிப்பதைப் பார்த்த கமலேசுவரன், சார்த்தர் எழுதிய *Being and Nothingness* என்ற ஒரு புத்தகத்தைக் கொண்டு வந்து கொடுத்தார். அது கிட்டத்தட்ட எழுநூறு எண்ணூறு பக்கம் வரும். கரடு முரடான நடையில் எழுதப் பட்டிருக்கும். அவர் எல்லா மாணவர்களையும் 'குஞ்சு' அப்படீன்னுதான் கூப்பிடுவார். 'ஏ குஞ்சு உனக்கு இது மண்டையில ஏறுதா பாரு' என்றார். ஆனால் முந்நூறு பக்கம்தான் மண்டையில் ஏறியது. மீதி ஏறலை. ஆனால் முந்நூறு பக்கம் படிக்க முடிந்தது அன்றைக்குப் பெரிய சாதனையாக இருந்தது. தொடர்ந்து அது சார்ந்த எழுத்தாளர்களுடைய புத்தகங்கள் எல்லாம் படிக்க ஆரம்பித்தேன். அன்றைக்கு என்னை ரொம்பக் கவர்ந்தவர் ஆல்பெர் காம்யுதான். அந்தக் கவர்ச்சி இன்றைக்குவரைக்கும் மாறவில்லை.

இப்படி வாசிப்பும் ஆசிரியர்களும் கொடுத்த தூண்டுதலாலேதான் எழுத ஆரம்பித்தேன். இந்தச் சமயத்தில் கோயம்புத்தூர் இலக்கிய வட்டங்களோடு எல்லாம் தொடர்பு ஏற்பட்டது. 'புது வெள்ளம்' என்று கல்லூரியில் நடத்தப்பட்ட அந்தப் பத்திரிகையில்தான் பாதசாரி என்று இன்று அறியப்படுகிற என்னுடைய நண்பர், எனக்கு இரண்டு வருடம் சீனியரான விஸ்வநாதன் ஒரு கட்டுரை, கவிதை எல்லாம் எழுதியிருந்தார். அவர் கட்டுரையின் நடை என்னை ரொம்பவும் பிரம்மிக்க வைத்தது. தமிழில் இவ்வளவு வலுவான நடையை உருவாக்க முடியுமா அப்படீன்னு. நாங்க இரண்டு பேரும் கல்லூரி நாட்களில் பழக்கமாக இருந்தோம். பின்னால் எனக்கு ஒரு வருடம் இடைவெளி வந்த சமயத்தில் நான் எழுதின ஒரு கதை உள்ளூர்ப் பத்திரிகையில் வந்தது. அதை விஸ்வநாதன் படித்துவிட்டு என்னைத் தேடி எங்கள் வீட்டுக்கு வந்தார். அது ஒரு நல்ல

நட்பின் தொடக்கம். இரண்டு பேரும் பேசிக்கொண்டிருந்தோம். சே.ப. நரசிம்மலு நாயுடு பள்ளியில் ஒரு இலக்கியக் கூட்டம் நடக்கிறது என்று இரண்டு பேரும் போனோம். அந்தக் கூட்டத்தின் இடைவேளையில் 'எதுக்கு ரண்டு பேரும் வாங்க போங்கன்னு பேசிக்கிட்டிருக்கணும். என்ன சொல்றீங்க?' என்று விஸ்வநாதன் கேட்டதாக ஞாபகம். 'சரி நீ சொல்லுடா' என்றேன் நான். அதிலிருந்து எங்கள் இரண்டு பேரின் நட்பும் கொஞ்ச காலம் இரட்டையராகத் தொடர்ந்து போய்க்கொண்டிருந்தது.

நாங்கள் போய்ச் சேர்ந்த இடம், நிறுத்தம் ஞானியுடைய வீடு. கோவை ஞானி படிப்பு ஆர்வமுள்ள எங்களை ரொம்பவும் ஊக்குவித்தார். எங்களுக்குத் தெரியாமல் இருந்த பல திசைக் கதவுகளைத் திறந்து வைத்தவர் ஞானிதான். மார்க்சியம், தத்துவம், தமிழ், தமிழ்ப் பண்பாடு என்கிற பல விஷயங்களை அவர்தான் அறிமுகப்படுத்தினார். ஞானி மாதிரியான அறிவுசார்ந்த ருசிகரமான பேச்சாளர் தமிழில் இல்லை என்று எனக்குத் தோன்றியது. பலநாள் சாயங்காலம் ஆறு மணிக்குக் கோவை சிதம்பரம் பூங்காத் திடலில் பேச ஆரம்பித்து ராத்திரி ஒன்பது மணிவரைக்கும் அவர் பேச்சைக் கேட்டு விட்டுப் பேச்சின் பரவசத்திலேயே நடந்து போயிருக்கிறேன். அந்த அளவு மாபெரும் மேதைமை அவர் பேச்சில் வெளிப்படும். அதில் குறைந்த பட்சம்கூட அவருடைய எழுத்தில் வெளிப்பட வில்லை என்பது என் அபிப்பிராயம். ஞானியின் பார்வை என்பது அடிப்படையில் ஒரு மார்க்சியப் பார்வை. ஆனால் அந்த மார்க்சியப் பார்வை பல பின்னல்கள் கொண்டது என்று எனக்குத் தோன்றியது. அந்தப் பின்னல்களை எல்லாம் சகித்துக்கொள்கிற அளவு எனக்கு மன வலு இல்லை. அதனால் அவரிடம் இருந்து மெல்ல விலக ஆரம்பித்தேன்.

பரீட்சை எழுதி முடித்ததும் எனக்குக் கிடைத்த முதல் வேலை சின்னக் கம்பெனி ஒன்றில் விற்பனைப் பிரதிநிதி வேலை. வெல்டிங் ராடு, வெல்டிங் அக்ஸசரி எல்லாம் விற்கிற வேலை. அதில் ஆறுமாதம் வேலை செய்தேன். அப்போது நிப்போ பேக்டரியின் விற்பனைப் பிரதிநிதியா எனக்கு வேலை கிடைத்தது. அதற்கு ஊர் ஊராகச் சுற்றும் வாய்ப்புக் கிடைத்தது. எனக்கு அந்த வேலையைவிடவும் ஊர் சுற்றும் வாய்ப்புத்தான் ரொம்பவும் கவர்ச்சிகரமாக இருந்தது. அப்போது பிரம்மராஜன் ஊட்டியில் வேலை பார்த்தார். அந்தச் சமயத்தில் நானும் விஸ்வநாதனும் ஒன்றாக இருந்து இலக்கிய விஷயங்களில் ஈடுபட்டுக்கொண்டிருந்தோம். என் கவிதைகள் சில முக்கியமான இலக்கியப் பத்திரிகைகளாகிய 'கவனம்', 'ழ' ஆகியவற்றில் வந்திருந்தன. அதனால் அதிலெல்லாம் எழுதிக்கொண்டிருந்த

பிரம்மராஜனைப் பார்க்க வேண்டும் என்னும் ஆசையோடு ஊட்டிக்குப் போய் அவரைப் பார்த்தேன்.

அவருடனான தொடர்பு இலக்கியரீதியாகவும் நட்புரீதியாகவும் ரொம்பவும் வலுவானதாக இருந்தது. அவர் மூலமாகக் கிடைத்த பல விஷயங்கள் என்னை இன்றைக்கு ஆளாக்கி இருக்கின்றன. ஒன்று, மேற்கத்திய இலக்கியம் பற்றிய அறிமுகம். இன்னொன்று, சங்கீதம் சம்பந்தமான நுட்பமான அறிவு. இதற்குப் பிரம்மராஜனுக்கும் அவர் மனைவி மீனாவுக்கும் கடமைப்பட்டிருக்கிறேன். அப்புறம் பல புத்தகங்களைப் பிரம்மராஜன் சிபாரிசு பண்ணியிருக்கிறார். வாங்கிக் கொடுத்திருக்கிறார். அவருடைய முதல் தொகுப்பு முன்னாலேயே வந்திருந்தது. இரண்டாவது தொகுப்பு ஊட்டியில் இருக்கிற போதுதான் வந்தது. அது 'வலி உணரும் மனிதர்கள்' என்பது. அதனுடைய பின்னட்டைக் குறிப்பு எழுதியது நான்தான்.

அந்தக் கட்டத்தில் 'ஸ்வரம்' என்னும் பத்திரிகையை டி.எம். நந்தலாலா என்கிற மருந்தாளுநர் கல்லூரி மாணவர் நடத்திக்கொண்டிருந்தார். அது *Inland format*இல் வந்து கொண்டிருந்தது. பிரம்மராஜன் ஊட்டிக்கு வந்தபோது ஒரு இலக்கிய வட்டம் உருவாக ஆரம்பித்தது. 'ஸ்வரம்' பழைய வடிவத்தை விட்டுவிட்டு ஒரு பத்திரிகையின் வடிவத்துக்கு வந்தது. பதினாறு பக்கம் உள்ள கவிதைப் பத்திரிகை. சில இதழ்கள் வந்து நின்றுவிட்டது. அந்த இடைவெளியைப் பூர்த்தி செய்வதற்காக 'மீட்சி' என்ற பத்திரிகையை பிரம்மராஜன், அவருடைய நண்பரான ஆர். சிவகுமார், எத்திராஜ் அகிலன், ராஜாராம் எல்லாரும் சேர்ந்து தொடங்கினார்கள். அந்த இதழின் இருபது இருபத்தைந்தாவது இதழ்வரைக்கும் தொடர்ந்து அதற்குள் செயல்பட்டுக் கொண்டிருந்திருக்கிறேன். பிறகு என்ன காரணத்தினால் அந்த நட்பு போச்சு என்பது வாழ்க்கையில் நான் தெரிந்துகொள்ள, புரிந்துகொள்ள விரும்புகிற ஒரு ரகசியம்.

இதற்கிடையில் இந்தச் சமயத்தில்தான் எண்பது அல்லது எண்பத்தொன்றாம் ஆண்டு என்று நினைக்கிறேன், தமிழ்ச் சிறுபத்திரிகைகள் எல்லாம் சேர்ந்து ஒரு அமைப்பை உருவாக்கி இருந்தன. அதன் முதல் கூட்டத்திற்கு நான் போயிருந்தேன். நாமக்கல் பக்கம் சேந்தமங்கலம் காந்திநகர் என்ற இடத்தில் அந்தக் கூட்டம் நடந்தது. பெங்களூரில் இருக்கும் ஜி.கே. ராமசாமியின் சொந்த ஊர் அது என்பதால் கூட்டம் அங்கே நடந்தது. அங்கே பல இலக்கியவாதிகளைப் பார்த்தேன். பு.வ. மணிக்கண்ணன், தமிழவன் எனப் பலரை அங்கே பார்த்தேன். அதன் இரண்டாவது கூட்டம் சென்னை வில்லிவாக்கத்தில்

நடந்தது. அந்தக் கூட்டத்தில்தான் ஆத்மாநாமை முதன்முதலில் பார்த்தேன். அதற்கு முன்னால் ஒரு போஸ்ட் கார்டில் ஒரு கவிதையைப் பாராட்டி எழுதியிருந்தார், 'ழ' பத்திரிகை ஆசிரியர் என்ற முறையில். அந்தக் கவிதைதான் 'வரலாறு' என்று அவரால் தலைப்பு வைத்து வெளியான 'கையில் அள்ளிய நீர்'.

'ஸ்வரம்' நின்று 'மீட்சி' தொடங்கற அந்த இடைவெளியில கோவையிலிருந்து ஒரு பத்திரிகையைக் கொண்டுவரலாம் என்கிற தீர்மானத்துக்கு வந்தோம். ஞானி, அவருடைய நண்பர்களான ரத்தினம், அமரநாதன், அறிவன், ஆறுமுகம் எல்லாரும் சேர்ந்து ஒரு பத்திரிகையைக் கொண்டுவரலாம் என்று முடிவுசெய்தோம். அதற்கு முன்னாலேயே 'பரிமாணம்' என்று ஒரு பத்திரிகை வந்துகொண்டு இருந்தது. அதுவும் நின்றுபோனதுக்கு அப்புறம் நாங்கள் யோசிச்சு எடுத்த முடிவுதான் இன்னொரு பத்திரிகை கொண்டு வருவது. 'நிகழ்' அப்படீங்கற பேரை நான்தான் வைத்தேன். அதன் முதல் இரண்டு இதழ்களுக்கு நான்தான் ஆசிரியர். எனக்கு ஊர் ஊராகச் சுற்றுகிற தொழில் கிடைத்து அந்த வேலையை மேற்கொண்டதாலும் அந்தப் பத்திரிகையை அவர்கள் விரும்பினபடி கொண்டு வர முடியாது என்பதாலும் அந்தப் பத்திரிகை நான் விரும்பினபடி இல்லை என்பதாலும் விலகிக் கொண்டேன்.

உங்கள் கவிதைகளில் அப்பாவைப் பற்றிய குறிப்புகள் நிறைய இருக்கின்றன. அவர் கொஞ்ச காலம் மார்க்சியச் சார்போடு இருந்ததாகச் சொன்னீர்கள்.

அதெல்லாமே அவருடைய வாழ்க்கையின் சின்னப் பகுதியில் ஒரு மின்னல் மாதிரி வந்து போனவைதான். அவருடைய பிரச்சினைகள் என்ன என்று எங்களுக்குத் தெரியவில்லை. அதைத் தெரிந்துகொள்ள முற்படவில்லை என்பது இப்போது எனக்கு ஐம்பது வயது ஆகும் இந்தச் சமயத்தில் பெரிய வருத்தமாக இருக்கிறது. அவர் நல்ல உழைப்பாளி. அவர் ஏதோ ஒரு கட்டத்தில் மதுப்பழக்கத்துக்கு அடிமையானார். இது வீட்டில் தொடர்ந்து பிரச்சினைகளை உண்டாக்கியது. நாங்கள் நான்கு பேர். அப்புறம் நான் கல்லூரி முதலாம் ஆண்டு படிக்கும்போதுதான் என் தம்பி பிறந்தான். இது வீட்டில் எப்போதும் ஒரு நிம்மதியற்ற சூழலை உண்டாக்கியது. வசதியானதல்ல என்றாலும் பட்டினி கிடந்த குடும்பம் அல்ல. ஆனால் அவருடைய இந்தப் பழக்கத்துக்குப் பிறகு அந்த நிலைக்கும் போக வேண்டி வந்தது.

எனக்கு நல்லா ஞாபகம் இருக்கிறது. சனிக்கிழமை ஸ்கூல் வச்சிட்டாங்கன்னா எனக்குப் பெரிய பதற்றம் வந்துவிடும்.

யூனிபார்முக்குப் பதிலா எல்லாப் பசங்களும் கலர் டிரஸ் போட்டுக்கிட்டு வருவாங்க. என்கிட்ட இருந்தது இரண்டு செட் யூனிபார்ம் மட்டும்தான். சனிக்கிழமையும் அதையே போட்டுக்கிட்டுப் போவதற்கு வருத்தமாக இருக்கும். அதனால் நான் ஒரு தந்திரம் செய்தேன். அப்பாவுக்கு யாரோ கொடுத்த ஒரு வேட்டியக் கட்டிக்கிட்டுப் போக ஆரம்பிச்சேன். அந்தச் சமயத்தில் தொடர்ந்து மழை பெய்து அதிகமாக லீவுவிட்டதால் எல்லாச் சனிக்கிழமையும் தொடர்ந்து ஸ்கூல் வச்சிட்டாங்க. எல்லா வாரமும் வேட்டியோட வருவதைப் பார்த்த என் ஆசிரியர் சோமசுந்தரம் என்னை விசாரித்தார். அவருடைய ஸ்கூட்டர்ல என்னை ஏத்திக்கிட்டுப் போய் பாம்பே டையிங் கடையில ஒரு சட்டையும் பேண்டும் வாங்கிக் கொடுத்தார். அந்த அளவுக்கு வறுமை இருந்தது. எனக்குப் பின்னால் இருந்த பெண்கள் எல்லாரும் பள்ளிப் பருவம் தாண்டிக் கல்லூரிப் பருவம் வந்தாங்க. வயசுக்கு வந்திருந்தாங்க. இது பெரிய சிக்கலா இருந்தது. இதனால் அன்னைக்கு எனக்கு மாபெரும் எதிரின்னு தோன்றியது எங்க அப்பாதான். அந்தக் கோபத்தைப் பலமுறை எழுதியிருக்கிறேன். ஆனால் அவருகிட்ட ஒருமுறையும் கோபத்தைக் காட்டியதே இல்லை. ஒரு தடவைகூட அவரை எதிர்த்துப் பேசியதில்லை. திட்டியது இல்லை. அவர் வந்தாருன்னா நான் இறங்கிப் போயிருவேன். அவர்கூட எனக்கு உறவே இல்லை. 'பகை இல்லை அன்பைப் போலவே'.

இந்தப் பிரச்சினைகள் முற்றியபோது எங்க குடும்பத்தில் எல்லாரையும் அழச்சிட்டுக்கிட்டுத் தர்மபுரிக்குக் குடிபோனோம். ஒரு வருஷம் அங்கே குடியிருந்தோம். என்னுடைய நண்பர்களான சிவகுமார், பார்த்திபன் இவர்கள் எல்லாம் அங்கே இருந்தார்கள், ஆதரவு இருந்தது என்பதால் அங்கே போனோம். அந்த ஒரு வருசத்தில் அவர் மனம் திருந்தியோ குடும்பத்தின் மேல் பாசம் வந்தோ திரும்பவும் கூப்பிட்டார். அதனால் கோவை வந்தோம். கொஞ்சநாள் நல்லா இருந்தது. பிறகு மறுபடியும் அதே பழக்கங்கள். அதனால் அப்போது அயோக்கியத்தனமா குடும்பத்திலிருந்து விலக ஆரம்பித்தேன். அதிகமா வீட்டுக்குப் போவதோ காசு கொடுப்பதோ மாதிரியான காரியங்கள் எதுவும் செய்யவில்லை. அந்த வீட்டில் இருப்பதே நரகத்தின் நடுவில் இருப்பது மாதிரியான ஒரு உணர்வு.

அப்போது எல்லாம் என்னைக் காப்பாற்றியது என்னுடைய இலக்கிய ஆசைகள், சங்கீதம் போன்ற விஷயங்கள்தான். அது என்னுடைய மனத்தில் மாறாத காயமாக இருந்தது. இன்றைக்கு எனக்கும் வயதாகி இந்த விஷயங்களை எல்லாம் பகுத்துப் புரிஞ்சுக்கறதுக்கான பக்குவம் வந்த பிறகும்கூட அந்த

வருத்தமும் வலியும் மாறல. இப்ப அவர் மேல் கோபம் இல்லை, வருத்தம் இருக்கு. அவர் இறந்து போறதுக்குக் கொஞ்சம் கடைசியாப் பார்த்தபோது அவர் சொன்ன வார்த்தைகள்தான் அவரை வேறு ஒரு கோணத்தில் யோசிக்க வைத்தவை. 'நான் ஏதாவது தப்புப் பண்ணியிருந்தா மன்னிச்சிருடா.' அது என்னை ரொம்பவும் தொந்தரவு செய்த வாசகம்.

விற்பனைப் பிரதிநிதியா எவ்வளவு நாள் வேலை செய்தீர்கள்?

நிப்போ வேலைக்குப் பின்னால் மைசூர் லாம்ப்ஸ் நிறுவனத்துக்குப் போனேன். அதற்கப்புறம் பொள்ளாச்சியிலுள்ள குவாலிட்டி ஸ்பின்னிங் மில்ஸின் விற்பனைப் பிரதிநிதியாத் திரிந்தேன். இப்படி ஒரு பத்து வருட காலம் சுற்றியிருக்கிறேன். இதில் கிடைத்த சம்பளத்தைவிடவும் தென்னிந்தியா முழுக்கப் பார்க்கும் வாய்ப்புக் கிடைத்தது என்பதுதான் இந்த வேலையில் இருக்க வைத்தது. அப்படித்தான் தமிழ், மலையாள மொழி எழுத்தாளர்கள் எல்லாரையும் பார்த்தது. பெரும்பாலான எழுத்தாளர்களை நான் பார்த்திருக்கிறேன். அது இந்தப் பயணங்களால்தான். என்னை இன்னும் கூரானவனா ஆக்கியது இந்தப் பயணம் தான். அப்புறம் சென்னைக்கு வந்து ஒரு ரெடிமேட் பேக்டரி தொடங்கினோம். அது நஷ்டமாச்சு. அந்தச் சமயத்தில்தான் என் கல்யாணமும் நடந்தது. வேற ஏதாவது பண்ணனும் அப்படீன்னு கட்டாயம் ஏற்பட்டது. அதனால் பத்திரிகை வேலைக்குப் போக ஆரம்பித்தேன். நான் சின்னப் பையனா இருக்கும்போது எழுத்தை நம்பிப் பிழைக்கக் கூடாதுன்னு நினைச்சேன். ஆனால் இப்போது நான் பிழைப்பது எழுத்தை நம்பித்தான்.

உங்க இயல்புக்கு வெகுஜனப் பத்திரிகை வேலை பொருந்தி வந்ததா? அந்த அனுபவம் எப்படி இருந்தது?

பத்திரிகைத் தொழில் மேல இருக்கும் காதல்னால அந்த வேலைக்குப் போய்ச் சேர்ந்தேன்னு சொல்லமாட்டேன். எழுதத் தெரியும் என்கிற தன்னம்பிக்கை எனக்கு இருந்தது. நான் எழுதியிருக்கேன் என்பதற்கு அத்தாட்சிகள் இருந்தன. கட்டாயம் ஒரு வேலை வேண்டும் என்கிறபோது இயல்பாக என்னுடைய தேர்வு விற்பனைப் பிரதிநிதி என்பதாகத்தான் இருந்தது. என்னுடைய மனைவிதான் 'உனக்குத்தான் எழுதத் தெரியுமே ஏதாவது பத்திரிகைக்கு முயற்சி செஞ்சு பாரு'ன்னு சொன்னாங்க. முதன் முறையா எனக்கு அந்த எண்ணம் வந்ததே அப்பத்தான். அதுக்கு முன்னால் வெகுஜனப் பத்திரிகையில் சின்னதாக் கட்டுரை மாதிரியான சில எழுதியிருக்கிறேன். வேறு எந்தத் தொடர்பும் இல்லை. அப்போது 'குங்குமம்' பத்திரிகை

வளாகத்தில் ச. ம. பன்னீர்செல்வம் என்கிற நண்பர் இருந்தார். அவருகிட்ட ஒரு வேலை வேண்டும் அப்படீன்னு கேட்டபோது ‘குங்குமம்’ வளாகத்தில் விசாரிக்கிறேன்னு சொன்னார்.

அப்போது ‘தமிழன்’ என்ற நாளிதழ் தொடங்கி நடத்தப்பட்டு வந்தது. அதற்கான விண்ணப்பம் அனுப்பினேன். அதைப் பார்த்துவிட்டு என்னைத் தேர்ந்தெடுத்தவர் சின்னக்குத்தூசி என்கிற தியாகராஜன். அதற்குக் காரணம் தமிழினி வசந்தகுமார். அவர்கள் நடத்திய ‘புதுயுகம் பிறக்கிறது’ என்னும் பத்திரிகையின் முதல் இதழில் என்னுடைய கவிதைகள் வெளியாயின. அது பிரம்மாண்டமான தயாரிப்பாக இருந்தது. அதனால் எல்லா இடத்திலும் என்னுடைய பெயர் ஓரளவுக்குத் தெரிஞ்சது. சின்னக் குத்தூசிக்கும் என் பேர் தெரிஞ்சிருந்தது. அந்தக் கவிதைகள் பற்றி அவருக்கு நல்ல அபிப்ராயம் இருந்தது. அதுதான் எனக்கு வேலை வாங்கித்தந்தது. இலக்கியந்தான் அன்றைக்குச் சோறு போடறதுக்குத் தயாரா இருந்தது.

பத்திரிகைக்கு வந்த பிறகுதான் எனக்குள்ள ஒரு பத்திரிகையாளன் இருக்கிறான் என்பதை நான் கண்டு பிடித்தேன். மூணாவது நாளில் இருந்தே அந்தப் பத்திரிகையின் எடிட் பேஜ் எழுத ஆரம்பிச்சிட்டன். இது கொஞ்சம் மெல்ல மெல்ல என்னை ஒரு பொருட் படுத்தக்கூடிய ஆளா அந்த வளாகத்துக்குள்ளேயும் அப்புறம் பத்திரிகை உலகத்திலும் மாற்றியது. அந்த நாளிதழ் நிர்வாகக் காரணங்களால் ஒன்பது மாதத்தோடு நிறுத்தப்பட்டபோது என்னைக் குங்குமத்துக்கு மாற்றினார்கள். இன்னும் கொஞ்சம் சுவாரஸ்யமானதும் இனிமையானதுமான வேலை அமைந்தது. நிறையக் கதைகள் படிக்கலாம், வேற வேற விசயங்கள் தெரிஞ்சிக்கலாம். அந்தப் பத்திரிகைக்கு ஆசிரியராக இருந்தவர் ஒரு கட்டத்தில் வெளியேற நேர்ந்த போது பத்திரிகைப் பொறுப்பு எனக்குக் கொடுக்கப்பட்டது.

அந்தப் பத்திரிகையில் பெரிசாச் சாதித்தேன்னு சொல்ல முடியாது. எனக்குத் தெரிஞ்ச சில விசயங்களை வைப்பது அப்படிங்கிற மாதிரி சில செஞ்சேன். அது கீழான தரத்தில் இல்லாமல் கொஞ்சம் இலக்கியரீதியாகப் பண்ணலாம்னு நினைத்தேன். ஏன்னா, க. நா. சுப்பிரமணியமும் தியடோர் பாஸ்கரனும் சா. கந்தசாமியும் எழுதக் கூடிய ஒரு பத்திரிகையில் அதற்கான வாய்ப்பு இருந்தது. அதை நான் பயன்படுத்திக் கொண்டேன். அதற்கு அவர்கள் அனுமதித்தார்கள் என்பது முக்கியம். அப்படியான சுதந்திரத்தை எனக்குத் தந்தார்கள். அதைப் பயன் படுத்திக்கொண்டு சின்னச் சின்னத் தந்திரங்கள் எல்லாம் செய்து இரண்டு லட்சம் விற்கிற அளவுக்கு அந்தப் பத்திரிகையைக் கொண்டு போனேன். அப்போது எனக்கான

ஒரு பாராட்டு விழாவும்கூட நடத்தினார்கள். அது தான் அந்தப் பத்திரிகை காலகட்டத்தோட சந்தோசமான விசயம்.

அதைவிட்டு வந்து ஒரு மூன்று மாதம் 'குமுதம்' பத்திரிகைக்குப் போனேன். மறைமுகமான காரணம் எதுவுமே கிடையாது. குமுதத்தில் சம்பளம் அதிகம் கிடைக்கிறது என்பது மட்டும்தான். முக்கியமான பத்திரிகையாளர்களில் ஒருவன் நான். என்னுடைய பணிக்குத் தகுதியான ஊதியம் இருக்கிறது என்னும் இரண்டு விஷயங்கள் குமுதம் அழைத்ததில் எனக்குத் தெரிய வந்தவை. குமுதத்தில் கைகால் கட்டப்பட்ட ஒரு ஆள் மாதிரிதான் இருந்தேன். குங்குமம் வளாகத்தில் ஓரளவு சுதந்திரத்தோடு நான் இருந்திருக்கேன். எந்த மேட்டரையும் நான் தீர்மானித்த பிறகு வேண்டாம் என்று சொன்னது இல்லை. நான் எடுக்கும் முடிவை அவர்கள் பெரிதாகத் தடை செய்ததும் இல்லை. ஆனால் குமுதத்தில் அப்படியான ஒரு சுதந்திரம் எல்லாம் கிடைக்கவில்லை. அங்கே நாலு பேரில் ஒருவன் என்று இருப்பது எனக்கு விருப்பம் இல்லாமல் இருந்தது. ஏதோ ஒரு தத்தளிப்பில் இருந்தபோதுதான் என்னுடைய பூர்வாசிரமம் பற்றிய ரகசியம் வெளிவந்தது. நான் ஒரு மலையாளி என்பது தெரியவந்தது. 'மலையாளம் சேனல் தொடங்குகிறோம். நீ வந்து பொறுப்பேத்துக்கணும்' என்று அழைப்பு. அப்படியாக 1998 ஏப்ரல் மாதம் சூர்யா டிவியின் செய்தி ஆசிரியராகப் பொறுப்பேற்றுக்கொண்டேன்.

குங்குமத்தில் நீங்கள் செய்தவை என்ன மாதிரியான மாற்றங்கள்?

ஒவ்வொரு இதழிலும் ஒவ்வொரு புதிய பகுதி தொடங்குவது. அப்புறம் நிறையப் புதிய ஆட்களைக் கொண்டு வருவது. இதெல்லாம் வந்தபோது இலவச விநியோகத்தின் ஆரம்ப கட்டமும் அன்றைக்குத் தொடங்கியது. ஆனால் இவ்வளவு மோசமாக நடக்கவில்லை. புத்தகம் வாங்குபவனுக்குக் கூடுதல் அலவன்சா ஏதாவது ஒரு பொருள் கொடுக்கப்பட்டதே தவிர அது பத்திரிகையின் உள்ளடக்கத்தை எந்த வகையிலும் பாதிக்கவில்லை. பல விசயங்களைத் தொடர்ந்து எழுத முடிந்தது. புதிய எழுத்தாளர்களைக் கொண்டுவர முடிந்தது. யுவன் சந்திரசேகரோட கவிதையைப் போட முடிந்தது. ஒரு தீபாவளி மலருக்கு இந்தியப் பெண் கவிஞர்கள் என்ற ஒரு தொகுப்பைக் கொண்டுவர முடிந்தது. ரொம்ப நாள் எழுதாமல் இருந்த விமலாதித்த மாமல்லனுடைய கதையைப் போட்டு அவரைத் திரும்பவும் வெளியே கொண்டுவர முடிந்தது. இப்படிச் சில விஷயங்கள். 'குங்கும'த்துடைய சுபாவம் கதையைப் போடுவது, யாருக்கும் சுவாரஸ்யம் இல்லாத நடையில் சில கட்டுரைகளை வெளியிடுவது என்பதுதான். நான் எழுதிய அரவாணிகள் பற்றிய

கட்டுரை, பாலியல் தொழிலாளிகள் பற்றிய கட்டுரை ஆகியவை எல்லாம் வாசகனுக்கு ருசிகரமாகவும் சில புதிய தகவல்களைச் சொல்வதாகவும் இருந்தன. அன்றைக்கு எனக்கும் சாதித்துப் பார்க்கணும் என்ற குறுகுறுப்பு இருந்ததனால நானும் வேற வேற விசயங்கள் பண்ணியிருக்கிறேன்.

என்னுடைய கட்டுரைத் தொகுப்புல மூன்று கட்டுரைகளைத்தான் அதிலிருந்து எடுத்துப்போட முடிந்தது. இன்னும் முக்கியமாக அதில் செய்த சில பேட்டிகள், கட்டுரைகள் எல்லாவற்றையும் என்னால் தேடி எடுக்க முடியவில்லை. குறிப்பா இளையராஜா, கமலஹாசன், எல்லிஸ் ஆர். டங்கன் இவர்களிடம் எடுத்த பேட்டிகள் ரொம்ப முக்கியமானவை. பத்திரிகையைப் பத்திரப்படுத்துகிற பழக்கம் இல்லாததால் அவற்றைத் தேடி எடுக்க முடியவில்லை. 'குங்கும'த்திற்காக நான் செய்த இன்னொரு நல்ல விஷயம், நம்ம கண் முன்னால் தென்படுகிற சில பெண்களின் வாழ்க்கையைப் பற்றி எழுதுவது என்பது. அதற்கு எனக்கு முன் உதாரணம் *Savoy* என்கிற பத்திரிகையில் வந்த *I believe* என்ற ஒரு பகுதி.

இதற்காக நான்கு இண்டர்வியூக்கள் பண்ணினேன். சில்க் ஸ்மிதா, ஸ்ரீவித்யா, உண்ணிமேரி என்கிற தீபா, காஞ்சனா ஆகிய நடிகைகள். சில்க் ஸ்மிதாவும் ஸ்ரீவித்யாவும் பல விஷயங்களை ரொம்பவும் வெளிப்படையாகப் பேசியிருந்தாங்க. ஆனால் இவற்றை எல்லாம் வெளியிட முடியல. வெளியிட்டாப் பிரச்சினை ஆகும் அப்படீன்னு வெளியிட வேண்டாம்னு சொல்லிட்டாங்க. அது ஒரு பத்திரிகையாளனாக எனக்கு வருத்தம் தருகிற விஷயம். அதேபோல ஒரு நல்ல பேட்டி நடிகை காஞ்சனாவுடையது. அவங்க பெங்களூர் தாண்டி ஒரு கிராமத்தில் கோயில்லே கைங்கரியம் செய்து வாழ்ந்துக் கிட்டிருந்தாங்க. அதையும் வெளியிட முடியல.

அந்தப் பத்திரிகை வேலையினால் எனக்குத் தனிப்பட்ட முறையில் நிறைய நண்பர்கள் கிடைச்சாங்க. பத்திரிகையாளன் என்கிற முறையில் நிறையப் பேரைப் பார்க்க முடிந்தது. நிறைய இசைக் கச்சேரிகள் கேட்க முடிந்தது. இசை பற்றி நான் எழுதிய சில நல்ல கட்டுரைகள் அதில் வந்திருக்கு. மகாராஜாபுரம் சந்தானம் பற்றியும் பீம்சேன் ஜோஷி பற்றியும் எழுதிய கட்டுரைகள் எல்லாம் முக்கியமானவைன்னு தோணுது. இப்பவும் அந்த உணர்வு மாறவில்லை.

குங்குமம் பத்திரிகை வளாகத்தில் சில வருசங்கள் இருந்திருக்கீங்க. கலைஞர் அதில் எழுதுபவர். அவரோடான அனுபவம் ஏதும் உங்களுக்கு உண்டா?

நான் அடிப்படையில் திமுக சார்பான ஆள் இல்லை. திமுகவின் அரசியலோடோ பண்பாட்டினோடோ பெரிய அனுதாப நிலைப்பாடெல்லாம் எனக்கு இல்லை. அப்படியான கட்டத்துக்கு என்னைக் கொண்டு வந்த பெருமை ஜெயகாந்தனைச் சாரும். அது ஒரு பொக்கான இயக்கம் என்று அவர் போட்டு உடைச்சது மண்டையில் ஏறி இருந்தது. அவங்க இலக்கியம் பற்றியும் எனக்கு நல்ல அபிப்ராயம் எதுவும் கிடையாது. ஒரு இயக்கம் என்கிற போது அதனுடைய பங்கைக் குறைச்சுச் சொல்லவே மாட்டேன். இந்த மொழி பேசுவதனால் நமக்கு ஒரு மதிப்பு இருக்கு. இந்தப் பண்பாட்டைச் சார்ந்தவன் என்பதால் நமக்கு ஒரு கௌரவம் இருக்கு என்பதைத் தெரிவிச்சது இந்த இயக்கம்தான். இந்த இயக்கம் ஒரு சீர்திருத்த இயக்கம், சமுதாய இயக்கம் என்கிற கோணங்களில் தான் பார்க்க வேண்டும். அந்தக் கோணங்களில் பார்க்கும்போது குறிப்பிடத்தக்க பங்களிப்பை அவர்கள் செய்திருக்கிறார்கள் என்பதுதான் என்னுடைய கருத்து.

இலக்கியம், திரைப்படம், நாடகம் ஆகிய ஊடகங்களை எல்லாம் அவர்கள் பயன்படுத்திக் கொண்டார்கள். மற்றபடி அவற்றில் மாபெரும் விற்பன்னர்கள் கிடையாது. சமுதாயச் சீர்திருத்தக் கொள்கைகளுக்காகவும் அரசியல் பிரச்சாரத்திற்காகவும் இவற்றை இவர்கள் பயன்படுத்திக் கொண்டார்கள். அந்தத் தேவை தீர்ந்ததும் அவற்றின் மேல் அவர்களுக்கு மரியாதை இல்லாமல் போய்விட்டது. இன்றைக்கு யாராவது கலைஞர் வசனத்திற்குச் சிலிர்ப்படைவார்களா என்று கேட்டால் இல்லை என்றுதான் சொல்ல முடியும். ஏன்னா காலம் மாறிவிட்டது. தேவைகள் மாறிடுச்சு. அதுக்குப் பிறகும் இது தொடர்வது ஏன்? ஆதாரமான கொள்கைகள் எல்லா வற்றையும் இந்த இயக்கம் இழந்திருச்சி என்கிற போது இந்த இயக்கத்தினுடைய இன்றைய பங்கு என்ன? இந்த இயக்கத்தின்மீது மதிப்பு மரியாதை உள்ள எல்லோருமே கேட்டுக்கொள்ள வேண்டிய கேள்வி.

இசையில் உங்களுக்கு ஆர்வம் வந்தது எப்படி?

நான் ஊட்டியில் படித்தபோது பரமேஸ்வரின்னு ஒரு டீச்சர் இருந்தாங்க. அவுங்க வீட்டுக்கு நான் ட்யூசன் போனேன். அவுங்க வீட்டில் எப்போதும் பாட்டுச் சத்தமாகக் கேட்டுக்கிட்டே இருக்கும். எல்லாம் பஜனைப் பாட்டாக இருக்கும். சின்னப் பையனா இருந்ததால என்னைக் கூட்டிக்கொண்டுபோய்க் கோயில் பஜனையில் பாடவைப்பாங்க. அப்படிப் பாடிப் பாடிச் சங்கீதத்தில் ஒரு ருசி வந்தது. அப்புறம் கோயம்புத்தூரில் கல்லூரியில் படித்தபோது சங்கீதம் கத்துக்கலாமுன்னு போக ஆரம்பிச்சேன். அது நடக்கல. அப்ப எனக்குச் சீனிவாசன்னு

ஒரு நண்பன் இருந்தான். அவன் நல்லாப்பாடுவான். அதனால் நான் ஒழுங்கா லேபுக்குப் போனதவிடவும் ரெக்கார்ட் நோட் எழுதினதைவிடவும் எங்காவது பாட்டுக் கச்சேரி நடக்குதா, பாட்டுப் போட்டி நடக்குதான்னு தேடிப் போன நாட்கள்தான் அதிகம் இருக்கும். ஆனால் அதைக் கூர்மைப்படுத்திவிட்டவர் பிரம்மராஜன். லேசாக் கேட்டுப் பழகி இருந்த இந்துஸ்தானி இசையைப் பற்றிய பெரிய உலகத்தைத் திறந்துவிட்டது பிரம்மராஜன் தான். ஒரு தடவை தொத்திக்கிடுச்சின்னா மாறாத விஷயம் இசை என்பதால் அது தொடர்ந்து இருந்துக்கிட்டே இருக்கு.

கர்நாடக சங்கீதத்தில் வளர்ச்சி, மாற்றம் என்று சொல்கிற மாதிரி விஷயங்கள் இருக்கிறதா?

நம்முடைய கலைகளில் ரொம்பவுமே பூரணமான கலைங்கிறது சங்கீதம்தான். அது முழுமை அடைஞ்சிருக்கு. அதற்கான வடிவம் எல்லாமே வந்து சேர்ந்திருக்கிறது. நம்முடைய சங்கீதத்தில் மிகப் பெரிய விஷயம் என்பது கீர்த்தனை பாடுவதுதான். மேற்கத்திய இசையில் சிம்பனி அப்படிங்கறதுக்கு இணையா இதை வச்சிக்கலாம். சிம்பனி வாத்தியங்களால் இசைக்கப்படுகிறது. கீர்த்தனை வாத்தியங்களாலோ வாய்ப்பாட்டினாலோ இசைக்கப்படுகிறது. அதனுடைய பெரிய வடிவத்தை அது அடைந்திருக்கிறது. ஏற்கனவே இருக்கிற அந்த வடிவத்தை நெருங்குகிற முயற்சியைத்தான் திரும்பத் திரும்ப எல்லாக் கலைஞர்களும் பண்ணிக்கிட்டிருக்காங்க. பல சமயம் நெருங்க முடியறதில்லை. அவுங்கவுங்களுடைய பாணியில் பண்ணிப் பார்க்கிறாங்க. அதனால ஒருபோதும் அது பழசு மாதிரி இருப்பதேயில்லை. ஒருதடவை மணி ஐயர் பாடிய மணிரங்கு ராகத்தை அடுத்த தடவை அவரே பாடும்போது அதே மணிரங்கு ராகம் அல்ல. ஒருதடவை எம்.டி.ராமநாதன் பாடின ஹிந்தோளம் இன்னொரு தடவ அவர் பாடும்போது அதில் வேற வந்து சேர்ந்திருது. அந்த அம்சம்தான் தொடர்ந்து இந்தச் சங்கீதத்தை நிற்க வச்சுக்கிட்டு இருக்கு.

கீர்த்தனைகளில் பக்தி என்ற ஒரு அம்சம் மட்டுமேதானே மையமா இருக்கு?

அது இங்கு நிலவும் ஒரு கட்டுப்பெட்டித்தனம். கண்மூடித்தனமான ஒரு மரபு சார்ந்து நிலவுகிற ஒரு நடைமுறை. இந்துஸ்தானி இதைவிட மிகவும் நெகிழ்வான ஒரு இசை. அதில் பக்திக்கெல்லாம் பெரிய இடம் கிடையாது. சங்கீதத்துக்குத்தான் பெரிய இடம். நமக்கு நேர்ந்தது என்னன்னா பக்தி இலக்கியம் பரவலாக வந்துக்கிட்டு இருந்தபோது அதைப் பரப்புவதற்கு இசை ஒரு

வாகனமாகப் பயன்பட்டது. பக்தி இலக்கியத்தின் அடிப்படை யான கூறு நெகிழ்வுதான். தெய்வத்தின் முன்னால் தன்னை இழக்கும் நெகிழ்வு. சங்கீதத்தின் அடிப்படையான கூறும் இந்த நெகிழ்வுதான். இரண்டும் ஒன்று சேர்ந்தபோது பிரிக்க முடியாத மாதிரி ஆயிருச்சு. அதனால் பக்தி இருந்தால் சங்கீதம், சங்கீதம்னா பக்தி இருக்கணும் அப்படீன்னு எல்லாம் எதுவும் கிடையாது. தேஷ் ராகத்தில் பாடப்பட்ட எந்த தெய்வத் தோத்திரத்தைவிடவும் அந்த ராகத்தில் பாடப்பட்ட பாரதிதாசனின் 'துன்பம் நேர்கையில் யாழெடுத்து நீ இன்பம் சேர்க்க மாட்டாயா' என்ற பாட்டு உருக்கமானதுதான். சங்கீதத்தின் லட்சணம் முழுமையாக உள்ளதுதான்.

இன்றைக்குப் பழைய மனோபாவம் மாறிக்கிட்டு இருக்கு. புதிய தலைமுறையைச் சேர்ந்தவர்கள் குரல் கொடுக்க ஆரம்பிச்சிருக்கிறாங்க. கீதம் என்பது சங்கீதம்தான். அது பக்தியின் வாகனம் அல்ல. சங்கீதம் அதனளவில் முழுமையான விஷயம். பக்தி இருந்தாத்தான் சங்கீதம் இருக்க முடியும் என்பது திணிக்கப்பட்ட ஒரு விஷயம். அது இயல்பானது அல்ல. இன்றைக்கு சஞ்சய் சுப்பிரமணியம், பாம்பே ஜெயஸ்ரீ போன்றவர்கள் எல்லாம் வெறும் பக்திக்காக மட்டும் பாட வில்லை. மானுட அனுபவத்தை வெளிப்படுத்தப் பாடறாங்க. நான் சங்கீதத்தைக் கேட்பதும் அந்த அனுபவத்துக்காகத்தான்.

தமிழில் இப்போது நிறைய இணைய இதழ்கள் வருகின்றன. அதில் நீங்களும் பங்கேற்கக் கூடியவராக இருக்கிறீர்கள். அவற்றின் போக்கு எப்படியிருக்கிறது?

நான் ஒரு எழுத்துச் சோம்பேறி. அதனால் எழுதுவதற்கான ஒரு நிர்ப்பந்தத்தைத் தரும் என்பதற்காக அதில் எழுதுகிறேன். நம்ம பார்வைக்கு அகப்படாதப் பல வாசகர்கள் உலகம் முழுக்க இருக்கிறார்கள். குறிப்பாக ஈழத் தமிழர்கள். அவர்களை எல்லாம் எட்டுவதற்கு இதுதான் எளிய சரியான மார்க்கம் என்பதாலும் நான் அதில் எழுதுகிறேன். அதோடு என் இணைய உறவு முடிகிறது. இணையம் என்பது இப்போதைக்கு ஒரு சைபர் சண்டைதான். அதில் பெரும்பாலும் வம்புகளும் வழக்குகளும்தான். எழுபது, எண்பதுகளில் தமிழ்ச் சிறுபத்திரிகை களில் நடந்துகொண்டிருந்த சண்டைகள் எல்லாம் இன்று இணையத்தில் நடக்கின்றன.

இன்னொன்று இணையத்தில் எழுதும் பலரும் ஒரு மாதிரி ரொம்பவும் பிற்போக்கான, கண்டனத்துக்குரிய அரசியலைச் சேர்ந்தவர்கள். பெரிய ஆக்கப்பூர்வமான ஒரு ஊடகம் அது. ஆனால் அதை நாம் மிகவும் மோசமாகப்

பயன்படுத்திக்கொண்டிருக்கிறோம் என்பதுதான் என் அபிப்ராயம். அதில் ஒழுங்கான விவாதங்களுக்கோ சர்ச்சைகளுக்கோ இடமில்லை. நான் ஒரு கட்டுரை எழுதறன்னா கட்டுரையின் அடிப்படை, நோக்கம் என எதையுமே கணக்கில் எடுத்துக்கொள்ளாமல் அதில் ஏதோ ஒரு வரியைப் பிடித்துக் கொண்டு முரசு கொட்டி முழக்கிப் போரைத் தொடுக்கிறாங்க. அது இலக்கிய வளர்ச்சிக்கோ சிந்தனை வளர்ச்சிக்கோ உதவக்கூடிய விஷயம் இல்லைன்னு தோணுது.

இன்னொன்று இணையம் பெரிய சௌகரியங்களை நமக்குத் தருது. இதனால் நம்முடைய எழுத்து மாற்றங்களைச் சந்திக்கிறது. இப்பப் பென்சில்ல எழுதறதுக்கும் பேனாவில் எழுதறதுக்கும் கையெழுத்து வித்தியாசம் ஆகிற மாதிரியே நீங்க பேனாவில் எழுதும் ஒரு கதைக்கும் இணையத்தில் எழுதும் ஒரு கதைக்கும் சின்ன வித்தியாசங்கள் இருக்கு. வாக்கிய அமைப்புகள் போன்றவற்றில் எல்லாம். இது எழுத்தை இன்னும் கொஞ்சம் *creative*ஆன *process*ஆ மாற்றும் என்று நான் நினைக்கிறேன். இதெல்லாம்தான் நமக்குக் கிடைக்கும் அனுகூலங்கள்.

ஆனால் இப்ப நான் பார்ப்பது என்னன்னா இணையத்தில் நடக்கும் பல விஷயங்களை அப்படியே காப்பி அடித்து நம்ம மொழியில் எழுதிவிடுகிறார்கள். இந்தத் தலைமுறை வாசகர்கள் பலருக்கும் இணையத்தோடு தொடர்பு உண்டு என்பதைக்கூட கவனத்தில் கொள்வதில்லை. தமிழில் வந்திருக்கும் பல கட்டுரைகளின் ஆதாரத்தை ஏதாவது இணையத்துக்குள்ள போனால் துருவி எடுத்துவிட முடியும். இது நல்லது அல்ல. சமீபத்தில் ஒரு கட்டுரையில், குறிப்பிட்ட பாடகி பாடும்போது சிறகு விரித்துப் பறப்பதுபோல் மனமே சிறகு விரித்து எழும்புகிறது என்று ஒருவர் எழுதுகிறார். இது அப்படியே இணையத்தில் வந்த இன்னொருவர் கட்டுரையில் இருந்து எடுத்த வரிகள். இணையத்தில் இருந்து தகவல்களை எடுப்பது சரி. இது ஒரு மனம் சார்ந்த படிமம். இதை ஒருத்தன் யோசிச்சுத்தான் எழுதியிருக்கிறான். அதனுடைய உரிமை அவனுக்குத் தான். அவனுடைய பேரையே சொல்லாமல் பயன்படுத்துவது இலக்கியத் திருட்டுதான். இந்த மாதிரியான இலக்கியத் திருட்டு தமிழில் நிறைய வருது. இணையம் மூலமா நிறைய வரவும் வாய்ப்பிருக்கு.

தமிழில் சிறுபத்திரிகைகள் எல்லாமே இடைநிலை இதழ்களாகிவிட்டன என்று ஒரு கருத்து உள்ளது. கோட்பாட்டு விவாதங்கள் போன்றவை இல்லாமலாகிவிட்டன. சிறுபத்திரிகைச் சூழல் பற்றிய உங்க பார்வை என்ன?

கொஞ்ச நாளுக்கு முன்னால் எனக்கு ஒரு அபிப்ராயம் ரொம்ப அழுத்தமா இருந்தது. தமிழில் இரண்டு இயக்கங்கள் தோத்து போச்சி. ஒன்று சிறுபத்திரிகை இயக்கம். இன்னொன்று திரைப்படச் சங்கங்கள். திரைப்படச் சங்கங்கள் கணிசமான பார்வையாளர்களை உருவாக்கல என்பது என்னுடைய குற்றச்சாட்டா இருந்தது. அப்படி உருவாகாது என்பது எனக்குப் பின்னால் தெரிஞ்ச விஷயம். அதே மாதிரி சிறுபத்திரிகைக்கு நூறு வாசகர்தான் இருப்பாங்கன்னா அவுங்க அத்தனை பேரும் தரமான வாசகர்களா இருப்பாங்க. இன்னும் பத்துத் தலைமுறை கடந்தாலும் இப்படி நூறு வாசகர்கள் இருப்பாங்க. ஆனா இந்த நூறு வாசகர்களிடமிருந்து தொடங்குகிற விவாதம், இந்த நூறு வாசகர்களின் பங்களிப்பாக விரியும். அது விரிகிறபோது உங்களுக்கு இடைநிலையாவும் இதழ்கள் தேவைப்படும். ஆனால் சிறுபத்திரிகைக்கான தேவையும் இருந்துக்கிட்டே இருக்கும். இடைநிலைப் பத்திரிகைக்கான தேவையும் தொடரும். தமிழில் ஆரம்ப காலச் சிறுபத்திரிகைகள் எல்லாமே இலக்கியம் சார்ந்தவைதான்.

ஆனால் எண்பது தொண்ணூறுகளில் பண்பாடு, அரசியல் சார்ந்த விஷயங்கள் எல்லாமே சிறுபத்திரிகைக்குள்ள வருது. இப்ப இந்த விஷயங்கள் சிறுபத்திரிகைக்குள்ள மட்டுமே ஒதுங்கிவிடுவது அவ்வளவு பொருத்தமா எனக்குத் தோணல. ஒரு தலித் பிரச்சினைன்னா அது சிறுபத்திரிகைக்குள்ள மட்டும் விவாதித்து முடிக்கக்கூடியதா எனக்குப் படல. அது விரிவான தளத்தில் விவாதிக்கப்படணும். அதற்கு இடைநிலைப் பத்திரிகைகள்தான் பொருத்தம். அதனால இரண்டுமே இருக்கும். அதேபோலத்தான் திரைப்படம். முதலில் திரைப்பட விழாக்கள் மூலமாகத்தான் நல்ல படங்களைப் பார்க்க முடிந்தது. இன்னைக்குத் தொழில்நுட்ப வசதிகள் வந்திட்டதால் எந்தப் படத்தையும் எப்பவும் பார்க்கலாம். இந்தக் கட்டத்தில் ஒரு நூறு பேர் சேர்ந்து பார்க்கக்கூடிய திரைப்படச் சங்கங்கள் ஒரு மாற்றா இருக்கும். இது திரைப்படம் என்கிற கலையை அடுத்த கட்டத்துக்குக் கொண்டுபோவதற்கு உதவும். அதனால் இவை எல்லாமே இருக்க வேண்டியவைதான் என்பது இப்போதைய என் கருத்து.

திரைப்படமும் உங்களுக்கு ஆர்வமான துறை. உலகத் திரைப்படங்கள் பலவற்றைப் பார்த்த அனுபவம் இருக்கிறது. தமிழ்ப் படங்கள் பற்றிய உங்கள் அபிப்ராயம்?

எனக்கு மூன்று காதல் இருக்கிறது. முதல் காதல் இலக்கியம். இரண்டாவது இசை. மூன்றாவது திரைப்படம். இந்த

மூன்றுக்கும் ஆலாய்ப் பறந்த காலங்கள் உண்டு. ஒரு திரைப்படச் சங்கத்தைக் கோயம்புத்தூரில் தொடங்கி நடத்த ஆரம்பிச்சேன். அதற்கெல்லாம் என் நண்பர் அமரநாதன் என்பவர் பெரிய உதவியாக இருந்தார்.

திரைப்படச் சங்கம் நடத்திக்கிட்டிருந்தபோது சென்னையில் நடந்த *Film appreciation course* தான் எனக்குப் பெரிய திருப்பம். ராண்டர்கை, வி. கே. நாயர், சத்தீஸ் பகதூர் இவர்கள் எல்லாம் வகுப்பெடுத்தார்கள். அது ஒரு பெரிய உலகத்தைக் காட்டியது. தமிழில் இதுவரை சினிமாவே வரல அப்படீன்னு அப்ப எனக்குத் தோணுச்சு. இங்கே சினிமா என்பது ஆரம்பத்திலேயே பெரும் தோல்வி. இன்னைக்கும் சினிமா இண்டஸ்ட்ரி அப்படீன்னுதான் சொல்றாங்க. சினிமாவை ஆர்ட்ன்னு சொல்றதில்லை. அதனாலதான் இங்க சினிமாவில் நடிகர், இசையமைப்பாளர், இயக்குநர்னு ஒரே நட்சத்திர ஆதிக்கம். சினிமா என்பது இயக்குநரின் கட்டுப்பாட்டில் இருக்கிற ஒரு முழுமையான கலை. அப்படியான ஒரு பெரிய இயக்குநர் தமிழ் சினிமாவில் வரவில்லை. அப்படி வருவதற்கான வாய்ப்பு இனிமேல் வரலாம்.

நான் பார்த்த எந்தச் சினிமாவிலும் தமிழ் வாழ்க்கை இதுவரைக்கும் காண்பிக்கப்படவில்லை என்பது தமிழ் சினிமாவின் மாபெரும் குறை. ஒரு மாதிரி நடுத்தரமான அல்லது பெரிய, கலை என்கிற உரிமை பாராட்டுதல் இல்லாத மலையாளப் படங்கள் எல்லாவற்றிலுமே அடிப்படையான சில விஷயங்கள் இருக்கும். அவனுடைய வீடு எங்க இருக்கு, எந்த நிலத்தில் நிகழுது, அவன் என்ன மொழி பேசறான், அவனுடைய தொழில் என்ன என்கிற எல்லாமே இருக்கும். தமிழ் சினிமாவில் இதெல்லாம் வருவதே இல்லை. இதெல்லாம் ஒரு கலையின் அடிப்படை விஷயங்கள். கண்முன் காட்டி நம்ப வைக்கிற காட்சிக் கலைக்கு இதெல்லாம் அவசியம் தேவை. இதைப் பற்றிய பொதுஅறிவுகூடப் பார்வையாளனுக்கு வழங்கப்படவே யில்லை. அப்படியான ஒரு அறிவு அவனுக்கு வந்திருக்குமானால் இப்படியான படங்கள் ஓடியிருக்காது. இப்பக் கொஞ்சம் கேள்விகள் கேட்கிற சூழல் வருது. எங்க நடக்குது, ஏன் நடக்குது, எந்தச் சாதிக்காரன், என்ன தொழில் செய்யறான், இவன் வயசு என்ன, நிறம் என்ன இத்தனை கேள்விகளும் இருக்கு. ஒரு நாவல் எழுதும்போது இத்தனை கேள்விகளுக்கும் ஒரு நாவலாசிரியன் பதில் சொல்றானே. இரண்டரை மணி நேரம் பல்லாயிரக்கணக்கான மக்கள் பார்க்கிற ஒரு படத்துக்கு அந்த நியாயமே கொடுக்கப்படல என்பது ஜனநாயகக் கலையின் ஜனநாயக விரோதப் போக்குதான்.

உங்கள் அத்தை மலையாளம் எழுதப் படிக்கத் தெரிஞ்சவங்கன்னு சொன்னீங்க. நீங்க எப்ப மலையாளம் கத்துக்கிட்டிங்க?

எனக்கு மலையாளம் பேசத் தெரியும். பேசினாப் புரிஞ்சிக்கத் தெரியும். எஸ்எஸ்எல்சி முடிக்கிற வரைக்கும் ஒரு வரிகூட எழுதப் படிக்கத் தெரியாது. நான் அன்றைக்குப் பேசின மலையாளத்தில் தமிழ் இருக்கும். அதைத் தமிழாளம் என்று சொல்லலாம். எஸ்எஸ்எல்சி முடிச்சபோது இரண்டு தீர்மானங்களுக்கு வந்தேன். ஒன்று கோயம்புத்தூரில் எனக்குத் தெரியாத தெருக்களே இருக்கக் கூடாது. அப்பத்தான் நான் சைக்கிள் ஓட்டக் கத்துக்கிட்டு இருந்தேன். கோயம்புத்தூர் முழுக்கச் சுத்தி என்னுடைய புவியியல் அறிவை விருத்திசெய்து கொண்டேன். இரண்டாவது ஏதாவது மொழி கற்றுக்கொள்வது என்பது. அதுக்காக இஸ்கஸ் நடத்திய ரஷ்ய, இந்தி மொழி வகுப்புகளுக்கெல்லாம் போய்ச் சேர்ந்தேன். இந்தியில் முதல் கட்டப் பரிட்சை வரைக்கும் போனேன். அப்புறம் விருப்பம் குறைஞ்சிடுச்சி. ரஷ்ய மொழிய மூணாவது நாளே நிறுத்திட்டேன். ஏன்னா அதில் மக்கிப்போன பைன் மரக் காடுகளை உடைய ஸ்டெப்பிப் புல்வெளியின் வாசனை இருந்துக்கிட்டே இருந்தது. அந்த மாதிரியான வாசகங்கள் ரஷ்யப் புத்தகங்களிலிருந்து வரும். எனக்கு இந்த மொழி சரிவராது அப்படீன்னு தோணிருச்சு.

என்னால் பேச முடிகிற, எனக்குப் புரிகிற மொழியக் கத்துக்கிட்டா என்னன்னு எனக்குத் தோணுச்சு. அப்படித்தான் மலையாளத்தைத் தொடர்ந்து படிக்க ஆரம்பிச்சேன். கொஞ்சம் கொஞ்சமாக் கத்துக்கிட்டேன். சொற்கள் எனக்குத் தெரியும். வாக்கியங்களின் அமைப்பு முறை எனக்குத் தெரியும். அதனால் பெரிய சிக்கல் இல்லாமல் கத்துக்க முடிந்தது. அப்பவும் பெரிய நம்பிக்கை இருக்கவில்லை. மெல்ல மெல்ல மலையாள இலக்கியங்கள் படிக்க ஆரம்பித்தேன். அதில் என்னுடைய மொழி அறிவு கொஞ்சம் வளர்ச்சி அடைந்தது. கொஞ்சம் தைரியம் வந்ததற்கப்புறம் மொழி பெயர்ப்புகளில் ஈடுபட ஆரம்பித்தேன். மலையாளத்தில் இருந்து தமிழுக்கு. அப்புறம் சூர்யா டிவியின் செய்தி ஆசிரியர் பொறுப்புக்கு வந்த பின்னால் மலையாளத்தில் எழுத ஆரம்பித்தேன். இதுவரைக்கும் ஒரு பத்துப் பதினைந்து கட்டுரைகள் எழுதியிருக்கிறேன். ஒரு ஐம்பது அறுபது கூட்டங்கள் மலையாளத்தில் பிரசங்கிச்சிருக்கேன்.

மொழிபெயர்ப்புக்கான விஷயங்களை எப்படித் தேர்ந்தெடுக்கறீங்க? மொழிபெயர்ப்புக்கென்று என்ன மாதிரி கொள்கைகள் வச்சிருக்கீங்க?

மொழிபெயர்ப்பு என்பது என்னுடைய ஆர்வம் சார்ந்த விஷயம். பின்னால் சில கட்டங்களில் தேவை சார்ந்தும்

செய்திருக்கிறேன். என்னுடைய ரசனை சார்ந்தவை, என் மனப்போக்குக்கு உகந்தவை என்றுதான் செய்திருக்கிறேன். நான் சொல்லணும் என்று நினைத்துத் தேவையில்லாத தயக்கத்தினாலும் பயத்தாலும் சொல்லாமல் விட்ட விஷயங்களை வேறு யாராவது அழுத்தமாகவும் செறிவாகவும் சொல்லி யிருந்தாங்கன்னா அவற்றை மொழிபெயர்த்திருக்கிறேன். மற்றபடி மொழி பெயர்ப்பு என்னுடைய தொழில் அல்ல.

இந்த மொழிபெயர்ப்பு படிப்பவனுக்கு அதனுடைய சரியான அர்த்தத்தில் புரியணும் என்பதைத்தான் பிரதானத் தேவையாக நான் நினைக்கிறேன். மலையாளத்தில் இருக்கும் ஒரு புத்தகத்தைத் தமிழ் வாசகன் ஒருவன் படிக்கிறான். அதனால் தமிழில் அவனுக்குத் தெளிவாப் போய்ச் சேரணும் என்பதுதான் என் முதல் நோக்கம்.

அடுத்து மொழிபெயர்க்கும்போது எந்த அம்சத்துக்கு நியாயமாக இருக்கணும் என்பது முக்கியம். கவிஞனுக்கு நியாயமா இருப்பதா கவிதையின் உள்ளடக்கத்துக்கு நியாயமா இருப்பதா? இது அவ்வப்போது தீர்மானிக்க வேண்டிய விஷயம். சில சமயம் கவிதைகளில் கவிஞனுக்கு நியாயமாக இருக்க வேண்டி வரும். சச்சிதானந்தன் மாதிரியான கவிஞருடைய கவிதையை நான் மொழிபெயர்க்கும்போது கவிதைக்கு நியாயமாக இருப்பதைவிடவும் கவிஞனுக்கு நியாயமாக இருப்பதுதான் நல்லது. ஏன்னா அவருடைய அரசியல், பண்பாடு எல்லாம் அவர் கவிதைக்குள்ள இருக்கு. சில சமயம் கவிதைக்கு நியாயமாக இருக்க வேண்டி வரும். மலையாளத்தின் முக்கியப் பக்திக் கவியாகிய பூந்தானத்துடைய கவிதையை நான் தமிழில் மொழிபெயர்க்கும்போது அதில் கவிதைக்குத்தான் நியாயமாக இருக்க முடியும். ஏன்னா கவிஞரைப் பற்றிய எந்த விவரமும் எனக்கு இல்லை. இது எல்லாவற்றையும்விடப் பிரதானமாக நான் நினைப்பது அது என்ன தொனியில் இருக்கிறதோ அந்தத் தொனியை என் மொழிக்குக் கொண்டு வருவது என்பது. அது நான் என் மொழிக்குச் செய்யும் ஒரு பங்களிப்பு. இன்னொரு புதிய குரலை என் மொழியில் ஒலிக்கவிடுகிறேன் என்பது.

மலையாள இலக்கியம் ஓரளவு தமிழில் வந்திருக்கிறது. தமிழ் இலக்கியங்கள் எந்த அளவு மலையாளத்தில் வந்திருக்கின்றன?

நாம் கொள்முதலில் நியாயமாக இருக்கிறோம். விற்பனையில் அநியாயமாக இருக்கிறோம். அதற்குக் காரணங்கள் உண்டு. மலையாளத்திலிருந்து தமிழில் மொழிபெயர்ப்பது எளிது. மலையாளம் இலக்கணச் சுத்தமாகத் தெரியாமல் மலையாளம்

படிக்க மட்டும் தெரிந்த ஒருவர் தமிழுக்கு மொழிபெயர்த்துவிட முடியும். பெரும்பாலும் இப்போது நடப்பது அதுதான்.

நல்ல மொழிபெயர்ப்பாளர்கள் இல்லை. விரல்விட்டு எண்ணக்கூடிய ஆட்கள்தான் இருக்காங்க. அதிலும் நம்பகமான மொழிபெயர்ப்பு என்று சொல்லக்கூடிய பெயர்கள் மிகக் குறைவு. மலையாளத்திலிருந்து தமிழுக்கு வந்திருக்கிற பலதையும் கதைகள் என்றுதான் சொல்ல முடியுமே தவிர இலக்கியப் படைப்பு என்று சொல்ல முடியாது. சுரா என்று ஒருவர் பஷீர் எழுத்துக்கள் பலவற்றை மொழிபெயர்த்திருக்கிறார். அந்த மொழிபெயர்ப்பைப் படிச்சீங்கன்னா தமிழில் ஒரு பத்தாந்தர எழுத்தாளனுக்குக் கீழதான் பஷீர வெப்பீங்க.

மலையாள இலக்கியம் பற்றிய என்னுடைய அபிப்ராயத்தில் மலையாள மொழியை மாற்றி அமைத்தது மூன்று பேர். மார்த்தாண்ட வர்மா, ராமராஜ பகதூர் என்ற நாவல்களை எல்லாம் எழுதிய சி.வி.ராமன்பிள்ளை முதலாமவர். இரண்டாவது வைக்கம் முகமது பஷீர். மலையாளத்துக்குள்ள ஒரு மலையாளத்தை உருவாக்கியவர் அவர். மூன்றாவது ஓ.வி. விஜயன். ஆனால் பஷீரை ஒரு கதைக்காரனாகக் காட்டுகிற மொழிபெயர்ப்புகள்தான் தமிழில் வந்திருக்கு. மலையாளத்தில் இருந்து தமிழுக்கு வருகிற கவிதைகள் மாதிரியானவை ஏற்கனவே தமிழில் நிறைய இருக்கு. நம்மகிட்டக் குப்பை இருக்கு. அப்புறம் எதற்கு வெளியிலிருந்து காசு கொடுத்துக் குப்பையை வாங்கணும்?

இதில் மலையாளிங்க ரொம்பக் கவனமா இருக்காங்க. ரொம்ப முக்கியமான புத்தகமாத் தேர்ந்தெடுத்துப் பண்றாங்க. இன்றைக்குக் கொஞ்சம் நிலைமை மாறலாம். ஆனால் அதற்கான வாய்ப்பு ரொம்பவும் குறைவுதான். எனக்குத் தெரிஞ்சு தமிழில் இருந்து 'சித்திரப்பாவை' என்ற நாவல் மலையாளத்தில் மொழிபெயர்க்கப்பட்டது. ஞானபீடப் பரிசு பெற்ற எல்லா நாவல்களையும் மலையாளத்தில் கொண்டுவரும் திட்டத்தில் டி.சி. புக்ஸ் அதை மொழிபெயர்த்தாங்க. அது ஒரு பதிப்பைத் தாண்டிப் போகவே இல்லை. ஏன்னா அதற்கு மிக மோசமான விமர்சனங்கள் வந்தன. இந்தப் புத்தகத்தினுடைய நூறு மடங்கு எடையுள்ள புத்தகங்கள் மலையாளத்தில் இருக்கின்றன என்று பேராசிரியர் எம்.கிருஷ்ணன் நாயர் என்பவர் விமர்சனம் எழுதினார். அதனால் மொழிபெயர்ப்பு என்பது அங்கே தேர்வு சார்ந்தது. விற்பனை வாய்ப்பு இருக்கிறது என்பதற்காகவே ஒரு புத்தகத்தை வாசகன் தலையில் திணிப்பது என்பது இலக்கிய சர்வாதிகாரம்தான்.

பிறந்ததில் இருந்து நாற்பது வருசங்களுக்கு மேலாகத் தமிழ்நாட்டில் வசித்த நீங்கள் தற்போது திருவனந்தபுரம் வாசியாக இருக்கிறீர்கள். இரண்டு நில வாழ்க்கை அனுபவங்கள் எப்படி இருக்கின்றன? பொருந்திப்போவது சுலபமாக இருக்கிறதா?

நான் இப்ப ரண்டும்கெட்டான் நிலைமையில் இருக்கிறேன். தமிழ்நாட்டை விட்டுப் போனா நான் மலையாள எழுத்தாளனாக ஆகிறேன். கேரளாவில் இருக்கும்போது தமிழ் எழுத்தாளன் ஆகிறேன். அந்த மாதிரியான ஒரு கட்டம் எனக்கு. அப்புறம் திருவனந்தபுரம் என்பது மலையாளக் கலாச்சாரத்தினுடைய பிடிவாதக் கூறுகள் உள்ள ஒரு இடம் கிடையாது. இது ஒரு தளர்வான தலைநகரம். இங்கே இருக்கும் கலாச்சாரக் கூறுகள் பலவும் தமிழைச் சார்ந்தவை. அதனால் எனக்குப் பெரிய வித்தியாசம் எல்லாம் தெரியவில்லை. பிறந்து நாற்பது வருசங்களுக்கு மேல் வாழ்ந்தது தமிழின் நீரும் நிலமும் சார்ந்த வாழ்க்கை. அது மாறிடாது. சாப்பாட்டு முறையில் சின்ன மாற்றங்கள் இருக்கலாமே தவிர வேற ஒன்னும் மாறல.

_காலச்சுவடு_ – இதழ் 108, டிசம்பர் 2008

எழுத்து, எனக்கு தப்பித்தல் அல்ல

நேர்கண்டவர்: இசை

இந்த வாழ்வில் மரித்துப்போகாமல், உயிர்பிழைத்துக் கொண்டிருக்கும் குற்றவுணர்விலிருந்து தப்பித்துக் கொள்ள வேண்டி எழுதுகிறீர்களா?

இல்லை. எழுத்து தப்புதலுக்கான மார்க்கமல்ல. ஒன்றிலிருந்து நான் தப்பிவிட்டேன் என்றால் அதைப்பற்றிஎல்லாமும்மறையவோமறந்தொழியவோ வேண்டும். ஒருபோதும் இந்த இரண்டு நிலைகளும் நிகழ்வதில்லை. தப்பிய பிறகும் எதிலிருந்து தப்பினேனோ அதை மானசீகமாக உணர்ந்து கொண்டு நினைவில் மீட்டுக் கொண்டும்தான் இருக்கிறேன். மனித மனம் அப்படித்தான். அது மறதியால் ஆனதல்ல. நினைவுகளால் ஆனது. நினைவுகளின் கைமாற்றம்தான் வரலாறு. பண்பாட்டின் மானுடச் சுழற்சி. எனவே எழுதுவது தப்பித்துக் கொள்ள அல்ல; இருப்பைப் பரிசீலனைச் செய்ய. எனக்கு எழுத்து தப்புதல் அல்ல. இருப்பின் நியாயம்.

விவிலியம் சொல்லுவதுபோல மனிதப் பரிணாமத்துக்குக் காரணமே குற்ற உணர்வுதான். அது கற்பனை என்று ஒதுக்கிவிட்டு அறிவியல் சார்ந்து கவனித்தாலும் உண்மை என்று புலப்படும் என்று எண்ணுகிறேன். மனம் குற்ற உணர்வு கொள்வது அந்த உணர்வை விளங்கிக் கொள்ள; அதிலிருந்து விலகிக் கொள்ள; மீண்டும் அந்த உணர்வுக்கு ஆட்பட.

ஒரு கவிதைத் தொகுப்பு கொண்டுவரும் உத்தேசம். எழுதியவர்களின் பெயர்கள் இல்லாமல், கவிதைகள் மாத்திரம் கொண்டு. உங்கள் கவிதை கிடைக்குமா?

இந்த கண்ணாமூச்சி ஆட்டத்துக்கு நான் தயார். சக கவிஞர்களையும் கண்ணுக்குத் தெரியாத கவிதை வாசகரையும் ஆட்டத்தில் இணைத்து 'வார்த்தைகளை வைத்துக்கொண்டு ஜனங்களைப் பயங்காட்டுவது ரொம்ப லேசு என்பதைக் கண்டு கொள்ள' ஆசையாக இருக்கிறது. கவிதையை இணைப்பில் காண்க.

கவிதைக்கும் கடவுளுக்கும் என்ன தொடர்பு? ஏன் கடவுளுக்கு கவிதையும், கவிதைக்கு கடவுளும் அத்தியாவசிய தேவையாகிறது?

எந்தக் கடவுளைச் சொல்கிறீர்கள்? உலகியல் சார்ந்து சொல்லப்படும் கடவுளைப் பற்றி எனக்குச் சந்தேகங்கள்தான் இருக்கின்றன. அப்படி ஒருவர் அல்லது ஒன்று இருக்கிறதா என்ற கேள்வி நிரந்தரமாக இருக்கிறது. இந்தச் சந்தேகம் ஓர் ஓயாத தேடலுக்கு வாய்ப்பளிக்கிறது என்பதனால் அதைத் தொடர்ந்து தீராத சந்தேகமாக வைத்துக்கொள்ளவே விரும்புகிறேன். இருக்கிறது / இருக்கிறார் என்ற உறுதியையும் இல்லை என்ற மறுப்பையும் விட இருக்கிறதா / இருக்கிறாரா என்ற கேள்வி வசீகரமானது. பித்து ஏற்படுத்தக் கூடியது. கவிதைக்குக் கொஞ்சம் பித்து நிலை தேவைப்படுவதாகக் கருதுவதால் கடவுளும் தவிர்க்க இயலாததாகிறது / இயலாதவராகிறார்...

இன்றைய கவிதைகளில் சொல்லப்படும் கடவுளின் அவதார நோக்கம் ஆளுக்கு ஆள் மாறுபடுகிறது. பிரார்த்தனை முதல் குதப் புணர்ச்சிக்கு இலக்காவதுவரை எல்லா நடவடிக்கைகளுக்கும் கவிதைச் சாட்சியாகக் கடவுள் இருக்கிறது. என் கடவுள் – காலம், அதிகாரம், கருணை, பகை, தோழமை என்று பலவாகத் தோன்றுகிறது / தோன்றுகிறார். கவிதைக்கு எதுவும் விலக்கல்ல; அதுபோலவே கடவுளும்.

முத்துகுமாரும், செங்கொடியும் தன் உயிரை மாய்த்துக் கொண்டபோது, ஒரு ஆட்டோ ஓட்டுநர் தன்னை எரியூட்டிக் கொள்ளும் போது, கடற்கரையோரங்களில் விமானங்கள் தாழப்பறக்கும் போது உங்கள் கவிதை ஸ்தம்பித்து விடுகிறதா அல்லது உத்வேகம் கொள்கிறதா?

மேற்சொன்னவை யாவும் கவிதையின் பிரச்சினைகள் அல்ல; கவிதைக்கான பிரச்சினைகள். வாழ்வுக்கான பிரச்சினைகள். வாழ்க்கையில் எதிர்கொள்ள முடியாத ஒன்றைக் கவிதையில் ஆவேசமாகச் சித்தரிப்பது பற்றி எனக்கு ஐயமிருக்கிறது.

நேர்காணல்கள்

கொக்கோகோலா எதிர்ப்புப் போராட்டத்தில் முழங்கிய ஒருவர் கோக் டின்னுடன் காட்சியளிப்பது போன்ற அபத்தம். அப்படி ஓர் அதார்மீகத்தில் ஈடுபடாமலிருக்கவே விரும்புகிறேன்.

கவிதையில் செய்யக் கூடியது இந்த அநீதிகளுக்கு எதிரான மனநிலையை உருவாக்குவது மட்டுமே. தார்மீகச் சினம் என்பது ஸ்தம்பிப்பா உத்வேகமா? முன்னரே சொன்னேன், கவிதை என் இருப்பின் நியாயம். இருப்புக் குலைக்கப்படும்போது ஸ்தம்பித்து நிற்பது தற்கொலைக்குச் சமம். உத்வேகம் கொள்வது இருப்பின் தொடர்ச்சி. மேற்சொன்ன தருணங்களில் நான் உத்வேகம் கொள்கிறேன். நான் என்பது நான் மட்டுமல்ல. முத்துக்குமாரும் செங்கொடியும் ஆட்டோ ஓட்டுநரும் விமானச் சிறகடிப்புக்கு வெருண்டவர்களும்தான். அதன் எதிர்வினை உடனடியாகக் கவிதையில் வராமலிருக்கலாம். அது கவிதையின் உறைவு நிலையல்ல. ஏனெனில் கவிதை அன்றேயும் கொல்லும்; நின்றும் கொல்லும்.

எவ்வளவு பேசினாலும் தீரவே தீராத கவிதையின் இளமை குறித்து கொஞ்சம் சொல்லுங்கள்?

கேள்வியிலேயே பதில் இருக்கிறதே. கவிதையின் இளமை தீராதது. தேவதைகளுக்கு வயதாகாது என்று நம்புவதுபோல. வயதாக வேண்டாம் என்று விரும்புவதுபோல. வயதாகிவிட்ட தேவதைகள் பார்க்கச் சகிக்காதவையாக ஆவதுபோல. இளமை தீர்ந்தது கவிதை அல்ல; செய்யுள். கவிதை எப்போதும் நிகழ்காலத்தின் பொருள். நிரந்தரமான நிகழ்காலத்தின் பொருள். அதற்குள் நேற்றின் நிழலும் நாளையின் சாயலும் இருந்தாலும் அது இன்றின் ஒளி. தன்னுடைய நிகழ் மனதை இன்றும் நிகழ்த்திக் கொண்டிருப்பவற்றைத்தான் 'ஆகச் சிறந்த கவிதைகள்' என்று நம்பவும் விரும்புகிறேன்.

***சால்ட்* இதழ் 2, 2015**

எல்லா நாவல்களும் யாரோ சிலரது வரலாறுகள்தான்

நேர்கண்டவர்: கீரனூர் ஜாகீர்ராஜா (கொங்குநாடன்)

தமிழில் பெரிதும் அறியப்பட்ட கவிஞராகிய நீங்கள் எழுதிய 'வேழாம்பல் குறிப்புகள்' வாசித்தபோது உங்கள் உரைநடையின் செறிவை உணர முடிந்தது. இப்போது வெல்லிங்டன் நாவலில் நீலகிரி மலையின் ஒரு காலகட்ட வரலாற்றை எழுதியிருக்கிறீர்கள். ஒரு கவிஞராக இந்த உரைநடை அனுபவத்தை எவ்வாறு உணர்கிறீர்கள்?

கவிஞனாக அறியப்படவே விரும்பியிருக்கிறேன்; விரும்புகிறேன். கவிதைச் செயல்பாட்டின் விரிவாக்கமாகவே உரைநடையையும் பார்க்கிறேன். எழுத வந்த காலம் முதலே கவிதையையும் உரைநடையையும் இணையாகவே கையாண்டிருக்கிறேன்.

நவீன யுகம், உரைநடையின் யுகம் என்பது என் எண்ணம். புதிய கவிதைகள் உரைநடையில் எழுதப்படுபவைதான் என்பதை நீங்களும் ஒப்புக் கொள்வீர்கள். உரைநடைக்குப் புறக்கருவிகளும் தெளிவும் துலக்கமும் தேவைப்படுகின்றன. கவிதைக்கு அகத் தகவல்களும் நுட்பமும் பூடகமும் அவசியமாக இருக்கின்றன. இந்த இரண்டு இயல்புகள்தாம் அவற்றைப் பிரித்துக் காட்டுகின்றன. உரைநடை உள்ளொன்று வைத்துப்

புறமொன்று பேசுவதில்லை; கவிதை புறமொன்று வைத்து உள்ளே வேறொன்றைப் பேசுகிறது. ஆனால் சாரத்தில் இரண்டும் மொழியின் இரண்டு சாத்தியங்களைச் சொல்பவை. உரைநடையைக் கொஞ்சம் இறுக்கினால் கவிதையின் சாயலைக் கொண்டுவர முடியும் என்று முயன்றதன் விளைவுதான் 'வேழாம்பல் குறிப்புகள்' உள்ளிட்ட எனது உரைநடை ஆக்கங்கள். அது ஒரு பயிற்சி. பயிற்சி முழுமையாகப் பயன் கண்டது இந்த நாவலில்தான். இதுவரையிலான எனது உரைநடையில், மனம் விரும்பியதைக் கை செய்து முடித்தது என்று மிகவும் உணர்ந்தது இந்த நாவலின் ஆக்கத்தில்தான். குறுகிய தூர ஓட்ட நிபுணன் நெடுந்தூரப் பந்தயத்திலும் ஓடிய அனுபவம்.

இந்த நாவலில் ஒரு உரைநடையல்ல, மூன்று உரைநடைகள் பயன்படுத்தப்பட்டுள்ளன. சல்லிவனின் கதையையும் வெல்லிங்டன் உருவாக்கத்தையும் பற்றிச் சொல்லும் பகுதியில் நூற்றாண்டுகளுக்கு முந்தையதாகத் தெரியும் பழைய உரைநடை. கதையின் மையப் பாத்திரமான பாபுவின் நுழைவுக்கு முந்தைய காலகட்டத்தைச் சொல்லும் பகுதியில் ஐம்பது அறுபதுகளின் நடை. பாபுவின் பார்வையில் விரியும் மீதிப் பகுதியில் சமகால நடை. இந்தப் பகுப்பு திட்டமிட்டுச் செயல்பட்டதல்ல; படைப்பின் போக்கு முன்வைத்த கோரிக்கை அது. அதற்கு உடன்பட்டிருக்கிறேன்.

தனது ஆட்சியதிகாரத்தின் கீழிருந்தபோதும் திப்பு சுல்தானால் நீலமலையின் மகிமையை உணர்ந்து கொள்ள முடியாமல் போனதன் காரணம் என்னவாக இருக்கும்? நீங்கள் நாவலில் குறிப்பிடுவது போல மனிதர்களை வெல்வது சுலபமாகவும் இயற்கையை வெல்வது கடினமாகவும் இருக்குமென திப்பு நினைத்திருக்க கூடுமா?

ஆங்கிலேயரின் ஆக்கிரமிப்புக்கு முன்னரே நீலகிரிப் பகுதி திப்பு சுல்தானின் ஆளுகைக்கு உட்பட்டிருந்தது என்றும் மைசூர், கேரளம் வழியாகப் படைநடத்திச் சென்றிருக்கிறார் என்றும் வரலாற்றுத் தகவல்கள் கூறுகின்றன. பவானி ஆற்றின் வடகரையில் கட்டப்பட்ட தேவநாய்க்கன் கோட்டை திப்புவின் படைத்தளமாக இருந்ததாகவும் குறிப்பிடப்பட்டிருக்கிறது. நீலமலையை வெல்வது திப்புவின் திட்டங்களில் இருந்ததா இல்லையா என்று சொல்லப்படவில்லை. அதை ஊகிப்பதில் படைப்பாளனாக எனக்கு ஆர்வமுமில்லை. 'மனிதர்களை வெல்வது சுலபமாகவும் இயற்கையை வெல்வது கடினமாகவும் இருக்குமெனத் திப்பு நினைத்திருக்கக் கூடுமா?' என்ற வாசகம் ஒரு படைப்புக் கற்பனை மட்டுமே.

2008இல் மலையாளக் கவிஞர்களுக்கு ஊர்சுற்றிக் காண்பித்தபோது வெல்லிங்டன் நாவல் கருக்கொண்டதாக குறிப்பிட்டிருந்தீர்கள். வாழ்ந்து பழகிய ஊரை எழுத்தில் முன்வைக்கையில் உருவாகும் பதற்றம் கலந்த பரவசத்தை எழுதும் போது அனுபவித்திருப்பீர்கள்.

நாவல் எழுத்தில் ஈடுபடுவேன் என்றெல்லாம் ஒருபோதும் எண்ணியதில்லை. ஆனால் என்றாவது அப்படி ஒன்றைச் செய்ய நேர்ந்தால் அதன் களம் வெல்லிங்டனாக இருக்கும் என்பது மட்டும் நிச்சயமாக இருந்தது. நண்பர்களை அழைத்துச் சென்றது ஒரு தூண்டுதல் மட்டுமே. நாவலின் பின்னுரையில் குறிப்பிட்டிருப்பதுபோல மனதில் இளம் பருவத்திலேயே பதிந்த நிலப்படம் அந்த ஊரினுடையது. எப்போதும் நினைவிலேயே இருந்த ஊர் அது. மறக்கவியலாதவர்களாக இருந்தவர்களும் அந்த ஊரின் மனிதர்களே. திரும்பத் திரும்ப யோசித்ததும் அந்த இடத்தையும் அங்கே வாழ்ந்த மனிதர்களையும் குறித்த கதைகளையே. மனதுக்குள் சுரந்து ததும்பிக் கொண்டிருந்த அந்த ஞாபக ஊற்று நண்பர்களுக்கு ஊரைச் சுற்றிக் காண்பித்தபோது தன்னிச்சையாகத் திறந்து கொண்டது. அவ்வளவே.

எல்லா எழுத்துக்களும் ஏதோ ஒருவகையில் பதற்றத்தையும் பரவசத்தையும் தருகின்றன. சரியாகச் சொன்னால் அந்தப் பதற்றத்தையும் பரவசத்தையும் மீண்டும் மீண்டும் அனுபவிக்கவே ஒரு படைப்பாளி படைப்பாக்கத்தில் ஈடுபடுகிறான். இந்த நாவலில் இந்த இரண்டு உணர்வுகளும் மற்ற தருணங்களை விட அதிகமாக இருந்தன. நாவலின் பரப்பும் விரிவும் வெவ்வேறு பாத்திரங்களின் மனநிலைக்கு ஆட்பட வேண்டியிருந்ததும் அதற்குக் காரணமாக இருக்கலாம். நினைவுகளில் மட்டுமே இருக்கும் இடத்தையும் காலத்தையும் மனிதர்களையும் மீண்டும் உயிரும் ஒளியுமாக உருவாக்க முடிந்ததே பேரனுபவம்.

ஜான் சல்லிவன் நாவலிலிருந்து மறைந்ததும் ஒரு வெற்றிடம் உருவானதாக உணர்ந்தேன். இது அந்த கதாபாத்திரம் உருவாக்கிய தாக்கம். மற்ற எல்லா பாத்திரங்களைவிடவும் ஜான் சல்லிவன் மொத்த ஆகிருதியுடன் வெளிப்பட்டிருப்பதாகக் கருதுகிறேன்.

உண்மையில் ஜான் சல்லிவனுக்கு நாவலில் அளிக்க விரும்பிய இடம் மிகச் சிறியது. ஒரு பத்தி, ஒரு பக்கம், ஒரு அத்தியாயத்தில் முடிக்க வேண்டும் என்று தீர்மானம். ஆனால் எழுத்தின் போக்கில் அவர் முதன்மையான பாத்திரமாக பேருருவம் கொண்டுவிட்டார். அதை அப்படியே ஏற்றுக்கொண்டேன். சல்லிவன் இல்லாமல் உதகமண்டலமோ உதகமண்டலம் இல்லாமல் வெல்லிங்டனோ உருவாக வாய்ப்பில்லை. எனவே

நீண்ட யோசனைக்குப் பிறகு, அவரது வரலாற்றுப் பங்குக்கு மதிப்பளிப்பதாக இருக்கட்டுமே என்று அந்தப் பகுதிகளை நீக்காமல் விட்டேன். அந்தப் பகுதிகளை நாவலை எழுதத் தொடங்கிய 2008ஆம் ஆண்டு வாக்கிலேயே முடித்திருந்தேன். அவற்றை வைத்துக் கொள்ளலாமா வேண்டாமா என்ற குழப்பம் இருந்தது. 2012 ஜனவரி 14 'தினமணி' தலையங்கம் மறைமுகமாக வைத்துக் கொள்ளலாம் என்ற தெளிவான முடிவை எடுக்கச் செய்தது. 'தேசியத் தலைகுனிவு' என்ற தலைப்பில் எழுதப்பட்ட அந்தத் தலையங்கத்தில் 'இன்றைய உதகையை நிர்மாணிக்க, இருநூறு ஆண்டுகளுக்கு முன்பு கோவை மாவட்ட ஆட்சியர் சலைவன் (ஏதோ புலி, சிங்கங்களை வேட்டையாடியதைப்போல) எத்தனை பழங்குடி மக்களைக் கொன்றார் என்ற விவரங்கள் பதிவுகளாக உள்ளன' என்ற வரிகள் இருந்தன.

நாவலை எழுதுவதற்காக நான் நடத்திய ஆய்வில் அப்படியான எந்தப் பதிவையும் பார்க்கவில்லை. மாறாக சல்லிவன் 'உள்ளூர் அடிமைக'ளுக்கு ஆதரவாக இருந்தார் என்றுதான் ஆதாரங்களுடன் நிரூபிக்கப்பட்டிருந்தது. தினமணி தலையங்க வாசகங்கள் மேம்போக்கானவை என்று அறிய முடிந்தது.

சல்லிவன் ஆங்கிலேயே அரசின் அதிகாரத்தைச் செயல்படுத்த அனுப்பப்பட்டவர்தான். ஆங்கில ஆட்சியின் சுரண்டல்களுக்குத் துணை நின்றவர்தான். ஆனால் அதையும் மீறி ஒரு புரோட்டஸ்டெண்ட் கிறித்துவ எதிர்ப்புணர்வும் தோட்டக் கலையில் ஆர்வமும் கொண்டிருந்தவர். சுதேசிப் பிரஜைகளின் மீது கரிசனம் கொண்டிருந்தவர். அவர்களுக்காகத் தனது வரையறைக்குள் நின்று வாதாடியவர் என்ற தவல்கள் எல்லாம் இன்றும் வாசிக்கக் கிடைப்பவை. அதை ஆராய்ந்து வாசிக்கும் எவருக்கும் தினமணி தலையங்க வாசகங்கள் அபத்தமாகப்படும். உண்மைக்கு மாறானவை என்று விளங்கும். வெள்ளையர் என்றாலே கொடியவர்கள் என்று கற்பிதம் செய்யும் பாமர தேசபக்தி புலப்படும். எனவே ஜான் சல்லிவனைப் பற்றிய சரியான சித்திரம் என்று ஆய்வுகளின் வலுவில் கண்ட ஒன்றை அந்த விமர்சனத்துக்கு எதிராக முன்னிருத்த ஆசைப்பட்டிருக்கலாம். நாவலாக்கத்தின்போதோ அதற்குப் பிந்தைய தருணங்களிலோ இந்த எண்ணம் உருவாகவில்லை. உங்கள் கேள்வியைத் தொடர்ந்து யோசிக்கும்போது இந்தக் காரணமும் ஆழ்மனதில் இருந்திருக்கலாம் என்று படுகிறது. படைப்பாளனாக எனது 'சாய்வு' அஜண்டா நாட்டுப்பற்றின் மீது அல்ல; உண்மையின் மீது.

ஹெத்தே மனையின் பரம்பரைப் பூசாரி மாதேகவுடர் சொல்வதாக விரியும் கதை நீங்கள் குறிப்பிட்ட ஸ்ரீ ஹெத்தயம்மாள் சரித்திரம் நூலின் தாக்கத்தில் உருவானதா?

முற்றிலும் அந்த நூலின் தாக்கத்தில் உருவானதல்ல. அதையும் சார்ந்து கற்பனை கலந்து உருவாக்கப்பட்டது. சிறு வயதில் படக இனத்தைச் சேர்ந்தவர் சொல்லிக் கேட்ட பல கதைகளில் ஒன்றையே பயன்படுத்தியிருக்கிறேன்.

கதை கோயமுத்தூரில் நிகழும்போது அப்போதைய சென்ட்ரல் ஸ்டுடியோ, நடிகர் ராம்சந்தர், நடுவகிட்டுக்கார தட்சிணாமூர்த்தி, ஐயரின் ரப்பர் கம்பெனி, வேலாண்டிபாளையம் ஆகியவை இடம் பெறுகின்றன. பெருமளவு கோவை நகரப் பரிச்சயமும் உள்ள நீங்கள் எதிர்காலத்தில் கோவையைக் களமாகக் கொண்டும் ஒரு நாவல் எழுதுவீர்களா?

அப்படியான திட்டங்கள் எதுவும் தற்போது இல்லை. வெல்லிங்டன் நாவலில் சித்தரிக்கப்படும் காலத்துக்கு ஏதுவாகவே கோவை நகரத்தின் இடங்களும் குறிப்பிடப்பட்டிருக்கின்றன. அது தேவையானதாகவும் நாவலுக்கு உண்மையின் சாயலைக் கொடுப்பதாகவும் அமைந்தது. கோவை நகரத்துடன் எனக்குப் பரிச்சயம் இருப்பது உண்மை. அந்தப் பரிச்சயத்தைப் பின்புலமாகக் கொள்ளக் கூடிய கதை எதுவும் இப்போது மனதில் இல்லை. உங்கள் கேள்வி அப்படி ஏதாவது கதையை மனதின் களஞ்சியத்திலிருந்து தேடிக் கண்டு பிடிக்க முடியுமா என்ற குறுகுறுப்பைக் கொடுக்கிறது. பார்க்கலாம். இந்தக் குறுகுறுப்பைக் கிளறி விட்டதற்காக நன்றி.

பொதுவாக இதுபோன்ற ஊர்வரலாற்றை நாவலாக எழுதுகிறவர்கள் ஊரின் வரைபடத்தையும், ஜான்சலிவன் போன்றோரின் நிழற்படங் களையும் நாவலில் இணைத்திருப்பார்கள். நீங்கள் அந்த சம்பிரதாயத்தை தவிர்த்திருக்கிறீர்கள்.

அதை சம்பிரதாயம் என்று நீங்களே சொல்கிறீர்களே, அதனால்தான் தவிர்த்திருக்கிறேன். எழுத்தில் சம்பிரதாயங் களுக்கு இடமளிப்பதில் எனக்கு விருப்பமில்லை. அது தவிர இது வரலாற்று ஆய்வேடு அல்ல, ஆய்வுத் தகவல்களுக்கு ஆதாரமாக வரைபடத்தையோ உருவப் படத்தையோ கொடுக்க. இது ஒரு புனைவு. உண்மையின் மீது உருவாக்கப்பட்ட புனைவு. இங்கே தவல்களின் துல்லியத்துக்கு அல்ல, அவை தரக்கூடிய உணர்வுகளுக்கே முதன்மை. வெல்லிங்டனின் வரைபடம் என்று நான் கொடுக்கும் வரைபடத்தை மீறிய ஒன்றையே, சல்லிவனின் புகைப்படம் என்று நான் காட்டும்

படத்தை மீறிய ஒன்றையே வாசிப்பு வேளையில் வாசகன் தனது கற்பனையில் உருவாக்கிக் கொள்கிறான். நான் கொடுக்கும் படங்கள் அவனுடைய கற்பனையைக் கலைக்கும் என்று தோன்றியது. அதுமட்டுமல்ல, நான் கொடுக்கும் சித்திரங்களே கூடக் கற்பனையை முழுமையாக்கத்தானே? அதைவிடவும் அவனையே முழுமையாகக் கற்பனை செய்துகொள்ள விடுவதே நல்லது என்று பட்டது.

நாவலுக்குள் நீங்கள் பிரவேசிக்கையில் அது தன் வரலாறாக மாறிவிடுகிறது. பிறகு கடைசிவரை சுயசரிதைத் தன்மையுடனேயே நகர்ந்து முடிகிறது. சலிவனை அல்லது படகர் இன மக்களின் தொன்மக் கதைகளை அல்லது இரண்டையுமே ஆங்காங்கே இணைத்திருப்பின் சுயசரிதைத் தன்மை மிகுந்து இழையோடுவதைத் தவிர்த்து இருக்கலாம் என்று தோன்றுகிறது . . .

உங்களுக்கு என்னைப் பற்றிய ஏதோ தகவல்கள் தெரிந்து இருக்கின்றன என்று ஊகிக்கிறேன். அதனால் பாபுவின் பிரவேசத்தை என்னுடைய நுழைவாகவும் நாவல் தன் வரலாறாகவும் உங்களுக்குத் தோன்றியிருக்கலாம். என்னைப் பற்றிய எந்த விவரமும் தெரியாத ஒரு வாசகனுக்கு இது நாவலாக மட்டுமே தென்படும் என்று நம்புகிறேன். சல்லிவன் பற்றிய வரலாறு அந்த இடத்தின் உருவாக்கத்தையும் படகர் இனத் தொன்மங்கள் அந்த இடத்தில் வாழ்ந்தவர்களின் அல்லது வாழ்பவர்களின் இருப்பைச் சொல்லவுமே எடுத்தாளப்பட்டவை. இது தன் வரலாற்று நாவல் அல்ல என்று அடுத்த கேள்வியில் நீங்களே சான்றளிக்கிறீர்கள்.

இந்த நாவலின் சுய சரிதைத்தன்மை இழையோடக் காரணம் அதன் வடிவம். யாரும் அதிகம் கவனிக்காத ஒரு ஊரைப் பற்றியும் அங்கிருந்த மனிதர்களைப் பற்றியும் சொல்லவே விரும்பினேன். அதைச் சொல்வது ஒரு சிறுவனின் பார்வையில். சிறுவனின் ஆறு முதல் பதினேழு வயது வரையிலான வாழ்க்கையிலிருந்து கதைக்கான சம்பவங்களைத் தொகுத்திருக்கிறேன். சிறுவனின் மனப் பக்குவத்தை மீறிய எதையும் சொல்லிவிட முடியாது. அவனுக்குத் தெரியாத விஷயங்களைப் பற்றிப் பேச முடியாது. அவனுடைய அறிவை மீறிய வர்ணனைகளையோ சித்தரிப்புகளையோ கையாள முடியாது. எனவேதான் அந்தப் பகுதிகள் நீண்டு தெரிகின்றன. பாபுவின் நுழைவுக்குப் பிறகு கதையை அவனுடைய அனுபவ எல்லைக்கு மீறியதாக எழுத விரும்பவில்லை. ஆசிரியர் கூற்றாகவும் கதையை முன்நடத்திச் செல்ல விரும்பவில்லை. ஒரு ஊர் எவ்வாறு உருவாகிறது என்று சொல்லும் பகுதியிலும்

– சல்லிவன் வரலாறு, அந்த ஊருக்கு மனிதர்கள் சென்று சேர்வதைப் பேசும் பகுதியிலும் – வெல்லிங்டனுக்குக் கண்ணன் சென்று குடியேறுவது, ஆசிரியர் கூற்றாகச் சொல்லப்படும் நாவல் பாபுவின் வருகைக்குப் பின்பு அவனுடைய கோணத்தில் மட்டுமே முன் நகர்கிறது. இது இயல்பாக நிகழ்ந்தது. வலிந்து அதை மாற்ற விரும்பவில்லை. அலங்காரமாகச் சொன்னால் எல்லா நாவல்களும் யாரோ சிலரது வரலாறுகள் தானே?

'காலம் பின்நகர்த்திய வாழ்வையும், மனிதர்களையும் நடைமுறையில் திரும்பப் பெறமுடியாது. ஆனால் எழுத்தின் மூலம் முடியும்' என்பதை நிரூபித்திருக்கிறீர்கள். 300 பக்கங்கள் கொண்ட நாவலை ஊர்வரலாறு, தன்வரலாறு, ஒரு குறிப்பிட்ட இன மக்களின் வாழ்வியல் பண்பாடு, கலாச்சாரம், தொன்மம் யாவும் பிணைந்த ஒரு பிரதியாக மாற்றியிருக்கிறீர்கள். உங்கள் அளவில் இது திருப்தி அளித்திருக்கிறதா?

இல்லை. நான் எழுத நினைத்த நாவல் இது அல்ல. அந்த வகையில் இந்த நாவல் திருப்தி அளிக்கவில்லை. ஆனால் நான் எழுத நினைத்த நாவலின் சகல கூறுகளும் இந்த நாவலில் எழுதப்பட்டுவிட்டன. அந்த வகையில் ஓரளவுக்கு மனநிறைவைத் தந்திருக்கிறது. நான் திட்டமிட்ட நாவலின் சல்லிவன் வரலாறு வெறும் குறிப்பு – ரெஃப்ரன்ஸ் – மட்டுமே. படகர் தொன்மங்கள் வெறும் கதை மட்டுமே. ஆனால் இப்போதைய நாவலின் இரண்டும் கதையின் உள்ளோட்டங்களாகவே மாறியிருக்கின்றன. பாபுவும் அவன் நண்பர்களும் புழங்கும் உலகத்தை சல்லிவன் உருவாக்கிய ஊரின் உருவாக்கக் கதையுடன் ஒப்பிட்டும் சக்குவின் கதையை ஹெத்தெ கதையின் மறுபடைப்பாகவும் பார்க்க முடியுமானால் நாவல் இன்னொரு பரிமாணத்தில் புலப்படலாம். சல்லிவனும் ஒரு புதிய உலகைக் கண்டுபிடிக்கிறார். பாபுவுக்கும் அவன் பார்க்கும் இடங்களிலிருந்து ஒரு புதிய உலகம் எழுகிறது. சக்கு ஒன்றுக்கு மேற்பட்ட இடத்தில் மைதானத்து மாரியம்மனுடன் ஒப்பிடப் படுகிறாள். ஒரு வாசகனாக இப்போது வாசிக்கும் போது இந்த இணைப்புகள் தென்படுகின்றன. எழுத்தில் இது தற்செயலாக நிகழ்ந்தது. அதைத்தான் 'இதை நான் எழுதினேன் என்பது மிகை; என்னால் எழுதப்பட்டது என்பதே சரி' என்று பின்னுரையில் குறிப்பிட்டிருக்கிறேன். ஒரு கதை தன்னை எழுதிக் கொள்ள என்னைத் தேர்ந்தெடுத்தது என்பதும் திருப்தி அளிப்பதுதான்.

சுற்றுலாத் தலமாக மட்டுமே மாறிவிட்ட இன்றைய நீலகிரியின் வெறுமை சூழ்ந்த நிலையை உங்கள் வார்த்தைகளில் ஒரு குறுங்கவிதையாகச் சொல்லுங்கள் . . .

என்னுடைய முதல் கவிதைத் தொகுப்பில் 'உதகமண்டலம்' என்ற தலைப்பில் ஒரு கவிதை உள்ளது. அந்தக் கவிதையின் விரிவாக்கமே இந்த நாவல் என்றும் சொல்லலாம். நாவலில் கௌரி என்ற பெயரில் குறிப்பிடப்படும் பாத்திரத்தின் அசல் நபருக்குச் சமர்ப்பிக்கப்பட்டிருக்கும் கவிதையின் இறுதி வரிகள் இவை:

'எளிமையானது உன் அன்பு
நடு ஆற்றில் அள்ளிய தண்ணீர்போல்.'

நாவலை எழுதி முடிக்கும் தறுவாயில் மீண்டும் அந்த இடங்களை நேரில் சென்று பார்த்தேன். பலவும் மாறியிருந்தன. சில மாறாமலே இருந்தன. அந்த மாற்றங்களுக்கும் மாற்றமின்மை களுக்கும் நடுவில் நான் உணர்ந்தது மேற்சொன்ன வரிகள் மாற வேண்டியவையாக இல்லை என்பதை. ஏனெனில் நீங்கள் சொல்லும் அதிகாரபூர்வமான சுற்றுலாத்தலமல்ல நான் பார்க்கும் நீலகிரி. அது இன்றும் பசுமையானது; இன்றும் இளமையானது; இன்றும் கற்பனையைத் தூண்டுவது.

புதிய புத்தகம் பேசுது, ஜூன் 2014

எனக்கு வாய்த்த பேறு

கவிதைத் தொகுப்புகள், மொழிபெயர்ப்புகள், கட்டுரைகள் என்று பல்வேறு தளங்களில் இடையறாது பங்களித்து கொண்டு வருபவர், தற்போது காலச்சுவடு இதழின் பொறுப்பாசிரியராக பணியாற்றி வரும் கவிஞர். சுகுமாரனின் தொகுப்பில் 'தி. ஜானகிராமன் சிறுகதைகள்' இவ்வருட புத்தக கண்காட்சிக்கு, காலச்சுவட்டின் புதிய வெளியீடாக வருகிறது. கவிதை மொழியில் அவர் மேற்கொண்ட, பாசாங்கில்லாத, வடிவமைப்பு முயற்சிகள், சொற்தேர்வுகள் மற்றும் அதன் உள்ளடக்கம் பல இளம் கவிஞர்களுக்கு வழிகாட்டுதலாக அமைந்திருக்கிறது. வைக்கம் பஷீர், பால் சக்கரியா போன்றோரின் படைப்புகளை மலையாளத்திலிருந்து தமிழுக்கு கொண்டு வந்தவர். **பதாகை** சிற்றிதழுக்காக அவருடனான மின் அஞ்சல் உரையாடல்.

பதாகை – இந்தத் தொகுப்பில் ஈடுபட்டபோது ஏற்பட்ட உங்கள் அனுபவங்கள் பற்றிச் சொல்லமுடியுமா? காலவரிசையில் நோக்கும்போது தி.ஜா-வின் ஆரம்பகால படைப்புகளுக்கும் இறுதிகால படைப்புகளுக்கும் ஏதேனும் மாற்றம் தெரிந்ததா? ஒட்டுமொத்தமாக அவருடைய படைப்பில் ஊறியிருக்கும் மைய அக்கறை என்று எதைச் சொல்வீர்கள்?

இலக்கிய வாசகர்கள் எல்லாரிடமும் தங்களுக்கு மிகவும் பிடித்த எழுத்தாளர்கள் என்று ஒரு பட்டியல் இருக்கும். என்னிடமும் இருக்கிறது. அந்தப் பட்டியலின் முதல் சில பெயர்களில் ஒன்று தி. ஜானகிராமனுடையது.

எனக்குப் பிடித்திருக்கிறது என்று நான் சொல்வது ரசனை அடிப்படையில் மட்டுமல்ல; அந்த எழுத்தாளர்கள் தமது படைப்பு மூலம் கற்பித்த விஷயங்களையும் சார்ந்துதான். பெண்கள் மீதான மரியாதையைப் பேணக் கற்றுக் கொடுத்ததில் தி.ஜாவின் படைப்புகளுக்கும் பங்கு உண்டு. கணிசமான பங்கு. அதற்கான கைம்மாறாகவே இந்தத் தொகுப்புப் பணியில் ஈடுபட்டேன். அவருடைய படைப்புகள் மீது எனக்கிருக்கும் மதிப்பைக் காட்டவே இதைச் செய்திருப்பதாக நம்புகிறேன். தொகுப்புப் பணியில் எனக்குக் கிடைத்த முதலாவதும் முதன்மையானது மான அனுபவம் இதுதான்.

இந்தத் தொகுப்பைக் கால வரிசைப்படித் தொகுக்க வில்லை. வெளிவந்திருக்கும் தொகுதிகளின் வரிசைப்படிதான் அமைத்திருக்கிறேன். காரணங்களை 'தி. ஜானகிராமன் சிறுகதைகள் – முழுத் தொகுப்பு'க்கு எழுதியிருக்கும் பதிப்புரையில் விரிவாகவே முன்வைத்திருக்கிறேன். ஜானகிராமன் கதைகளில் பெருமளவுக்கு ஸ்தூலமான மாற்றங்கள் இல்லை. முதல் கதை யான 'மன்னித்து விடு' வில் ஆரம்ப கட்ட எழுத்தின் குறைகள் உள்ளன. ஆனால் கதைப்போக்கு, பாத்திரங்களின் உரையாடல், கதையின் வடிவம் ஆகியவற்றில் பிற்காலக் கதைகளின் முன்மாதிரியாகவே அமைந்துள்ளது. ஒரு செவ்வியல் பூரிதநிலை கொண்டவை அவரது கதைகள். அவை காலத்தின் போக்குக்கு ஏற்ப மாற்றம் அடையவில்லை கால, இட மாறுதல்கள் உள்ளடக்கத்தில் நுட்பமான மாற்றங்களை நிகழ்த்தி யிருந்தாலும் அவரது கதைக் கலையின் செவ்வியல் நிலைக்கு வெளிப்படையான மாற்றம் ஏற்பட்டிருக்கவில்லை. மொழிவழக்கில் மட்டுமே மெல்லிய மாறுதல்கள் தெரிகின்றன. எனவே, காலவரிசைப்படி கதைகளைத் தொகுப்பதைவிடவும் வெளிவந்திருக்கும் தொகுப்புகளில் இருப்பதுபோலவே வரிசைப்படுத்துவது என்ற தீர்மானத்தை மேற்கொண்டேன்.

தி. ஜானகிராமனின் கதைகளின் மைய அக்கறை 'மனித சேஷ்டைகள்'தாம். மனிதர்களைக் கொண்டாடி அலுப்பதில்லை அவருக்கு. அன்பு, பாசம், காதல், பரிவு என்று வெவ்வேறு வார்த்தைகளில் சொல்லப்படும் உணர்வு நிலைகளின் மையமான மானுடக் கருணையே அவரது படைப்பின் மையம் என்று சொல்லத் தோன்றுகிறது. மனிதர்கள் இந்த உணர்வுகளைக் கொண்டவர்களாகவே இருக்க முடியாமற் போவது அவர்களது சூழ்நிலையின் காரணமாகவே என்று அழுத்தமாகச் சொல்கிறார். அந்தச் சிக்கலையே அவர் பேசுபொருளாகக் கருதுகிறார். மானுடத் தத்தளிப்பின் பருவ மாற்றங்கள்தாம் அவரது படைப்புகளின் மையம்.

இந்தக் கதைகள் வேறு வேறு பதிப்பகங்கள் மூலம் பல பதிப்புக்களில் வந்திருக்கும். அப்போது பாட பேதங்கள் நேர்ந்திருக்கலாம், அல்லது முந்தைய பதிப்புக்களில் இருந்திருக்கக்கூடிய பிழைகள் களையப்பட்டிருக்கலாம். சில பதிப்புக்கள் இப்போது புழக்கத்திலேயே இல்லாமல் இருக்கலாம், காலச்சுவடில்கூட சில தி.ஜா சிறுகதை தொகுப்புகளின் முதல் பதிப்பு வாசகரிடம் இருந்தால் அனுப்பி வைக்குமாறு அறிவிப்பு வெளியிடப்பட்டிருந்தது.

இந்நிலையில் ஒரு கதையின் செம்பதிப்பு இதுதான் என்று முடிவுசெய்யும்போது சந்தித்த சவால்கள் ஏதேனும் உண்டா, இதுதான் சரியான பதிப்பு என்று இறுதி முடிவு எப்படி எடுக்கப்படுகிறது? (கு.ப.ரா சிறுகதைகளை பதிப்பிக்கும்போது 'அதப்பாதாளம்' என்ற வார்த்தை தன்னை எப்படி அலைகழித்தது என்று பெருமாள் முருகன் கூறுகிறார், அப்படி ஏதேனும் நீங்களும் எதிர்கொள்ள வேண்டி இருந்ததா?)

தி. ஜானகிராமன் கதைகள் வெவ்வேறு பதிப்பகங்கள் வாயிலாக வந்திருக்கின்றன. அவை இப்போதும் கிடைத்துக் கொண்டு இருக்கின்றன. அவற்றில் பாட வேறுபாடுகள் இருக்கலாம் என்ற சந்தேகம் எனக்கும் இருந்தது. பெரும்பாலான தொகுப்புகள் அவர் வாழ்ந்த காலத்திலேயே வெளிவந்தவை. அவரது மறைவுக்குப் பிறகு 'எருமைப் பொங்கல்' என்ற ஒரே ஒரு தொகுப்பு வெளிவந்தது. அதுவும் 'அடி' என்ற பெயரில் குறுநாவலும் சிறுகதைகளும் சேர்ந்தத் தொகுப்பாக முதலில் வெளியிடப்பட்டு, பிறகு சிறு கதைகள் மட்டும் கொண்ட 'எருமைப் பொங்கல்' என்ற தனித்தொகுப்பாக வெளியானது.

அவர் வாழ்ந்த காலத்திலேயே பெரும்பான்மைத் தொகுப்புகளும் வெளிவந்தன என்பதை வைத்து அவற்றின் கதைத் தேர்வும் வரிசை அமைப்பும் அவரே தீர்மானித்தது என்ற முடிவுக்கு வந்தேன். அவரை அறிந்த இலக்கியவாதிகள் அதை உறுதிப்படுத்தவும் செய்திருந்தார்கள். தி. ஜானகிராமனின் நண்பர்களும் சக எழுத்தாளர்களுமாக இருந்த கரிச்சான் குஞ்சு, ஸ்வாமிநாத ஆத்ரேயன் ஆகியோரைச் சந்தித்துப் பேசும் வாய்ப்பு எனக்கு இருந்தது. அவர்களுடனான உரையாடலில் கிடைத்த தகவல் இந்தத் தீர்மானத்தை எட்ட உதவியது. 'ஜானகிராமன் ஒரே இருப்பில் எழுதி முடிப்பார். கதையின் பூரண வடிவம் அவர் மனதுக்குள்ளே இருக்கும். அதைப் பார்த்துக் காகிதத்தில் காப்பி பண்ணுவதுபோல எழுதி முடித்து விடுவார். அப்படியே பத்திரிகைகளுக்கு அனுப்பியும் விடுவார். புத்தகமாக வரும்போதும் பெரிதாக ஒன்றும் மாற்றமிருக்காது' என்ற தகவல் நினைவுக்கு வந்து உதவியது.

இருந்தாலும் என் சந்தேகங்களைத் தீர்த்துக் கொள்ள, முதல் பதிப்பை ஆதாரமாகக் கொள்வது என்று முடிவு செய்தேன். அதையொட்டியே காலச்சுவடிலும் ஃபேஸ்புக்கிலும் அறிவிப்புகள் வெளியிடப்பட்டன. கிடைத்த முதல் பதிப்புகள் என் தீர்மானத்துக்கு எதிராக இருக்கவில்லை என்பது பெரும் ஆறுதலைக் கொடுத்தது. சில கதைகளை அவை வெளிவந்த இதழ்களை வைத்து ஒப்பிட்டுப் பார்த்தேன். பத்தி பிரிப்பு, அச்சுப் பிழை தவிர வேறு மாற்றங்கள் அநேகமாக இல்லை. கதைகளில் நீக்கல்களோ சேர்க்கையோ இல்லை. விதிவிலக்காக ஒரு கதையில் மட்டுமே மாற்றம் செய்யப்பட்டிருக்கிறது. 'தேனீ' இதழில் வெளிவந்த 'ரத்தப் பூ' என்ற கதை 'சிவப்பு ரிக்ஷா' தொகுப்பில் சேர்க்கப்பட்டபோது 'சண்பகப்பூ' என்று தலைப்பு மாற்றப்பட்டுள்ளது.

தி. ஜானகிராமன் மறைந்து ஒரு நூற்றாண்டொன்றும் ஆகிவிடவில்லை. 33 வருடங்கள் என்பது வரலாற்றில் நெடுங்காலமும் அல்ல. ஆனால் இந்தக் காலப் பகுதியைச் சேர்ந்த ஓர் எழுத்தாளரின் படைப்புகளைத் தொகுப்பது அவ்வளவு எளிதாக இருக்கவில்லை. அரும்பாடுப் பட்டே முதல் பதிப்பு களைக் கண்டுபிடிக்க வேண்டியிருந்தது. வெளியான இதழ்கள் கிடைத்தற்கரியனவாக இருந்தன. இவைதாம் சிரமம் தருவதாக இருந்தன. அதைக் கணிசமான அளவுக்குக் குறைத்துக் கொள்ளப் பலரும் உதவியிருக்கிறார்கள். பல நூலகங்கள் துணை செய்தன.

இந்தக் கேள்வியின் ஒரு பகுதிக்குத் தன்னிலை விளக்க மாகச் சிலவற்றைச் சொல்ல விரும்புகிறேன். 'தி. ஜானகிராமன் சிறுகதைகள் – முழுத் தொகுப்பை' செம்பதிப்பு என்று குறிப்பிட எனக்குத் தயக்கம் இருக்கிறது. இது முழுமையை நோக்கிய முதல் முயற்சி மட்டுமே. இதில் பூர்த்தி செய்யப்பட வேண்டிய இடங்கள் இன்னும் இருக்கின்றன. அதைச் செய்து விட முடியும் என்ற நம்பிக்கையை இந்தப் பணி எனக்குக் கொடுத்திருக்கிறது. நான் ஆய்வாளன் அல்லன். ஆய்வுக்கான முறையான கருவிகள் என்னிடம் இல்லை. ஆய்வுக்கான 'கல்விப்புலப் பொறுமை'யும் – அகடெமிக் பேஷன்ஸ் – சுத்தமாக எனக்கில்லை. பகுத்து ஆராயும் நுண்மாண் நுழைபுலமும் கிடையாது. இந்தத் தொகுப்பில் என் கருவிகள் எனது வாசிப்பும் ரசனையும் உள்ளுணர்வு சார்ந்த முடிவுகளும் மட்டுமே. அதனாலேயே இந்தப் பதிப்பை நான் 'ஆர்வப் பதிப்பு' என்றே குறிப்பிடுகிறேன். இந்தப் பதிப்பை இன்னும் செம்மைப்படுத்த வேண்டும் என்ற ஆர்வமும் படுத்துவேன் என்ற நம்பிக்கையும் இருக்கிறது. அதை இந்தத் தொகுப்புப் பணி அளித்திருக்கிறது.

தி. ஜா. தன்னிடம் 'யாராவது ஒரு சிறுகதை எழுதித் தருமாறு கேட்டால் வயிற்றில் புளியைக் கரைக்கும்' என்று எழுதியிருந்ததாக நீங்கள் குறிப்பிட்டிருக்கிறீர்கள். வெகுஜன பத்திரிகைகளில் எழுதினாலும் இலக்கியதரத்தை இழந்துவிடாமல், அதே சமயம் வாசிக்கும் வாசகருக்கு சுவாரசியமாகவும், மனதைவிட்டு அகலாது இருக்கும்படியும் படைப்புகள் உருவாக்குவதற்கு அவர் பட்டபாடு அந்த ஒரு வாக்கியத்தில் தெரிந்து விடுகிறது. வில்லியம் ஃபாக்னரின் கூற்றாக "Short story is the most demanding form only after poetry" என்றும் சொல்வார்கள். ஒரு கவிஞராக, திஜாவின் சிறுகதைகளை நீங்கள் எப்படி பார்க்கிறீர்கள்?

ஒரே வீச்சில் மூன்று கேள்விகளா? அநியாயம் ஐயா. சரி, முதல் வரியைப் பற்றி.

தி. ஜா.வை அநாயாசமான எழுத்தாளர் என்று சொல்லலாமே தவிர சரளமான எழுத்தாளர் என்று சொல்ல மாட்டேன். புதுமைப்பித்தனிடம்தான் இந்த இரண்டும் ஒன்றிணைந்திருக்கின்றன. 'தீப்பிடித்த வேஷ்டியை உதறும் வேகத்தில்' அவரால் கதைகளை எழுத முடிந்திருக்கிறது என்பதை அவரே சொல்லியிருக்கிறார். அவரது பலகதைகளும் அதற்குச் சான்றாகவும் இருக்கின்றன. தி. ஜா. ஒரு கதையை அதன் முழு வடிவில் யோசிக்கிறவராகவே இருந்திருக்கிறார். காத்திருந்து வெளிப்படுத்தியிருக்கிறார். 'சிறுகதை எழுதுவது எப்படி?" என்ற கட்டுரையில் சிலிர்ப்பு, கண்டாமணி ஆகிய கதைகளின் உருவாக்கம் பற்றி எழுதியுள்ளதை வைத்து இதைச் சொல்ல முடியும். இந்தக் காத்திருப்பு வேளைதான் சிறுகதை கேட்டால் வயிற்றில் புளியைக் கரைக்கும் உணர்வுக்குக் காரணம் என்று எண்ணுகிறேன்.

இரண்டாவது பகுதிக்கான பதில்: தி. ஜா. செவ்வியல் தன்மையைக் கொண்டவர் என்பது என் கருத்து. அவரது படைப்பு மனம் இயல்பாகவே ஒரு பூரிதநிலையை எட்டியிருந்தது. அதில் மேலதிகமாக எதையும் சேர்க்கவோ அல்லது எடுக்கவோ அனுமதிக்காத முழுமையை அந்த மனம் கொண்டிருந்தது. காற்றிலிருந்து ஈரத்தை உறிஞ்சிக் கொள்வதுபோல காலத்தின் கசிவை அந்தப் படைப்பாற்றல் உள்ளிழுத்துக் கொண்டு தன்னை நிரந்தரப் புதுமையாகவும் வைத்துக் கொண்டிருந்தது என்றே நம்புகிறேன். இன்று வாசிக்கும்போதும் தி.ஜானகிராமனின் கதைகள் புதுமை குன்றாதவையாகவும் வாசகனை ஈர்க்கும் வசீகரத்தை இழந்து விடாதவையாகவும் இருப்பது இந்த குணத்தால்தான் என்று தோன்றுகிறது.

செவ்வியல்தன்மையின் இன்னொரு கூறு அழகுணர்ச்சி. தமிழில் அழகுணர்ச்சி மேலிட எழுதப்பட்ட கதைகள் தி. ஜானகிராமனுடையவை. தனது எழுத்தை செளந்தர்ய உபாசனை என்று சொன்ன லா.ச.ரா. நினைவுக்கு வருகிறார். ஜானகிராமனின் சக காலத்தவர். எனினும் அழகுணர்ச்சி குறித்த இரு எழுத்தாளர்களின் பார்வையும் வேறுபட்டவை. லா.ச.ரா. இயல்பிலேயே அழகானதை ஆராதனை செய்யும்போது ஜானகிராமன் தனது ஆராதனை வாயிலாகவே ஒன்றை அழகானதாக ஆக்குகிறார். பொக்கை வாயும் சருமமே தெரியாத அளவு முகச் சுருக்கங்களும் கொண்ட மூதாட்டி பார்வைக்குக் குரூபியாக இருக்கலாம். ஆனால் அந்த முகத்தை நுட்பமாகப் பதிவு செய்யும் ஓவியத்தையோ புகைப்படத்தையோ அழகில்லாதது என்று சொல்லுவதில்லை. எதார்த்தத்தின் மீது கலையின் ஸ்பரிசம் பட்டு அழகானதாகிறது அந்த நகல். ஜானகிராமனின் கலையின் அடிப்படை இதுதான்.

அதனாலேயே அவர் கதைகளில் சித்தரிக்கப்படும் எதுவும் அழகானதாகவும் வெளிச்சம் நிரம்பியதாகவும் அமைகிறது. அந்த அழகின் ஆழத்தில் மனிதனின் ஆதார உணர்வுகளின் சிக்கல்களும் மோதல்களும் கிடக்கின்றன. அழகை விரும்பி வாசிப்பவனுக்கு கதை, ஜனரஞ்சக சுவாரசியமுள்ளதாகவும் ஆழத்தை உணர்பவனுக்கு இலக்கிய நுண்மை கொண்டதாகவும் ஆகிறது. இந்த ரசவாதத்தை தமிழ்ச் சிறுகதைகளில் வெற்றிகர மாகச் சாதித்தவர்களில் முக்கியமானவர் ஜானகிராமன் என்பது என் தரப்பு.

மூன்றாம் கேள்விக்கு இந்த பதில். தி. ஜானகிராமன் கதைகளை ஒரு தீவிர வாசகனாகவே பார்க்கிறேன். வாசிக்கிறேன். கவிதையும் சிறுகதையும் வெவ்வேறானவை என்ற போதம் எனக்கு இருக்கிறது என்று நம்புகிறேன். கவிதை ஒன்றைச் சுருக்கிப் படிமமாக்குகிறது. கதை அதை விரித்து வரலாறாக்குகிறது. கவிதைக்குள் எல்லாத் தகவல்களும் சுருக்கப்படும்போது கதையில் எல்லாம் நுட்பமாக நிரல்படுத்தப்படுகிறது. இரண்டிலும் கவித்துவ நிலையை எட்டும் வாய்ப்புகள் அதிகம். செய்தி என்ற தி.ஜாவின் கதையின் உச்சம் கவித்துவமானது. இன்னும் உதாரணங்கள் சொல்லலாம். சிலிர்ப்பு, பரதேசி வந்தான், பாயசம், தவம். சுளிப்பு என்று பெரும் பட்டியலையே முன்வைக்க முடியும். ஒரு நிகழ்வின் உச்சத்தில், ஜானகிராமனின் வார்த்தையில் சொன்னால் தெறிப்பு நிகழும் கணங்கள் இவற்றில் இருக்கின்றன. அந்த வகையில் கவிஞனாக அந்தக் கணங்களை ஏற்கிறேன். திளைக்கிறேன். அந்தக் கணங்களுடன் என்னைப் பொருத்திப் பார்த்து சுயமதிப்பிடு செய்துகொள்கிறேன்.

இதை இப்படிச் சொல்லலாமா? உப்பில் ஊறியதும் உப்பும் ஒன்றல்ல. ஆனால் சாரத்தில் ஒன்று. கதைக்கும் கவிதைக்குமான கவித்துவம் பொதுவானது. அந்தக் கவித்துவத்தை அடையும் தர்க்கம் நிச்சயம் வேறுபட்டது.

பதாகை – இன்றைக்கு சர்ச்சையில் அடிபடும் காலச்சுவட்டின் வெளியீடான 'மாதொருபாகனில்' இடம்பெறும் சில கூறுகள், தன்னுடைய 'நளபாகம்' போன்ற படைப்புகளில் திஜா-வும் தொட்டுச் சென்றிருக்கிறார். அதைப் பற்றி உங்கள் கருத்து?

உங்கள் ஒப்பீடு மகிழ்ச்சியை அளிக்கிறது. இந்த இரு நாவல்களையும் அவற்றின் மையப் பொருள் சார்ந்து யாரும் பார்க்கவில்லை. அதற்காகப் பாராட்டுகள். குழந்தைப் பேறு இன்மையும் அதையொட்டிய துயரமும்தான் இரு நாவல்களின் மையம். ஆனால் சொல்லப்பட்ட முறையிலும் மையப் பொருளை அணுகியிருக்கும் முறையிலும் நடையிலும் வேறுபட்டவை. 'நளபாகம்' பிரச்சினையைப் பூடகமாகக் கையாளுகிறது. மாதொருபாகன் சற்று வெளிப்படையாகவும். அது கால நிர்ப்பந்தம். ஜானகிராமன் இதை எழுதிய எழுபதுகள் இன்றைய அளவுக்குச் சுதந்திரமானதல்ல. ஆனாலும் அவரால் எழுத முடிந்திருக்கிறது. பெருமாள் முருகன் எழுதியிருக்கும் காலம் அன்றைய அளவுக்குக் கட்டுப்பெட்டித் தனமானதல்ல; இருந்தும் எழுதியதால் வேட்டையாடப்படு கிறார். நாம் காலத்தில் பின்னோக்கிப் போகிறோம்போல.

மலையாள எழுத்தாளர் எம்.டி. வாசுதேவன் நாயர் எழுபதுகளின் தொடக்கத்தில் 'நிர்மால்யம்' படத்தை எழுதி இயக்கினார். மரபுக்கு எதிரான முடிவு கொண்ட படம். காலங்காலமாக பகவதியின் பக்தனாக, சேவகனாக வாழ்ந்த வெளிச்சப்பாடு (சாமியாடி) தனது நிர்க்கதியான நிலைக்குக் காரணம் பகவதியே என்ற கோபத்துடன் தெய்வச் சிலையின் மீது உமிழ்வதுதான் உச்ச கட்டக் காட்சி. சில ஆண்டுகளுக்கு முன்பு எம்.டி.யிடம் 'நிர்மால்யம்' போன்ற படத்தை நீங்கள் ஏன் பிற்பாடு எடுக்கவில்லை என்று கேட்டபோது சொன்னார். 'இந்தப் படத்தை அன்று எடுத்ததால் தப்பினேன். இன்று எடுத்திருந்தால் உயிரோடு கொளுத்தியிருப்பார்கள்'.

நாம் சகிப்பின்மையின் தீச்சூழலில் வாழ்கிறோம் என்பதைத்தான் 'மாதொருபாகன்' நாவல் சர்ச்சை சொல்லுகிறது.

குறுக்கீடாகச் சொல்லலாம். 'அம்மா வந்தாள்' நாவலை எழுதியபின் தி. ஜா.வும் இதுபோன்ற அவதூறுகளுக்கும் ஊர் விலக்கத்துக்கும் ஆளாகியிருந்திருக்கிறார். சொந்த

அண்ணாவே அவரிடம் ஜென்மப் பகை கொண்டிருந்திருக்கிறார். சொல்வனம் தி.ஜா.சிறப்பிதழில் வெளியாகி இருக்கும் *கரிச்சான் குஞ்சுவின்* கட்டுரையை வாசித்தால் புரியும்.

இந்த நூல் உருவாக்க அனுபவத்தில் நீங்கள் எதிர்கொண்ட எழுத்துக்கு அப்பால், புறச்சூழல் சார்ந்த பிரச்சினைகள், தீர்வுகள் பற்றி? இவை உங்கள் பார்வையில், இயங்குதளத்தில் ஏதேனும் மாற்றம் கொண்டு வந்திருக்கிறதா?

நூல் உருவாக்கம் தனி நபர் வேலை மட்டுமில்லையே, பலரும் உதவியிருக்கிறார்கள். எனவே பிரச்சனைகள் அநேகமாக இல்லை. அப்படியே இருந்தாலும் அதற்கான தீர்வுகளை அந்தச் செயல்பாட்டின்போதே கண்டுபிடிக்கவும் முடிந்தது. இந்த நூலாக்கத்துக்குத் தேவையான ஆய்வை மேற்கொண் டிருக்கிறேன். அலைந்திருக்கிறேன். உழைத்திருக்கிறேன். இவையெல்லாம் பிரச்சினைகள் அல்லவே. பார்வையிலும் இயங்குதளத்திலும் மாற்றங்களை இந்த நூலாக்கம் கொண்டு வந்திருக்கிறதா என்ற கேள்விக்கு என்னிடம் உடனடி பதில் இல்லை. அவை எனக்கே மெல்லத் தெரியலாம்.

தமிழ் இலக்கிய வாசிப்புப் பழக்கம் கொண்ட ஒவ்வொருவரையும் ஜானகிராமன் ஏதோ ஒரு விதத்தில் பாதித்திருப்பார். தனது ரசனையை வெறும் எழுத்தாக வெளிக்காட்டாமல், ஆத்ம எதிரொலிப்பாக, நிகழ்த்திக் காட்டியவர். திஜா-வின் வீச்சு இன்றைய இளைஞர் சமுதாயத்தை எட்டியிருக்கிறதா? இந்த சிறுகதைத் தொகுப்பு அதன் விடுபட்ட வெளிகளை இட்டு நிரப்புமா?

தி. ஜானகிராமனின் எழுத்தைக் குறித்த சிறப்பு வாசகங் களைத் தவிர்த்து விட்டு யோசிக்க விரும்புகிறேன். இது தி.ஜாவுக்கு மட்டுமல்ல பிற இலக்கிய முன்னோடிகளுக்கும் பொருந்தும். கடந்த பத்துப் பதினைந்து ஆண்டுகளில் தமிழில் இலக்கிய விழிப்பு அதிகரித்திருக்கிறது என்பது என் கணிப்பு. இதன் விளைவுகள் எந்த அளவு வலுவானவை அல்லது சோடையானவை என்பதைக் காத்திருந்து அறியலாம். வாசிப்பின் மறுமலர்ச்சிக்காலம் இது என்று சொல்ல ஆசைப்படுகிறேன். தொழில்நுட்ப மாற்றங்கள், பதிப்புத் துறை முன்னேற்றம் எல்லாம் இதற்குக் காரணங்கள். அதைவிட முக்கியம் புதிய இளைஞர் சமுதாயம் வாசிப்பின் உலகில் சரளமாக நடமாடத் தொடங்கியிருப்பது. அதன் மூலம் வாசிப்பின் எல்லைகள் விரிவடைந்திருக்கின்றன. இந்த விரிவாக்கம் பிரம்மாண்டமானதல்ல. எனினும் குறிப்பிடத் தகுந்தது. ஒவ்வொரு ஆண்டும் புத்தகக் கண்காட்சியை ஒட்டி வெளியாகும்

நூல்களின் எண்ணிக்கையும் புதியவர்களின் இலக்கிய உலக நுழைவும் இதை நிரூபிக்கின்றன. வாசிப்பின் சுப முகூர்த்தம் ஒன்றில் இளைஞர்கள் முன்னோடிகளை எட்டி விடுகிறார்கள் என்றே நம்புகிறேன்.

தி. ஜானகிராமனுக்கும் இந்த வரவேற்பு இருக்கும்; இருக்கிறது. சென்ற ஆண்டு காலச்சுவடு பதிப்பகம் வெளியிட்ட அவரது முதல் சிறுகதைத் தொகுப்பு இதற்குள் இரண்டாம் பதிப்புக் கண்டிருக்கிறது. இது கவனத்துக்குரியது என்று நினைக்கிறேன். 1990 களை ஒட்டிய ஆண்டுகளில்தான் முன்னோடி எழுத்தாளர்களின் படைப்புகள் காலாவதியானவை என்ற கருத்துப் பரவலாக இருந்தது. புதிய கோட்பாடுகள் பேசப்பட்ட மும்முரத்தில் இந்தக் கருத்துகள் சொல்லப்பட்டன. ஆசிரியன் செத்துப் போனான்; எதார்த்தவாதம் செத்துப் போனது என்று கருமாதிப் பத்திரிகைகள் வாசிக்கப்பட்டன. ஒருவகையில் அது 'பற்றி எழுத்து'களின் காலம். ஒரு எழுத்தாளரின் படைப்புகளை நேரடியாக வாசிக்காமல் அவரைப் பற்றி எழுதப்பட்டவற்றை மட்டுமே வாசித்து அவரை விலைபோட்ட காலம். ஜானகிராமனின் எழுத்துகளை வாசிக்காமலேயே அவரைப் பற்றிப் பேசப்பட்டது. அந்தக் கோட்பாட்டுக் காலம் கரைந்ததும் எதார்த்தவாத எழுத்து முக்கியத்துவம் பெற்றது. இன்றும் அது தொடர்வதாகவே எண்ணுகிறேன். இது தி. ஜா. போன்ற எதார்த்தவாத எழுத்தாளர்களை மீண்டும் வாசிக்கவும் மதிப்பிடவும் உகந்த காலம். வெறும் சம கால மோஸ்தர்களுக்கு ஒத்து வரும்படி எழுதப்படும் கதைகளால் அலுப்படைந்திருக்கும் புதிய வாசகன் இதை சட்டென உள்வாங்கிக் கொள்வான் என்று உறுதியாக நம்புகிறேன். காலச்சுவடு பதிப்பகம் வெளியிட்ட 'கு. அழகிரிசாமி கதைகள்', 'கு.ப.ரா சிறுகதைகள்' போன்றவை மிக வேகமாக இரண்டாம் பதிப்பை எட்டியிருப்பதிலிருந்து இதை ஊகிக்கிறேன். புதிய வாசகர்கள் அல்லது இளைய சமுதாயம் வாங்கியிராமல் இந்த விற்பனை சாத்தியமில்லை. தவிர, எதார்த்தவாதச் சிறுகதைகளே இன்று உலகம் முழுவதும் எழுதப்படுகின்றன. ரேமண்ட் கார்வரின் கதைகளும் ஹருகி முரகாமியின் கதைகளும் உதாரணங்கள். இவை பழைய எதார்த்தவாதக் கதைகளுக்கான அணுகுமுறையில் பார்க்கப்படுவ தில்லை. புதிய நோக்கிலேயே பார்க்கப்படுகின்றன. அப்படிப் பார்க்கப்பட வேண்டியவர்தான் தி. ஜானகிராமன் என்பது என் உறுதியான நம்பிக்கை. ஒரு வாசகனாகவே இதைச் சொல்ல முடியும். என் போன்ற வாசகர்கள் இருக்கிறார்கள் என்பதையும் அழுத்தமாகச் சொல்ல முடியும்.

முப்பதாண்டு கால படைப்பிலக்கிய பயணத்தில், மூத்த எழுத்தாளரின் சிறுகதைகளைத் தொகுக்கும் பணி உங்களை எந்த அளவிற்கு நிறைவு கொள்ளச் செய்கிறது?

மிகவும் நிறைவு தந்தது. ஏனெனில் நான் என்னை ஒரு பெரும் இலக்கிய மரபின் தொடர்ச்சியாகவே நினைக்கிறேன். மூத்த எழுத்தாளர்களின் படைப்புகளிலிருந்து கற்றுக் கொள்ளவும் பின் தொடரவும் நிறைய இருக்கின்றன என்பது என் எண்ணம். என்னைக் கண்ணியமான வாசகனாக நிலைபெறச் செய்பவை அந்தப் படைப்புகள். அவற்றுக்கு நான் செய்யும் பதில் மரியாதையாகவே இந்தப் பணியை எடுத்துக் கொள்கிறேன். அது பெரும் நிறைவைத் தருகிறது. உயர்வு நவிற்சியான சொற் பயன்பாட்டில் எனக்கு நம்பிக்கை இல்லை. இருந்தாலும் அந்த வகையிலேயே சொல்கிறேனே, தி. ஜானகிராமன் கதைகளைத் தொகுக்கும் வேலை எனக்கு வாய்த்த பேறு.

எதிர்வரும் காலத்தில் என்னென்ன புதிய திட்டங்களில் ஈடுபடுவதாக இருக்கிறீர்கள்?

வாழ்க்கையிலேயே பெரிய திட்டமிடல் எதுவும் கிடையாது. பிறகுதானே இலக்கியத்தில். சில விஷயங்களில் மனம் சென்று பற்றிக் கொள்ளும். பிறகு அதைச் செயலாக்கும் நடவடிக்கை களில் தீவிரமாக ஈடுபடும். இது என் பொது இயல்பு அல்லது கோளாறு. அதனால் திட்டமிட்டுச் செயல்படுவதில்லை. ஆனால் என்னால் ஒரு செயலைச் செய்ய முடியும் என்ற எண்ணம் வந்து விட்டால் கச்சிதமான திட்டங்களை உருவாக்கிக் கொள்வேன். இப்போது புதிய திட்டம் எதுவுமில்லை. கொஞ்சம் கவிதைகள் எழுத விரும்புகிறேன். நிறைய வாசிக்க விரும்புகிறேன்.

பதாகை, டிசம்பர் 2015

வாழ்தல் இனிது

நேர்கண்டவர்: நா. கதிர்வேலன்

"என்ன... இன்டர்வியூவா! சும்மா வாங்க பேசலாம் பேட்டியா அமைந்தால் வைச்சுக்கலாம்" நிதானமாகப் பேசுகிறார் கவிஞர் சுகுமாரன். அறுபதைத் தொடுகிற இளைஞர். நா. சுகுமாரன் என்ற 'பிராண்ட் நேம்' தமிழ்க் கவிதை கொண்டாடும் அடையாளம். புத்தகங்களின் பளு தாங்காது புவியீர்ப்பு விசைக்கு அதிகமாகவே வளைந்து கொடுத்திருக்கின்றன அலமாரியின் அடுக்குகள். அந்தக் கனம் சுகுமாரனின் வார்த்தைகளிலும்! அந்தப் புன்னகை, சமயங்களில் வெளிப்படையான சிரிப்பு. பூரண அனுபவம்தான்!

இன்னிக்கும் 'கோடை காலக் குறிப்புகள்' தந்த அனுபவத்தை மறக்க முடியலை. நிறைய கவிஞர்கள் வளர்ந்த இடம் அது...

அப்ப இருந்த தலைமுறை சமூக வாழ்க்கை யிலும் தனி வாழ்க்கையிலும் கொந்தளிப்பா இருந்த காலக்கட்டம். படைப்பு இலக்கியங்களிலும், திரைப்படங்களிலும் கோபக்கார இளைஞன்னு ஒருத்தன் அப்ப இருந்தான். நுண்ணறிவு அதிகம் விரும்பியதால் வந்த கோபம் அது. இதில் அதைத்தான் வெளிப்படுத்தியிருக்கேன். அந்த அனுபவம் எல்லாமே மனிதர்கள் கடந்து வந்த மானுடவெளிதான். நான் உயிர்ப்பா இருக்கேன்னு சொல்லிக்கிட்ட அடையாளம்தான் அந்தக் கவிதைகள். கவிதையில் அகம், புறம்னு ரெண்டு இருந்தது. அந்த இரண்டுக்கும் நடுவில் கண்ணுக்குத் தெரியாத பெரிய இடைவெளி இருந்தது. அதை நிரப்பணும்னு ஆசை. புழக்கத்தில் இருக்கிற மொழிதான் உயிர்ப்புள்ள மொழின்னு நம்பினேன். அதை செழுமைப்படுத்தினாலே

கவிதை சாத்தியம்னு நினைச்சேன். அப்படியே உரைநடையின் சாரத்தை சொல்லக்கூடிய கவித்துவம் ஏற்றின மொழியை முயற்சி செய்தேன். அப்படியும் இன்னும் எழுத்தில் முழுமை அடைந்த பாடில்லை. முழுமைக்கு முடிவு இருக்கா?

ஆச்சர்யம் என்னன்னா . . . உங்க மொழிபெயர்ப்பு. 'பாப்லோ நெரூதா', 'தனிமையின் நூறு ஆண்டுகள்', 'பட்டு' . . . அவ்வளவு உயிர்ப்பு . . .

இது தற்செயலானது. நான் மிகவும் விரும்பின, தோய்ந்து படித்த நூலை என் சக நண்பனுக்கு, வாசகனுக்கு கொடுக்கணும் என்பது மட்டுமே நோக்கம். என் மொழியில் அதைச் செய்ய முடியுமான்னு பார்க்கிறது, அதனால் என் மொழிக்கு ஒரு வலுவைச் சேர்ப்பதுன்னு நினைத்து செய்தது.

வெறுமனே அதை தொழில் முறையான பயிற்சியாக இல்லாமல், கிட்டத்தட்ட வேற முயற்சித்திருக்கேன். பாப்லோ நெரூதாவின் கவிதையை நானே தமிழில் எழுதினால் எப்படியிருக்கும் என்ற கனவுதான் அப்போது இருந்தது. அதில் முழுக்க வெற்றி பெற்றேனான்னு தெரியாது. இது ஒரு சிறு உரையாடலைத் தொடர்வதற்கான விஷயம்தான். 'இந்தப் புத்தகம் படிச்சேன். ரொம்ப நல்லாயிருந்தது' என்பதைவிட அந்தப் புத்தகத்தையே தமிழில் கொடுத்துவிடுவது சிறப்புதானே! ஒரு புத்தகத்தை சரியாகப் புரிந்து கொள்வதற்கு மிகச் சரியான வழி . . . அதை மொழிபெயர்த்துச் சொல்வதுதான். ஆனாலும் அது சிரமமானது.

உங்க 'வெல்லிங்டன்' நாவலைப் படிக்கிறபோது கவிதைகளில் இருந்ததிற்கும் புனைவிற்கும் ரொம்ப மாற்றம் தெரியுது . . .

கவிதைக்கும், இதற்கும் நிறைய வேறுபாடுகள் இருக்கு. கவிதையை அடுக்கி, சுருக்கி, படிமமா, ஒரு வழிக்குள்கூட கொண்டு வந்துவிடலாம். சமயங்களில் அது தேடல் முயற்சியாகக்கூட மாறும். சொல் பரிபூரணமா இருந்து, சொல்லுக்கும் பொருளுக்கும் இருக்கிற எல்லைக்கோடு கூட அழியும். சில சமயங்களில் அதை சாதிக்கலாம். தரிசனங்கிறது சில தடவை நடக்கும். அதற்கு தகவல்கள், தரவுகள், பின்னணிகள் தேவையில்லை. நேராகவே கூர்மையாக வந்துகூட அமைஞ்சிடும்.

புனைகதைக்குப் பெரிய விரிவு வேண்டியிருக்கு. பின்னணி, காலம், மன உணர்வுகள், கதாபாத்திரங்கள், அவங்க பேசுகிற மொழினு விரிந்துவிடுகிறது. இதைச் சொல்லும்போது கவிஞனுக்கு வேலையில்லை. கதாபாத்திரங்கள் மட்டுமே பேசணும். அதில் போய் கவிஞன் நுழைவது புனைவைத் திரிச்சு விட்டுவிடும்னு பயம். அதுதான் அப்படி.

மலையாளத்தில வருகிற ஒவ்வொரு முக்கியமான படைப்பையும் அறிந்தவர் நீங்கள். இப்ப தமிழில் உங்களை பிரமிப்பு ஊட்டச் செய்கிறவர்கள் யார் . . ?

நான் எழுத்தாளன்னு சொல்றதைவிட மிகச் சிறந்த வாசகன்னு அறியப்படுவதை விரும்புவேன். நான் அவங்களைப்போல எழுதணும்னு நினைக்கலை. ஆனாலும் இவங்களைப் பார்த்து பிரமிக்கிறேன். மனுஷ்யபுத்திரன் நல்ல விதத்தில் இவ்வளவு கவிதைகளை எழுதிட்டு இருக்கிறார்னு ஆச்சர்யப்படுகிறேன். போகன்சங்கர், இசை, ஷங்கர் ராமசுப்ரமணியன், அனார் போன்றவர்கள் அசாதாரணமான வரிகளில் பிரமிப்பு ஊட்டுகிறார்கள். நான் சமகாலத்திலேயே இவர்களோடு போட்டியில் இருக்கேன்.

உங்களின் தனிப்பட்ட சமூகப் பார்வை என்ன . . ?

அடிப்படையில் மார்க்சியத்தின் மனிதாபிமானத்தில் நம்பிக்கை கொண்டவன். ஓரளவுக்கு இடதுசாரியாக நல்ல சிந்தனைகளோடு வளர்ந்திருக்கேன். அதை கூடுமானவரை எங்காவது பிரதிபலிக்கிற மாதிரிதான் என் எழுத்துக்கள் அமைஞ்சு வந்திருக்கு. எவ்வளவுதான் மோசமானவனாக இருந்தாலும் மனிதன்தான் மகத்தானவன்னு இன்னமும் நான் நம்புகிறேன். இதிலிருந்துதான் என் பார்வைகள் வருது.

மகத்தானவன்னு பொன்மொழி மாதிரி சொல்லிட்டுப் போக விரும்பவில்லை. அதற்குப் பல போராட்டங்கள் செய்ய வேண்டியிருக்கு. சில அவமானங்களைச் சகிக்க வேண்டி யிருக்கு. பல இடங்களில் தன்னை மீறி எழவேண்டியிருக்கு. எழுத எழுத மனங்களைத் துருவித் துருவி ஆராய்ந்துகொண்டு இருக்கிறோம். நல்ல சிந்தனைகளோடு எழுத இன்னும் பக்குவமடைந்த மனிதனாக மாறியிருக்கிறேன்.

அறுபது வயது . . . டால்ஸ்டாய், தாகூர் போன்றவர்களின் உச்சபட்ச படைப்புகள் கொடுத்த வயது. இப்ப எழுத என்ன திட்டம் வச்சிருக்கீங்க?

எதையும் திட்டமிட்டு செய்வது இல்லை. 14 வயசிலயே முதல் கவிதை வந்திடுச்சு. அந்த சந்தோஷத்தில் மத்தவங்ககிட்டே யிருந்து வேறுபட்டவன்னு தோணுச்சு. எல்லோரும் என் மேல் கவனம் கொள்வதற்கான இன்னொரு புள்ளிதான் அது. ஒவ்வொரு வருஷமும் வயசு கூடும்னு நமக்குத் தெரியும். அது உடலுக்கு மட்டுமே.

வயசு, வயசு மட்டுமே இல்லை. அனுபவம், கற்ற பாடம், பெற்றதுன்னு எல்லாம் சேரும். ஓரளவு மனசு பக்குவமடைந்து

மொழி கைவந்து பார்வை கூர்மைப்பட்டு இருக்கு. தாகூர், டால்ஸ்டாய் மாதிரி தகுதியும் மாண்பும் எனக்கு இல்லை. ஆனா இலக்கியம்னு ஒண்ணு இருக்கு. அதுகூட இருக்கிற பிரியம் என்கிட்டே எப்பவும் இருக்கு. இன்னும் மனிதனுடைய வாழ்க்கையில் இருக்கிற ஆனந்தம், புன்னகையோடு இணைந்தே அவ்வப்போது சீழும் ரத்தமுமாக வருகிற விஷயங்களையும் இலக்கியமாகவே உணர்கிறேன்.

இலக்கியத்தோடு இருப்பது என்பது மனிதனோடு இருப்பதுதான். எதையோ தொடுறோம், ஏதோ ஒண்ணு வருது. இதெல்லாம் எப்படின்னு ஆதி காரணம் சொல்ல முடியவில்லை. என் மனசுக்கும் வாசகனுடைய மனசுக்கும் ஒரு பரிவர்த்தனை நடக்கிறது இல்லையா, அதுதான் அங்கீகாரம்.

உங்க கவிதைகளில் இருக்கிற மௌனத்திற்கு, இசை மேல உங்களுக்கு இருக்கிற பிரியமும் ஒரு காரணமோ?

இசை எனக்கு சந்தோஷமான காதல். நல்ல பாடகனாக ஆகாமல் போயிட்டேனேன்னு இந்தக் கவிதையும் கை வராமல் போயிருந்தால் கண்டிப்பா நினைச்சிருப்பேன். சங்கீதத்தை கேட்டுக் கேட்டு பழகினாலும் அதில் எனக்கு நிபுணத்துவம் இல்லை. ஏதோ ஒன்று மனசுக்கு இனம் புரியாத ஒரு கொடையை பரிசளிப்பதாக எனக்கு இசை மேல் பிரியம் இருந்துகிட்டே இருக்கு.

அப்புறம் அந்த இசையின் உச்சிப்புள்ளி உங்களை மறந்த ஒரு நிலையில் கொண்டு போய் நிறுத்தும். அந்த நிலை முற்றிலும் சூழல் மறந்ததல்ல. நீங்க என்னவாக இருக்கீங்க என உணர வைக்கிற நிலை. எனக்கு இந்த வாழ்க்கையில் கிடைச்ச பெரிய விஷயமே இதுதான். தமிழில் இசைமை கூடிவருவது பெரிய அதிசயம் இல்லை. இசையோடு பின்னப்பட்ட மொழிதான் இது. கொஞ்சம் நீங்க தட்டிப் பார்த்தால் எந்தெந்த வார்த்தையில் இசை இருக்குன்னு கண்டுபிடிச்சிடலாம்.

இந்த வாழ்க்கை கற்றுக் கொடுத்த பாடம்தான் என்ன?

வாழ்க்கை இனிது என்பதைவிட இந்த வாழ்க்கை என்ன கற்றுக் கொடுக்கும்?

***குங்குமம்*, மார்ச் 2017**

எழுத்து என்பது நினைவுகளின் கலை

நேர்கண்டவர்: ரதன்

உலகக் கவிதைகள் என்று வரும் பொழுது தமிழ்க் கவிதைகளின் தரம் எவ்வாறு உள்ளது?

உலகக் கவிதை என்று பொதுவான ஒன்று இல்லை என்றும் அப்படி இருக்க வாய்ப்பில்லை என்றும் எண்ணுகிறேன். பொதுவான ஒரு தரப்படுத்தலுக்குள் கவிதை அடங்கி விடாது. உலகின் பல்வேறு மொழிகளில் எழுதப்பட்டு, பெரும்பாலும் ஆங்கில மொழிபெயர்ப்புகள் வழியாக நமக்கு வாசிக்கக் கிடைக்கும் கவிதை களையே நமது வசதிக்கு ஏற்ப உலகக் கவிதைகள் என்ற பொதுப் பெயரில் அழைக்கிறோம். ஓர் ஆங்கிலக் கவிதையும் ஒரு பிரஞ்சுக் கவிதையும் ஒரு சீனக் கவிதையும் ஒரு ஸ்பானியக் கவிதையும் பொதுவான தரநிர்ணயத்துக்குள் கட்டுப்படாது என்று தோன்றுகிறது. அவை ஒவ்வொன்றும் தனித்தனி அனுபவத்திலிருந்தும் பண்பாட்டுப் பின்னணியிலிருந்தும் மொழிப் புலத்திலிருந்தும் எழுதப்படுபவை. அவற்றை இணைக்கும் பொது அம்சம் அநேகமாக இல்லை. அவற்றுக்கு இடையில் ஒப்பீடே சாத்தியமில்லை. அப்படியிருக்க தரநிர்ணயம் எப்படி இருக்க முடியும்?

இந்த சாத்தியமின்மையை மீறி கவிதை ஆர்வலர்களாகவும் வாசகர்களாகவும் விமர்சகர் களாகவும் அந்தக் கவிதைகளைப் புரிந்துகொள்ளவும்

அவற்றுடன் உறவுகொள்ளவும் சில பொது இயல்புகளை நாம் கண்டடைகிறோம். அந்த இயல்புகளின் மூலம் அந்தக் கவிதையின் உள் உலகத்தை நெருங்கவும் விளங்கிக் கொள்ளவும் முயற்சி செய்கிறோம். ஒரு அனுபவம் எப்படித் தனித்துவமாகச் சொல்லப்படுகிறது; மொழி எவ்வளவு நுட்பமாகக் கையாளப் படுகிறது; உணர்ச்சிகள் எத்தனை செறிவாக முன் வைக்கப்படுகின்றன; பண்பாட்டு அடையாளம் என்னவாக இடம் பெறுகிறது ஆகியகேள்விகளுக்கெல்லாமாக நாம் கண்டடையும் பதிலே கவிதையைத் துலங்கச் செய்கிறது. அந்தப் பதிலின் மூலமாகவே கவிதையைப் புரிந்து கொள்கிறோம். 'கவிதை உணர்வு' என்று இதைச் சொல்ல விரும்புகிறேன். சுடரைப் பார்க்கும்போது அதன் வெம்மையையும் உணர்கிறோம், இல்லையா? நாமறியாத மொழிக் கவிதைகளை நாம் அனுபவமாக்கிக் கொள்வதும் இந்த அடிப்படையில்தான் என்று நினைக்கிறேன். இதையொட்டித்தான் தர வரிசையும் உருவாகிறது. எது நம்மை அனுபவத்துக்குள்ளாக்குகிறதோ அதையே நல்ல கவிதை என்று கூறுகிறோம். தரமானது என்று சொல்கிறோம். தரமானது என்று அறிந்தவற்றைக் கொண்டே உலக அளவிலானது என்ற பொதுத்தன்மையை அளிக்கிறோம். கொஞ்சம் அதிகமாகப் பேசிவிட்டேன் என்று தோன்றுகிறது. மேலே சொன்னவற்றின் பின்னணியில் தமிழ்க் கவிதையை வைத்துப் பார்க்கும்போது உயர்வான எண்ணமே எனக்கு ஏற்படுகிறது.

ஓர் ஆண்டுக்கு முன்பு ஜெர்மானிய இந்தியமொழிக் கவிஞர்களின் மொழியாக்கப் பட்டறை ஒன்றில் கலந்து கொண்டேன். இந்தியமொழிக் கவிதைகளை ஜெர்மன்மொழிக்கும் ஜெர்மன்மொழிக் கவிதைகளை இந்திய மொழிகளுக்கும் பெயர்ப்பது பட்டறையின் நோக்கம். மொழியாக்கத்தில் ஈடுபட்டபோது தமிழ்க் கவிதைகளும் 'உலகத் தரமானவை' என்பதை உணர்ந்தேன். ஜெர்மன் மொழியில் இன்று எழுதும் கவிஞர்களில் முக்கியமான ஒருவராகச் சொல்லப்படும் உல்ஃப் ஸ்டொல்டர்ஃபோட் என்பவரிடம் சில தமிழ்க் கவிதைகளை வாசித்துக் காட்டினேன். சங்க இலக்கியம் முதல் ஈழத்துக் கவிதைகள் உட்பட இன்று வரையிலான கவிதைகள். வாசித்து முடித்ததும் உல்ஃப் சொன்னார், 'அட, மனுஷா, இதெல்லாம் உலகத் தரமான கவிதைகள்'. அந்த வியப்பை இங்கே வழிமொழிகிறேன்.

தமிழ்க் கவிதை உலகம் இன்று ஈழம், புலம் பெயர்வு, மலேசியா, சிங்கப்பூர் என விரிந்துபரந்துள்ள படைப்புக்களை உள்வாங்கியுள்ளதா? இவற்றின் வருகையால் தமிழ்க் கவிதையுலகில்ஏற்பட்டுள்ள மாற்றங்கள் என்ன?

இவ்வலவு பெரிய கேள்விக்கு என்னிடம் விரிவான பதில் இல்லை. மன்னிக்கவும். நான் தொடர்ந்து வாசித்தும் அவதானித்தும் வருபவை ஈழத்துக் கவிதைகளையும் புலம்பெயர் கவிதைகளையுமே. சிங்கப்பூர், மலேசியாவிலிருந்து எழுதப்படும் கவிதைகளை மிகக் குறைவாகவே அறிமுகம் கொண்டிருக்கிறேன். அவை குறித்து திட்பமான கருத்து எதுவும் என்னிடம் உருவாகவில்லை. வாசித்த சிலவும் மேம்போக்கானவை; நினைவேக்கத்தைப் பேணுபவை; நவீனமடையாத பழைய மொழியிலேயே எழுதப்படுபவை; ஜனரஞ்சகமான சாமர்த்தியங்களைப் பின் தொடர்பவை என்ற மனப்பதிவுகளைத்தான் அளித்திருக்கின்றன. அவை பற்றி வலுவாகப் பேசுவதற்கான தரவுகள் என்னிடம் இல்லை.

மாறாக, ஈழத்துக் கவிதைகளையும் புலம் பெயர் கவிதைகளையும் தொடர்ந்து வாசித்து வருகிறேன். இவை தமிழ்க் கவிதையைப் பாதித்துள்ளன; மாற்றங்களுக்குக் காரணமாக இருந்துள்ளன என்று கருதுகிறேன். மூன்று விதங்களில் ஈழத்துக் கவிதைகளும் புலம்பெயர் கவிதைகளும் நவீனத் தமிழ்க் கவிதைக்குள் மாற்றங்களை ஏற்படுத்தியிருப்பதாக நம்புகிறேன். ஒன்று: எண்பதுகளில் எழுதப்பட்ட தமிழ்க் கவிதைகளில் அரசியல் கவிதைகளுக்கு அளிக்கப்பட்ட இடம் குறைவு. அல்லது அநேகமான இல்லை. அரசியலைக் கவிப் பொருளாகக் கொள்வது தீண்டத் தகாத செயல்போலக் கருதப்பட்டது. ஈழத்துக் கவிதைகளின் வருகை அந்தக் கருத்தை நொறுக்கியது. இரண்டு: புலம் பெயர் கவிதைகள் தமிழ்க் கவிதையை இடத்தைக் கடந்த பெரிய வெளிக்குக் கொண்டு சென்றன. புதிய நிலக் காட்சிகளையும் புதிய உணர்வுகளையும் திறந்து வைத்தன. மூன்று: ஈழத்திலிருந்து வெளிவந்த 'சொல்லாத சேதிகள்' தொகுப்புத்தான் தமிழகத்தில் பெண்நிலை எழுத்துக்களைத் தூண்டிவிட்ட காரணிகளில் ஒன்று.

அதேபோன்று பெண்ணியம், தலித்தியம், பின் நவீனத்துவம், நவ தாராளவாதம், உலகமயமாதல் போன்ற விடயங்களை தமிழ் கவிதைகள் முறையாக வெளிப்படுத்தி உள்ளனவா?

வெளிப்படுத்தியுள்ளன; வெளிப்படுத்துகின்றன என்றே நம்புகிறேன். முறையாக வெளிப்படுத்தியுள்ளனவா என்ற உங்கள் சந்தேகத்துக்கு என்னிடம் போதுமான பதில் இல்லை. உங்கள் கேள்வியில் எடுத்துச் சொல்லப்படும் எல்லாமும் நவீன காலத்தின் விஷயங்கள்தானே? நிகழ்காலத்தின் சிக்கல்கள்தானே? அவற்றிலிருந்து சமகாலக் கவிதை எப்படி விலகி நிற்க முடியும்? அப்படி விலகி நின்றால் அது நவீன கவிதை ஆகாதே. பொதுவாகவே கவிதை நிகழ்காலத்தைச் சார்ந்தது என்றும் நிகழ்காலத்தின்

பிரச்சினைகளைப் பேசுவது என்றும் நம்புகிறவன். நிகழ்காலத்தைப் பேசும் வகையிலேயே அது காலத்தைக் கடந்தும் பேசுகிறது என்றும் நம்புகிறேன். இது விரிவாகப் பதிலளிக்கப்பட வேண்டிய கேள்வி. மிக அதிக எடுத்துக்காட்டுகளுடன் பேசவேண்டிய ஒன்று. இப்போதைக்கு என் பதில் வெளிப்படுத்தியிருக்கின்றன என்பதுதான்.

பெண் கவிஞர்கள் உடல் உறுப்புக்களை வெளிப்படையாக தங்களது கவிதைகளில் குறிப்பிடுவதாக வணிக சஞ்சிகைகளால் குரலெடுக்கப்படுகின்றன. இது பெண் கவிஞர்களின் உரிமை மீதான ஒடுக்குமுறையல்லவா?

ஆம். கவிதையில், இலக்கியத்தில் பேசத் தேவையில்லாத தாக எதுவும் இல்லை. அது எப்படிப் பேசப்படுகிறது என்பதைப் பொருத்தே இலக்கிய மதிப்புப் பெறுகிறது. இலக்கிய மதிப்பை வணிக சஞ்சிகைகள் பொருட்படுத்துவதில்லை. நீங்கள் குறிப்பிட்டுச் சொல்லும் கவிதைகளில் வணிக சஞ்சிகைகள் பார்ப்பது வெளிப்படைத்தன்மை அளிக்கும் அதிர்ச்சியின் விளைவையே. உடல் உறுப்புகள் குறிப்பிடப்படுவதன் இலக்கியத் தேவையையோ அதன் மூலம் வெளிப்படுத்தப்படும் உணர்வையோ அல்ல. வணிக இதழ்கள் இதை எடுத்துக் காட்டுவதன் மூலம் உருவாகும் சலசலப்பை நோக்கியே குரல் எழுப்புகின்றன. அதன் வாயிலாகப் பண்பாட்டுக் காவலர்களின் புனித அங்கியைப் போர்த்திக்கொள்கின்றன.

உண்மையில் பெண் கவிஞர்கள் உடலை எழுதுவதன் வழியே அதைக் கடக்கவே முயல்கிறார்கள் என்றே நான் எண்ணுகிறேன். பெண்ணின் உடல் ஒரு பண்டமாகவும் துய்ப்புக்கு உரியதாகவும் சித்தரிக்கப்பட்டு வந்த ஆண் மைய மனநிலைக்கு எதிரான செயல் இது. உடலை ஒரு உடைமைப் பொருளாகக் கருதுவதற்கு எதிரானது இந்தச் செயல். ஆணுக்குப் பெண் உடல் மீது ஏற்படும் தீராத ஈர்ப்பைப் பெண் கவிஞர்கள் கேள்விக்குட்படுத்துகிறார்கள். அதனால் விளையும் ஆண் மனப் பதற்றம்தான் அந்தக் கவிதை களை வன்மத்துடன் எதிர்கொள்கிறது; ஒடுக்கப்பார்க்கிறது.

ராஜமார்த்தாண்டன் தமிழ்க் கவிதையுலகிற்கு முக்கிய பங்களித் துள்ளார். இவரைப் பற்றியும், இவரது முக்கிய பங்களிப்புக்கள் பற்றியும் கூறுங்கள்.

முன்னரே நண்பர் ராஜமார்த்தாண்டனைப் பற்றி இரு கட்டுரைகளில் எழுதியிருக்கிறேன். இலக்கியத்தின் வழியாக எனக்குக் கிடைத்த மதிப்புக்குரிய நட்புகளில் ஒன்று அவருடையது. இலக்கிய உலகில் இரண்டு பேரை 'அண்ணாச்சி' என்று நான் அழைப்பது உண்டு. ஒருவர் ராஜமார்த்தாண்டன். மற்றவர்

விக்ரமாதித்யன் . இருவருமே என்னுடைய ஆரம்ப கால எழுத்து முயற்சிகளுக்கு ஊக்கமளித்தவர்கள். அந்த ஊக்கத்திலிருந்துதான் நட்பும் தொடர்ந்தது.

சமகாலக் கவிதைகளை மிக விரிவாக வாசித்தவர் ராஜ மார்த்தாண்டன். குறிப்பாகப் புதுக்கவிதை அல்லது நவீன கவிதையை விமர்சனபூர்வமாகவும் வரலாற்றின் அடிப்படையிலும் பார்த்தவர். கவிதையில் அழகியல் மீது அக்கறை கொண்டிருந்தவர். இந்த அக்கறையிலிருந்தே அவர் விமர்சகராக உருவானார். குறிப்பிடத் தகுந்த எண்ணிக்கையில் கவிதைகள் எழுதியிருக்கிறார். எனினும் விமர்சகராக அவரது பங்களிப்பே அதிகம். கவிதை விமர்சனத்தில் தன்னை அதிகம் ஈடுபடுத்திக் கொண்டதனாலேயே சொந்தக் கவிதைகளில் முனைப்புக் காட்டவில்லை என்று நினைக்கிறேன். கவிதையின் அழகியல் சார்ந்து ரசனை நிலையில் கவிதைகளைப் பார்த்தவர்; அந்தப் பார்வையை ஒட்டிக் கருத்துக்களை முன் வைத்தவர் ராஜமார்த்தாண்டன். ரசனை விமர்சனம் என்று அதைச் சொல்லலாம். இது நல்ல கவிதை; இது அல்லாதது என்று ரசனை விமர்சனத்தைக் குறுக்கிவிட முடியாது. வாழ்க்கை பற்றிய மதிப்பீடுகளிருந்துதான் ரசனை உருவாகிறது என்ற பார்வையில்தான் அவர் கவிதைகளை இனங்கண்டார் என்பது என் முடிவு. அந்த வகையில் ந. பிச்சமூர்த்தி, புதுமைப் பித்தன் முதல் அவர் மறையும் வரையிலான காலக்கட்டத்தைச் சேர்ந்தவர்கள் உட்பட எல்லாருடைய கவிதைகளையும் பற்றிக் கருத்துச் சொல்லியிருக்கிறார். இப்போது கவிதை விமர்சனமே இல்லாத நிலையில் அவரில்லை என்பது ஒரு வெற்றிடத்தை உணர்த்துகிறது. இது அவருடைய விமர்சனப் பங்களிப்பு. இலக்கிய வரலாற்றாளராக அவரது பங்களிப்பு முக்கியமானது. தமிழ்ப் புதுக்கவிதையின் வரலாற்றைச் சரியான ஆதாரங்களுடனும் துல்லியமான பார்வையுடனும் எழுதியிருக்கிறார். தொடர்ந்து புதியவர்களின் கவிதைகளை அறிமுகப்படுத்துபவராக இருந்தார். இன்று அறியப்படும் பல பெண் கவிஞர்கள், ஈழத்துக் கவிஞர்கள் ஆகியோரது ஆரம்ப கால எழுத்துகளை அச்சியற்றத் தூண்டுதலாக இருந்தவர் அவரே.

'தமிழ்ப் புதுக்கவிதை வரலாறு' என்ற நூலும் அவர் தொகுத்த 'கொங்குதேர் வாழ்க்கை' – இரண்டாம் தொகுதியும் அவரதுமுக்கியமான பங்களிப்புகள் என்று கருதுகிறேன். கொங்கு தேர் வாழ்க்கை தொகுப்பில் பிச்சமூர்த்தி முதல் தென்றல்வரை – ஈழக் கவிஞர்களையும் சேர்த்து – 93 கவிஞர் களின் சுமார் 900 கவிதைகளைத் தொகுத்திருக்கிறார். இப்படி ஒரு நூலைத் தொகுக்கும் பணி எனக்குக் கொடுக்கப்பட்டால் கவிதைகளின் எண்ணிக்கை இவ்வளவு இருக்காது. இதை அவருடைய தாராள மனப்பான்மைக்குச் சான்றாகவே

சொல்கிறேன். கவிதைக்கான குறைந்த பட்ச இயல்புகொண்ட ஆக்கங்களைக் கூட விட்டு விடாமல் தொகுத்திருக்கிறார். தன் அளவில் இது கவிதையே அல்ல என்று நம்பியவற்றைக் கறாராகச் சேர்க்காமலும் இருந்திருக்கிறார். கவிதை ஆர்வலன், விமர்சகன், வரலாற்றாளன் ஆகிய மூவரும் ஒன்றிணைந்தத் தொகுப்பாளராக இருந்தார் என்பதற்கு இந்தத் தொகை நூல் சாட்சியம்.

புலம்பெயர் படைப்புக்களை நீண்ட காலமாக அவதானித்து வருகின்றீர்கள். கூறப்பட வேண்டியவை என்ன? கூறப்பட்டவை என்ன? இலங்கை, மலேசிய, சிங்கப்பூர் தமிழ் இலக்கிய படைப்புக்கள் பற்றிய உங்கள் அவதானிப்புக்கள் என்ன?

நீங்கள் இரண்டு கேள்விகளாகக் கேட்டவற்றுக்கு ஒரே பதிலைச் சொல்ல முயற்சிக்கிறேன். புலம் பெயர் படைப்புகள் என்று வாசித்தவற்றில் அதிகமும் கவிதைகளாகவே இருக்கும். குறிப்பாக ஈழத்திலிருந்து அல்லது இலங்கையிலிருந்து பெயர்ந்தவர்களின் படைப்புகளையே அதிகம் வாசித்திருக்கி றேன். ஒரு மண்ணில் ஊன்றப்பட்டு முளைத்து வளர்ந்த தாவரம் இன்னொரு மண்ணில் பிடுங்கி நடப்பட்டு வேரூன்ற முயற்சிக்கும் வேதனைகளும் வலிகளுமே அவற்றில் பெரும்பாலும் காணக் கிடைத்திருக் கிறது. சில ஆக்கங்கள் இரு கலாச்சாரங்களுக்கு இடையில் மனிதர்கள் கொள்ளும் சிக்கல்களையும் பதற்றங்களையும் விநோதங்களையும் சொல்கின்றன. இவையெல்லாம் பொதுவான அவதானிப்புகள். மனித இருப்பையும் வாழ்வையும் ஆகிவந்த தளங்களில் அல்லாமல் மிகப் பரந்த தளங்களில் அறிமுகப்படுத்துபவை புலம்பெயர் படைப்புகள் என்று காண விரும்புகிறேன். மாறுபட்ட கலாச்சாரப் பின்னணியில் மனித வாழ்க்கை என்பதாகவே இவற்றைப் பார்க்கிறேன். ஒரு பிரெஞ்சுக்காரனுக்கு ஜெர்மன் வாழ்க்கை அவ்வளவு ஒன்றும் அந்நியமானதாக இருக்காது என்று ஊகிக்கிறேன். மாறாக ஓர் இந்தியனுக்கு அல்லது ஈழத்தைச் சேர்ந்தவனுக்கு மேலைத் திசை வாழ்க்கை அளிக்கும் அனுபவங்கள் முற்றிலும் அந்நியமானவை. அவற்றை அந்தக் கீழ்த்திசை மனம் என்னவாக உள்வாங்கிக் கொள்கிறது என்பதுதான் கூறப்பட வேண்டியது என்று தோன்றுகிறது. இந்த வகையில் உடனடியாக நினைவுக்கு வரும் ஆக்கங்கள் பொ. கருணாகரமூர்த்தியின் 'பெர்லின் இரவுகள்', செல்வத்தின் 'எழுதித் தீராத பக்கங்கள்' ஆகியவை. கதைகளாகவும் நாவல்களாக வும் வாசித்தவற்றையும் இதில் சேர்த்துக் கொள்ளலாம். ஒரு அட்டவணை தயாரிப்பது எனது நோக்கமில்லை. எனினும் பலரது கதைகள் நாவல்கள் என்னை ஈர்த்திருக்கின்றன. அண்மைக்

காலத்தில் புலம் பெயர்ந்தவர்கள் எழுதிய நாவல்கள் தமிழ் நாவலின் திசையையே திருப்பி இருக்கின்றன. உதாரணத்துக்கு ஒரு பெயராக 'கனவுச் சிறை' நாவலைச் சொல்வேன். அ. முத்துலிங்கம், ஷோபா சக்தி ஆகியோரின் படைப்புகளுக்குத் தீவிர வாசகன். அண்மை ஆண்டுகளில் கிழக்கிலங்கையிலிருந்து வரும் படைப்புகளையும் தொடர்ந்து அவதானித்து வருகிறேன். இலக்கியத்தில் புதிய நுண்ணுணர்வையும் இதுவரை காணக் கிடைக்காத களங்களையும் அவை முன்வைக்கின்றன. இதை விரிவாகப் பேச இந்த நேர்காணலில் வாய்ப்பில்லை.

இலங்கையிலிருந்தும் இலங்கையிலிருந்து புலம் பெயர்ந்த நாடுகளிலிருந்தும் எழுதப்பட்ட படைப்புகளே வாசிப்பில் அதிகம் இடம் பெற்றவை. அவற்றுடன் ஒப்பிட்டால் மலேசிய சிங்கப்பூர் படைப்புகள் பற்றிக் கருத்துச் சொல்லும் அளவுக்கு நான் வாசிக்க வில்லை. வாசிக்கக் கிடைத்த மிகச் சிலவும் மேம்போக்கானவை; புதுமையில்லாதவை; ஆழமற்றவை; இலக்கியக் குணங்கள் இல்லாதவை.

நீண்ட காலமாக திருவனந்தபுரத்தில் வசித்து வருகின்றீர்கள். மலையாளத்தின் கவனிக்கப்பட வேண்டிய படைப்புக்கள் எவை? ஏன்?

ஒருவர் ஒரு நகரத்தில் நீண்ட காலமாக வசித்து வருவதன் மூலமே இலக்கிய உணர்வு கொண்டு விட முடியுமா என்ன? தலைமுறைகளாகத் திருவனந்தபுரத்தில் வசிக்கும் பலருக்கும் அந்த மொழியின் படைப்புகள் பற்றித் தெரிந்திருக்கவில்லை என்பதை அனுபவத்தில் கண்டிருக்கிறேன். இலக்கியக் கூட்டங்களுக்கும் கலை நிகழ்ச்சிகளுக்கும் வரும் விவரமானவர்கள் பலருக்கும் மலையாளத்தில் கவனத்துக்குரிய படைப்புகள் பற்றித் தெரிந்திருக்கவில்லை. இது இங்குள்ள மலையாளி களுக்கும் தமிழர்களுக்கும் பொதுவானது. நீல பத்மநாபனையும் ஆ. மாதவனையும் தெரியாத திருவனந்தபுர மலையாளிகளையும் சுகதகுமாரியையும் சக்கரியாவையும் தெரியாத திருவனந்தபுரத் தமிழர்களையும் பார்த்து வருகிறேன். தீவிர இலக்கியம் வெகுஜன அக்கறையைத் தாண்டியது; தனிப்பட்ட அக்கறை சார்ந்தது என்பதை இவை சுட்டிக் காட்டுகின்றன. எல்லா மொழி இலக்கியங்களுக்கும் இது பொருந்தும்தானே?

நான் திருவனந்தபுரத்தில் வசிக்க நேர்ந்தது அலுவல் நிமித்தமாக. எனினும் இந்த இடப் பெயர்ச்சிக்கு இலக்கியமும் காரணம். மலையாள இலக்கியத்தை அந்த மொழி புழங்கும் சூழலில் அறிவது; ஒரு தமிழ் எழுத்தாளனாக அந்த இலக்கியத்துடன் உரையாடல் மேற்கொள்ள முடியுமா என்று

பார்ப்பது என்ற காரண நோக்குடனேயே இங்கே வசித்து வருகிறேன். அதை ஓரளவுக்கு நடை முறைப் படுத்தவும் முடிந்திருக்கிறது என்பதை என்னுடைய மொழிபெயர்ப்பு முயற்சிகள், கட்டுரைகள் மூலம் தெரிந்து கொள்ளலாம்.

கவனிக்கப்பட வேண்டிய படைப்புகள் என்று ஒரு பெரிய பட்டியலையே கொடுக்க முடியும். பட்டியலில் இடம்பெறக் கூடிய படைப்புகளில் கணிசமானவற்றைப் பலரும் தமிழாக்கம் செய்துமிருக்கிறார்கள். தகழி சிவசங்கர பிள்ளை, வைக்கம் முகம்மது பஷீர், எம்.டி. வாசுதேவன் நாயர், சக்கரியா ஆகியோரது முக்கியமான எல்லாப் படைப்புகளும் தமிழில் மொழிபெயர்க்கப்பட்டிருக்கின்றன. புதிய எழுத்தாளர்களின் படைப்புகளும் தமிழாக்கம் செய்யப்பட்டிருக்கின்றன. இவற்றில் தமிழ் வாசகன் கட்டாயம் அறிந்திருக்க வேண்டிய படைப்புகளும் அவனுக்குத் தேவையில்லாத படைப்புகளும் அடங்கும். அது மொழிபெயர்ப்பாளர்களின் ரசனையையும் தேர்வையும் பொறுத்த விஷயம். நான் குறிப்பிட விரும்புவது மலையாளத்திலிருந்து தமிழுக்கு மொழியாக்கம் செய்யப்பட்ட படைப்புகளின் எண்ணிக்கையுடன் ஒப்பிட்டால் தமிழிலிருந்து மலையாளத்துக்குச் சென்றவற்றின் எண்ணிக்கை மிகக் குறைவு என்பதையே. மலையாளத்தின் முக்கியமான படைப்புகள் பலவும் தமிழ் வாசகனுக்கு ஓரளவாவது அறிமுகமாகி இருக்கின்றன. அந்த அளவுக்கான தமிழ் ஆக்கங்கள் மலையாளத்துக்குச் செல்ல வில்லை.

கடந்த இருபது ஆண்டுகளில் மலையாளத்தில் வெளிவந்த முக்கியப் படைப்புகள் என்று நான் சிலவற்றைக் குறிப்பிட விரும்புகிறேன். என்.எஸ். மாதவனின் 'லத்தன் பத்தேரியிலே லுத்தினியகள்' (டச்சுக்காரர்களின் கேரளக் குடியேற்றம் பற்றிய புனைவு), டி.பி. ராஜீவனின் 'பாலேரி மாணிக்கம்: ஒரு பாதிரா கொலபாதகத்திண்டெ கத (அரை நூற்றாண்டுக்கு முன்பு கேரளத்தில் நடந்த ஒரு கொலைபாதகத்தைத் துப்புத் துலக்கும் நாவல். ஒரு பெண்ணுக்கு இழைக்கப்படும் சமூக அநீதியைப் பேசுவது) , கே.டி.என். கோட்டூர் – எழுத்தும் ஜீவிதமும் (மலபார் பகுதியில் நிகழ்ந்த சுதந்திரப் போராட்டத்தைப் பற்றிச் சொல்லும் விதத்தில் இந்திய வரலாற்றை மறு வாசிப்புச் செய்கிறது), கே.ஆர். மீராவின் 'ஆராச்சார்' (கழுவேற்றுபவர்களின் குடும்பத்தின் கடைசி வாரிசான பெண்ணின் மூலம் பல காலங்களின் புதிரைச் சொல்வது), ஈ. சந்தோஷ்குமாரின் 'அந்தகாரனழி' (இந்தியாவில் நிறைவேறிய நெருக்கடிநிலை யின் பின்னணியில் அந்தக் காலத்தின் துன்பியலைச் சொல்வது), பென்யாமினின் 'ஆடு ஜீவிதம்' (வளைகுடா

நாடுகளின் வாழ்க்கையைப் பின்புலமாகக் கொண்டது; டி.டி. ராமகிருஷ்ணனின் 'சுகந்தி என்ற ஆண்டாள் தெய்வநாயகி (ஈழப் பிரச்சனையை மையமாகக் கொண்டது), சுபாஷ் சந்திரனின் 'மனிஷனு ஒரு ஆமுகம்' (நவீன மனிதனின் ஆன்மீக வேட்கையைப் பற்றியது), இந்துமேனோனின் 'கப்பலினெ குறிச்சு ஒரு விசித்ர புஸ்தகம்' (மலையாளிகளின் புலம் பெயர்தலைப் பற்றியது) – ஆகிய நாவல்களை அண்மைக் காலத்தில் வெளிவந்த முக்கிய மான படைப்புகளாகக் குறிப்பிட விரும்புகிறேன். உண்ணி ஆர், வி. ஹரீஷ், தாமஸ் ஜோசப் ஆகியோரின் சிறுகதைகளையும் கவனிக்க வேண்டியவையாக நினைக்கிறேன். இவையெல்லாம் தனிப்பட்ட வாசிப்பிலிருந்து நான் சொல்லுபவை. இன்னொருவருக்கு வேறு பெயர்கள் சொல்ல முடியலாம். மேற்சொன்ன படைப்புகளில் சில தமிழாக்கம் பெற்றிருக்கின்றன.

அண்மைக் காலத்தில் மலையாளத்தில் சில தன் வரலாறு களும் வரலாறுகளும் வெளியாகி உள்ளன. இதுவரை சமூகத்தின் கண்களில் படாத பலரது வாழ்க்கை வாசிப்புப் பொருளாக ஆகியிருக்கிறது. அவை கவனத்துக்குரியவை என்பது என் எண்ணம். திருடன் மணியன் பிள்ளை, பாலியல் தொழிலாளியான நளினி ஜமீலா, நக்சலைட் போராளியான வர்கீசைச் சுட்டுக் கொன்ற போலிஸ்காரர் ராமசந்திரன் நாயர், ஆதிவாசியான சி.கே. ஜானு, கிறித்துவ மடத்தைவிட்டு வெளியேறிய சிஸ்டர் ஜெஸ்மி, நீலப்படங்களில் டூப் ஆக நடித்த சுரய்யா பானு ஆகியோரது சுய சரிதைகளும் சரிதைகளும் நூல் வடிவம் பெற்றிருக்கின்றன. இவை குறிப்பிடத் தகுந்தவை.

குறிப்பிட்ட நூல்கள் எல்லாம் என் பார்வையை ஒட்டியும் வாசிப்புச் சார்ந்தும் முன்வைக்கப்படுபவை. இவை ஏன் குறிப்பிடப்பட வேண்டும் என்ற உங்கள் கேள்விக்கு மிக எளிய பதில்தான் இருக்கிறது. நாமறியாத வாழ்க்கையை அறிந்து கொள்வதன் மூலம் நமது வாழ்க்கையை அறிந்து கொள்ள. இலக்கியத்தின் நோக்கம் அதுதானே, இல்லையா?

மலையாள கவிதை உலகம் எவ்வாறு உள்ளது. தமிழ்க் கவிதை யுலகுடன் ஒப்பிடும் பொழுதுஎன்ன மாற்றங்கள் அங்கு நிகழ்ந்துள்ளன?

மிக ஆரோக்கியமாகவே உள்ளது. புதிய தலைமுறையின் முயற்சிகள் உற்சாகமளிப்பவையாகவும் அவர்களின் கவிதையில் தென்படும் சுதந்திரம் பொறாமை தருவதாகவும் இருக்கின்றன. தமிழ்க் கவிதையுடன் ஒப்பிட்டு மாற்றங்களைச் சொல்ல முடியுமா என்று தெரியவில்லை. இரண்டும் வெவ்வெறு மொழிப் புலங்களையும் பண்பாட்டுப் பின்னணியையும் கொண்டவை என்பதால் ஒப்பீடு அவ்வளவு எளிதானது இல்லை.

மலையாளக் கவிதையில் இன்னும் ரொமாண்டிசிசத்தின் பாதிப்பு தொடர்ந்து கொண்டிருக்கிறது. மரபான செய்யுள் வடிவங்கள் புதியவர்களாலும் கைவிடப் படவில்லை. அதே சமயம் மாற்றங்களும் நிகழ்ந்து கொண்டிருக்கின்றன. கவிதையை அதன் இசையுடன் பாடுவது – சொல்லுதல் என்று மலையாளத்தில் – வழக்கம். அதனால் கவிதைகள் கருப் பொருளுக்குப் பொருந்தாத விதத்தில் நீண்டவையாகவும் அரட்டைத்தன்மையாகவும் தென்பட்டிருந்தன. புதிய கவிதைகள் கச்சிதமானவையாகவும் அநாவசிய அலங்காரமில்லாதவை யாகவும் மாறியிருக்கின்றன என்பது என் அவதானிப்பு. எல்லா மொழிகளிலும் கவிதையில் பெண்கள், ஒடுக்கப்பட்டவர்கள், தலித்துகள் குரல்களுக்கு முக்கியத்துவம் கிடைத்திருப்பதுபோல இங்கும் நிகழ்ந்திருக்கிறது. சரியாகச் சொன்னால் மலையாளக் கவிதை இப்போதுதான் நவீன மலையாளி வாழ்க்கையை அப்பட்டமாகச் சித்தரிக்கிறது.

திருவனந்தபுரத்தில் நடைபெற்று வரும் சர்வதேச திரைப்பட விழாவிற்குப் பல தடவைகள் சென்றுள்ளீர்கள். இத்திரைப்பட விழாவில் உங்களைக் கவர்ந்த முக்கிய படங்கள் என்ன? இத்திரைப்படவிழா மலையாள திரைப்பட உலகிற்கு என்ன முக்கிய பங்களிப்பை செய்துள்ளது? சென்னை திரைப்பட விழாவில் திருவனந்தபுரத்துடன் ஒப்பிடும் பொழுது என்ன மாற்றங்கள்செய்யப்படவேண்டும்?

2000ஆவது ஆண்டு திருவனந்தபுரத்தில் குடியேறினேன். அதற்கு அடுத்த ஆண்டு முதல் – இடையில் இரண்டு ஆண்டுகள் தவிர – எல்லா ஆண்டும் திரைப் பட விழாவில் பார்வையாள னாகப் பங்கேற்றிருக்கிறேன். ஒருமுறை விழாவில் சராசரியாகப் பதினைந்து படங்களையாவது பார்த்துவிடுகிறேன். அப்படி இதுவரை 200லிருந்து முந்நூறு படங்கள் பார்த்திருக்கலாம். அவற்றிலிருந்து என்னைக் கவர்ந்தவை என்று தேர்ந்தெடுத்துச் சொல்லுவது இயலாத காரியம். அந்தந்த ஆண்டு மனநிலையைப் பொறுத்தே படங்களைத் தேர்வு செய்கிறேன். சில சமயம் கிளாஸிக்குகளாகவும் சில சமயம் ஒரே இயக்குநரின் படங்களாக வும் ஒரே நாட்டில் தயாரிக்கப்பட்ட படங்களாகவும் மீள் பார்வைப் படங்களாகவும் பட்டியல் அமையும். அது அந்த நாளைய மனப்போக்கை ஒட்டியது. பல அரிய படங்களைப் பார்த்திருக்கிறேன் என்று பொதுவாகச் சொல்லலாம். சில படைப்பாளிகள் மீது ஏற்கனவே இருந்த காதல் வலுப்படவும் சில புதிய காதல்கள் உருவாகவும் இந்த விழா எனக்கு உதவி யிருக்கிறது. அப்பாஸ் கியரோஸ்தமி, தாமினே மிலானி, அஸ்கர் ஃபராதி, கிம் கி டுக், ஜோதரோவ்ஸ்கி போன்றவர்களின் படங்களை காணக் கிடைத்தது இந்தத் திரைப்பட விழாத் தேடலில்தான்.

வங்காள இயக்குநர் ரிதுபர்ணகோஷ் நண்பரானதும் இந்த விழாவில் பார்த்த படங்களின் மூலமே. என்னைக் கவர்ந்தவை என்று இதுவரை விழாவில் பார்த்தவற்றிலிருந்து குறைந்தது ஐம்பது படங்களையாவது சொல்ல முடியும். என்னை சலனமற்று அமரச் செய்த படங்கள் எவை என்று இந்தக் கேள்வியினூடே யோசிக்கும்போது உடனடியாக நினைவுக்கு வருபவை இவை. 'டு தி லெஃப்ட் ஆஃப் மை ஃபாதர்' (பிரேசில்/ லூயிஸ் ஃபெர்னாண்டோ கார்வால்ஹோ), பொயட் ரி (கொரியா/ லீ சாங்க் டாங்), ஃபத்மா (டூனிசியா / காலித் கோர்பால்), செபரேஷன் (ஈரான்/ அஸ்கர் ஃபராதி). இவற்றின் ஒவ்வொரு ஃப்ரேமும் மனதில் ஓடுகின்றன. இவை மாதிரிகள் மட்டுமே.

திருவனந்தபுரம் சர்வதேசத் திரைப்பட விழா கேரள அரசால் நடத்தப்படுகிறது. இன்று அதற்கு உலகளாவிய மதிப்பு உள்ளது. அந்த மதிப்பைத் தக்கவைத்துக் கொள்ளும் சில மலையாளப் படங்களையாவது ஒவ்வொரு ஆண்டும் மலையாள இயக்குநர்கள் எடுக்கிறார்கள். இது விழாவின் தூண்டுதல் என்றுதான் நினைக்கிறேன். வெறும் வணிக சினிமாக்களுக்கு இடையிலும் பார்வையாளனை மதிக்கும் சில படங்கள் உருவாகவும் விழா உதவுகிறது. இதுவே முக்கியமான பங்களிப்பு. கூடவே திருவனந்தபுரம் திரைப்பட விழாவின் பார்வையாளர்களில் சரிபாதி இளைஞர்கள். அவர்கள் மூலம் புதிய ஒரு திரைப்படக் கலாச்சாரம் உருவாகியிருக்கிறது.

சென்னை திரைப்பட விழாவில் இதுவரை பங்கேற்ற தில்லை. எனவே ஒப்பிட வழியில்லை. என்னுடைய அபிமான இயக்குநர்களில் ஒருவர் ஹெல்மா சாண்டர்ஸ் ஃப்ராம்ஸ். பல ஆண்டுகளுக்கு முன்னர் சென்னையில் நடைபெற்ற அவரது படங்களின் திரையிடலின்போது சொன்னார்: "ஒரு சினிமாவைப் பார்ப்பது தாயின் கர்ப்ப இருளின் பாதுகாப்பில் கனவு காண்பதுபோல". அதை திருவனந்தபுரம் சர்வதேச திரைப்பட விழாவில் எப்போதும் உணர்வேன். எந்த மாற்றங்கள் அந்த உணர்வை தரக் கூடுமோ அவைதாம் சென்னை விழாவுக்கும். அது என்ன, அதை எப்படி என்பது அமைப்பாளர்களின் பணி. பார்வையாளனுடையது அல்ல.

அடூர் கோபாலகிருஷ்ணனின் நூல் ஒன்றை தமிழில் மொழி பெயர்த்துள்ளீர்கள். அடூருக்கும் உங்களுக்குமான நட்பைப் பற்றிக் கூறுங்கள். அவரது படங்களில் தமிழ் உரையாடல்கள் இடம் பெற்றுள்ளன. இவை காட்சிகள் நடைபெறுவதுதாகக் காட்டப்படும் இடங்களின் வட்டார மொழியை வெளிப்படுத்துகின்றதா?

அடூர் கோபாலகிருஷ்ணன் திரைக்கலை தொடர்பாக எழுதிய 'சினிமா அனுபவம்' நூலைத் தமிழாக்கம் செய்திருக்கிறேன்.

இந்தியக் 'கலை சினிமா'வில் மிக முக்கியமான ஆளுமை அவர். விரிவான வாசிப்பு உடையவர். கூடவே திரைக் கலையின் அழகியல் குறித்து மிகவும் அக்கறை கொண்டவர்; அந்த அழகியலைத் தனது பார்வை, செயல்பாட்டு அனுபவங் களுடன் வெளிப்படுத்துபவர் என்ற மதிப்பு அவர் மீது எனக்கு உண்டு. அந்த மதிப்பின் அடையாளமாகவே அவரது நூலை மொழிபெயர்த்தேன். அவ்வளவே. நீங்கள் குறிப்பிடுவதுபோல அவருடன் எனக்கு நெருக்கமான நட்பு எதுவுமில்லை.

அடூர் எழுதி இயக்கிய இரண்டு படங்களில் தமிழ்ப் பின்புலமும் உரையாடலும் இடம்பெற்றிருக்கின்றன. 'நிழல் குத்து', 'நாலு பெண்ணுங்கள்' ஆகிய படங்களில். இவற்றில் தமிழ் உரையாடல் பயன்படுத்தப்பட்டிருக்கும் விதம் எனக்கு ஒப்புதலாக இல்லை. 'நிழல் குத்து' படத்தின் கதை கன்யாகுமரி மாவட்டத்தின் கிராமம் ஒன்றில் நடைபெறுவதாகச் சித்தரிக்கப்பட்டுள்ளது. ஆனால் படத்தில் இடம் பெறும் மொழி அந்த வட்டாரத்துக்கு அந்நியமானது. நான்கு பெண்கள் படம் தகழி சிவசங்கர பிள்ளையின் நான்கு சிறுகதைகளின் தொகுப்பு. அதில் 'சின்னு அம்மா' என்ற மூன்றாவது கதையில் பாத்திர உரையாடலாகத் தமிழ் வருகிறது. கேரளத்தை விட்டுத் தமிழகத்துக்கு ஓடி வந்த பாத்திரம் மீண்டும் ஊருக்குத் திரும்புகிறான். அவன் அதிகம் பேசுவது தமிழ் என்று காட்டப்படுகிறது. அதுபோன்ற தமிழ் எங்கும் பேசப்படுவதாகத் தோன்றவில்லை. என் தமிழ்ச் செவிக்கு அந்த மொழி ஏற்புடையதாக இல்லை. தனது திரைப்படத்தில் சிறு விவரங்களையும் கூட மிகுந்த அக்கறையுடன் எடுத்தாளும் இயக்குநர் என்பதால் இதை ஒப்புக்கொள்ளச் சங்கடமாக இருந்தது. சக்கரியாவின் 'பாஸ்கர பட்டேலரும் என்டெ ஜீவிதமும்' என்ற நீள்கதையை அடிப்படையாக வைத்து அடூர் இயக்கிய படம் 'விதேயன்'. அதில் கன்னடப் பின்னணி. படத்தில் கர்நாடகத்தின் வடக்குப் பகுதியில் புழங்கும் கன்னடம் மிகக் கச்சிதமாகவும் பொருத்தமாகவும் கையாளப்பட்டிருக்கிறது. அடூரிடமே இதைச் சுட்டிக் காட்டியிருக்கிறேன். 'கன்னடத்தில் எழுத ஆள் கிடைத்தார்கள். ஆனால் உங்கள் தமிழ் நாட்டில்தான் இதற்கு ஆளே கிடைக்கவில்லை. நான் அணுகிய எழுத்தாளர்கள் கை விரித்து விட்டார்கள்' என்றார். அந்த பதில் எனக்கு திருப்தியளிப்பதாக இல்லை. பொதுவாகவே மலையாளிகள் மத்தியில் தமிழ் என்றால் சின்ன ஏளனம் நிலவுகிறது. இதுவும் அதன் பகுதி என்று எனக்குத் தோன்றுகிறது. ஒருவேளை தவறாகவும் இருக்கலாம். ஆனால் சத்யஜித் ராய்க்குப் பிறகு வந்த பெரும் ஆளுமைகளில் அடூர் கோபாலகிருஷ்ணனும் ஒருவர் என்ற என் மதிப்பீட்டில் எந்த மாற்றமும் இல்லை.

தமிழில் இப்பொழுது பல மொழிபெயர்ப்பு முயற்சிகள் வெளிவருகின்றன. ஒரு மொழியின் வளத்துக்கும், வளர்ச்சிக்கும் மொழிபெயர்ப்பு படைப்புக்கள் எவ்வாறு பங்களிக்கின்றன? தமிழுக்கு இதுவரை மொழிபெயர்க்கப்படாத படைப்புக்கள் என்ன? எந்த எந்த மொழி இலக்கியங்கள் இதுவரை கவனிக்கப்படாது உள்ளன? உதாரணத்துக்குப் பிலிப்பைன்ஸ் நாட்டு படைப்புக்கள் எதுவும் தமிழுக்கு மொழிபெயர்க்கப்படவில்லை.

இலக்கிய மொழிபெயர்ப்பு ஒரு தனித்துறையாக இன்று கருதப்படுகிறது. இதற்கெல்லாம் முன்பே தமிழில் தொடர்ந்து மொழிபெயர்ப்பு முயற்சிகள் மேற்கொள்ளப்பட்டு வந்திருக்கின்றன. மொழிபெயர்ப்பால்தான் மதங்களும் தத்துவங்களும் தமிழ் மண்ணில் வேரூன்றி இருக்கின்றன. தமிழில் முதன்முதலில் அச்சிடப்பட்டதே மொழிபெயர்ப்பு நூல்தானே? நாம் இன்று காணும் சிறுகதைகளுக்கும் நாவல்களுக்கும் மொழிபெயர்ப்புகள்தான் காரணமாக இருந்திருகின்றன. தமிழின் ஆகச் சிறந்த படைப்பாளிகள் அனைவரும் மொழிபெயர்ப்பிலும் ஈடுபாடு காட்டியவர்கள். பாரதியும் புதுமைப்பித்தனும் மிகச் சிறந்த உதாரணங்கள்.

நமதுமொழி இன்று எங்கே இருக்கிறது, நமது இலக்கியம் என்னவாக இருக்கிறது என்று கணிக்கவும் அவற்றை மேம்படுத்தவும் மொழிபெயர்ப்புகள் காரணமாக இருந்திருக்கின்றன. இது விரிவாகப் பேச வேண்டிய பொருள்.

எல்லா மொழியிலிருந்தும் மொழிபெயர்ப்புகள் வந்து குவிவது இல்லை. இது தமிழுக்கு மட்டுமல்ல, எல்லா மொழிகளுக்கும் பொருந்தும். தமிழின் மிகச் சிறந்த படைப்புகள் என்று நாம் கருதும் எத்தனை படைப்புகள் குறைந்த பட்சம் ஆங்கிலத்திலாவது வெளியாகி இருக்கின்றன? நமது காலமும் பண்பாட்டுச் சூழலும் இலக்கியத் தேவைகளும்தான் மொழியாக்கத்துக்கான வாய்ப்பை உருவாக்குகின்றன. நவீன காலத்தில் புத்தகங்களுக்கான சந்தை அதைத் தீர்மானிக்கிறது. உதாரணமாக, மார்க்கேஸின் ஒரு படைப்பை மொழியாக்கம் செய்யும் உரிமையைப் பெறப் பெரும் தொகை செலுத்தப்பட வேண்டும். ஆயிரக்கணக்கான பிரதிகள் அச்சிடப்பட வேண்டும். இன்றைய நிலையில் தமிழில் அது சாத்தியமில்லை. மார்க்கேஸின் 'தனிமையின் நூறு ஆண்டுகள்' நாவலையே எடுத்துக் கொள்வோமே. நான் அறிந்து இந்த நாவலின் மலையாள மொழிபெயர்ப்பு இன்றைய தேதிக்கு சுமார் ஒரு லட்சம் பிரதிகள் விற்பனையாகியிருக்கின்றன. 1984இல் முதல் பதிப்பு வெளிவந்தது. 4000 பிரதிகள் அச்சிடப்பட்டன. இந்த 33 ஆண்டுகளில் தொடர்ந்து பதிப்புகள் வெளிவந்து

கொண்டிருக்கின்றன. ஒவ்வொரு பதிப்பும் குறைந்தது 2000 பிரதிகளும் அதிகமாக 5000 பிரதிகளுமாக அச்சிடப்படுகிறது. சராசரியாகக் கணக்குப் போட்டால் ஒரு ஆண்டுக்கு 3000 பிரதிகள் விற்பனையாகின்றன. தமிழில் இந்த நாவலின் மொழிபெயர்ப்பு வெளிவந்து நான்கு ஆண்டுகள் ஆகின்றன. இதுவரை 5000 பிரதிகள் விற்பனையாகி இருக்கலாம். மலையாளத்துடன் ஒப்பிட்டுப் பார்த்தால் 12000 பிரதிகள் விற்பனை ஆகி இருக்க வேண்டும். காப்ரியேல் கார்சியா மார்க்கேஸ் அளவுக்குத் தமிழில் பாதிப்பு ஏற்படுத்திய சமகால எழுத்தாளர் இல்லை. அவரது நூலுக்கே இதுதான் நிலை. ஆனால் இவற்றையெல்லாம் மீறி கணிசமான படைப்புகள் தமிழாக்கம் பெற்று வருகின்றன. அது இலக்கிய வாசகனுக்கு ஆறுதல் அளிக்கும் செயல்தானே?

நீங்கள் முன்பு வணிக சஞ்சிகைகளில் வேலை செய்துள்ளீர்கள். இப்பொழுது ஒரு முக்கிய சீரியசஞ்சிகையின் ஆசிரியர். இவ்விரண்டுக்குமான வேறுபாடுகள் என்ன?

ஒரு பறவை, உயிர்க் காட்சி சாலையில் இரும்புக் கூண்டுக்குள் பறப்பதற்கும் வெட்ட வெளியில் பறப்பதற்கும் என்ன வேறுபாடு உண்டோ அந்த வேறுபாடுதான் இரண்டிலும் பணிபுரிவதிலும் இருப்பது.

வணிக சஞ்சிகையின் நோக்கம் வரையறுக்கப்பட்டது. அதன் வாசக ரசனை முன்னரே தீர்மானிக்கப்பட்டது. வாசகன் இதைத்தான் விரும்புகிறான் என்று அவன் சார்பாக சஞ்சிகையே முடிவு செய்து அதற்கேற்ப சங்கதிகளை உற்பத்தி செய்து அவனுக்கு அளிப்பது. அவனைச் சிந்திக்க விடாமல் அவனுக்காகச் சிந்திப்பது போன்ற பாவனையை உருவாக்குவது. இதற்கு எதிரான நிலைப்பாடுகள் கொண்டது தீவிர இதழ். வணிக சஞ்சிகை வாசகன் சார்பில் உரையாடுவது. தீவிர சஞ்சிகை வாசகனை உரையாட வைப்பது.

இதழ் உருவாக்கத்துக்கான தொழில்நுட்பப் பணிகள் இரண்டுக்கும் ஒன்றுதான். வணிக சஞ்சிகை அனுபவம்தான் சீரிய சஞ்சிகையை அதற்கான அழகியலுடனும் செம்மையுடனும் உருவாக்க உதவி வருகிறது.

வணிக சஞ்சிகைகளில் நீங்கள் வேலை பார்த்த பொழுது ஒரு சீரிய இலக்கியவாதியான உங்களுக்கு அனுமதிக்கப்பட்ட விடயங்கள் என்ன?

வணிக இதழில் பணியாற்றியபோது அதை ஊதியம் பெற்றுத் தரும் வேலையாக மட்டுமே பார்த்தேன். பணிபுரிந்தேன். அதன் மூலம் பெற்ற நன்னம்பிக்கை மூலமாகச் சில காரியங்களைச்

செய்ய அனுமதிக்கப்பட்டேன். இலக்கியத் தரமான கதைகளை வெளியிட, வாரம் ஒரு கவிதையை வெளியிட, தொடர்ந்து நூல் மதிப்புரை பகுதியை இடம் பெறச் செய்ய, மாற்றுச் சிந்தனை கொண்டவர்களை அறிமுகப்படுத்த சுதந்திரம் கிடைத்தது. விற்பனைக்கு ஊறு நேராத வகையில் சிலவற்றைச் செய்தால் நமக்கு விருப்பமான சீரிய காரியங்களைச் செய்யவும் வாய்ப்பு ஏற்படும் என்பதைப் புரிந்து கொள்ள முடிந்தது. நான் என்ன செய்தேன், அவை எந்த அளவுக்குப் பலனளித்தன என்பதெல்லாம் நான் சொல்ல வேண்டியவையா? அவை மற்றொருவரால் எடுத்துச் சொல்லப்பட வேண்டியவை அல்லவா?

சன் குழுமத்தின் மலையாளத் தொலைக்காட்சியான சூர்யாவின் செய்திப் பிரிவு பிரதான ஆசிரியராக இருந்துள்ளீர்கள். தி.மு.க அரசியல் அங்கமான சன் குழும நிறுவனத்தில் உங்களால் சுதந்திர மாக இயங்க முடிந்ததா? சர்ச்சையை ஏற்படுத்திய விடயங்கள் என்ன?

சூர்யா டி.வியின் ஆரம்பத்திலிருந்தே பணியாற்றி யிருக்கிறேன். ஒரு வகையில் 'குங்குமம்' இதழில் பணியாற்றியதன் மூலம் கிடைத்த நம்பகத் தன்மையும் நற்பெயரும் இந்த வாய்ப்பை எனக்குப் பெற்றுத் தந்தன. அதன் காரணமாகவே ஓரளவு சுதந்திரத்துடன் இயங்க முடிந்தது. நிர்வாகிகளுக்கு மலையாளம் தெரியாது; கேரளப் பண்பாட்டுப் பின்புலம் தெரியாது; கேரள அரசியல் போக்குகள் தெரியாது. இந்த மூன்றும் என்னைச் சுதந்திரமாகச் செயல்பட விட்டன. திமுக வுக்கு கேரளத்தில் ஆட்சியைப் பிடிக்கும் திட்டம் எதுவுமில்லை என்பதனாலும் சுதந்திரமாக இயங்கவிட்டார்கள். பின்னர் அரசியல் மாற்றத்தால், சுதந்திரம் பறிபோகும் கட்டம் வந்தது. நான் வெளியேறினேன்.

தொலைக்காட்சியைப் பொறுத்தவரை சர்ச்சைகள்தான் செய்தி மதிப்புக் கொண்டவை. பொது வெளியில் மிகவும் சர்ச்சையை ஏற்படுத்திய செய்தி ஒரு போலி ஆவணம் பற்றியது. கேரளத்தில் அப்போது காங்கிரஸ் முன்னணி ஆட்சி. அமைச்சர்களில் ஒருவருக்கு ஹவாலா ஊழலில் பங்கிருப்பதாகச் செய்தி கிடைத்தது. அதற்கு ஆதாரமாக ஓர் ஆவணமும் கிடைத்தது. செய்தியை ஒளிபரப்பினோம். அந்த ஆவணம் போலியாகத் தயாரிக்கப்பட்டது என்று அரசு குற்றம் சாட்டியது. செய்தியை ஒளி பரப்பியதற்காக தலைமை செய்தி ஆசிரியர் என்ற முறையில் நானும் செய்தியைத் திரட்டிய என் நிருபரும் காங்கிரஸ் கட்சி எம்.எல்.ஏ ஒருவரும் வேறு சிலரும் வழக்கைச் சந்திக்க நேர்ந்தது. ஏழு ஆண்டுகளுக்கு மேலாக வழக்கு நடந்தது. கடைசியில் மீண்டும் ஆட்சிக்கு வந்த காங்கிரஸ் முன்னணி அரசே வழக்கைத் திரும்பப் பெற்றுக் கொண்டது. அந்த ஆவணம்

அவர்கள் கட்சிக்குள்ளேயே தயாரிக்கப்பட்டது. ஆனால் அதைத் தயாரித்தவர்கள் யார் என்று இன்றுவரை எனக்குத் தெரியாது. தெரிந்து கொள்ளவும் முற்பட வில்லை. வாழ்க்கையில் விளங்காத புதிர் ஒன்று இருக்கட்டுமே என்று சும்மா இருந்துவிட்டேன்.

பட்டு என்ற நாவலை மொழிபெயர்த்துள்ளீர்கள். இது படமாகவும் சில்க் என்ற அதே பெயரில்வெளிவந்துள்ளது. படைப்புக்கும், படத்துக்குமான வேறுபாடு என்ன?

முதலில் நான் வாசித்தது அலெசான்ட்ரோ பாரிக்கோவின் நாவலைத்தான். மொழிபெயர்ப்புச் செய்து முடித்துச் சில மாதங்களுக்குப் பிறகே திரைப்படத்தைப் பார்த்தேன். நான் வாசித்ததும் மொழிபெயர்த்ததும் கியூதோ வால்ட்மானின் ஆங்கில மொழியாக்கத்தைத்தான். அந்த மொழியாக்கம் மூல ஆசிரியரான பாரிக்கோவுக்குத் திருப்தி அளிக்கவில்லை என்பதால் இரண்டாவது மொழிபெயர்ப்புச் செய்யப்பட்டது. ஆன் கோல்ட்ஸ்டெயின் அதைச் செய்திருந்தார். இந்த இரண்டாவது மொழிபெயர்ப்பை ஆதாரமாக வைத்தே திரைப்படம் உருவாக்கப்பட்டது. முதல் மொழிபெயர்ப்பி லிருந்த ஒரு ரகசியக் கதையாடல், பூடகம் இரண்டாவது மொழியாக்கத்தில் இல்லை என்று தோன்றியது. திரைப்பட மாகப் பார்த்தபோதும் இதே எண்ணம் ஏற்பட்டது. நாவலில் வாசகனின் கற்பனைக்கான இடமும் சொல்லாமல் விடப்பட்ட பகுதிகளும் இருந்தன. படத்தில் அவை இல்லை. நாவல் என்னைக் கவர்ந்த அளவு படம் கவரவில்லை.

காப்ரியேல் கார்சியா மார்க்கேஸினை 'தனிமையின் நூறு ஆண்டுக'ளுக்கு அப்பால் தமிழ்வாசகர்களுக்கு அறிமுகப் படுத்துவதாயின், அவரது முக்கிய அம்சங்கள் என்ன?

நமது காலத்தின் மகத்தான கதை சொல்லிகளில் ஒருவர் என்பதும் எந்த மொழியில் பெயர்க்கப்பட்டாலும் அந்த மொழியின் பகுதியாக மாறிவிடும் கலை ஆளுமை அவருடையது என்பதும் காப்ரியேல் கார்ஸியா மார்க்கேஸை அறிமுகம் செய்வதற்குப் போதுமானவை. அவரது தோல்வியடைந்த படைப்பு – மார்க்கேஸ் வாசகனாக அப்படி ஒரு படைப்பு இல்லை என்பது என் தரப்பு – கூட வாசிப்பில் புதிய உலகங்களை யும் உணர்வுகளையும் அளிப்பது. நமது சிறு நடவடிக்கையிலும் கூட வரலாற்றின் சாயலும் காலத்தின் துடிப்பும் மனதின் ஆட்டங்களும் இருக்கின்றன என்பதைக் கலைத்தன்மையுடன் வெளிப்படுத்துபவை அவரது படைப்புகள். இடத்தையும் காலத்தையும் மீறிய பிரபஞ்ச உணர்வு கொண்டவை. எழுத்து

என்பது நினைவுகளின் கலை. மனம் தீய நினைவுகளை வெளியேற்றி விட்டு நல்ல நினைவுகளை உருப்பெருக்கிக் காட்டுகிறது. கலையின் உண்மை இதுதான். இது மார்க்கேஸின் பிரசித்தமான வாசகங்களில் ஒன்று. இதற்காகவே மார்க்கேஸை அறிமுகம் கொண்டிருக்க வேண்டும் – சூரிய வெளிச்சத்தை அறிமுகம் கொண்டிருப்பதுபோல.

நீங்கள் எழுதிய முக்கிய நாவல் வெல்லிங்டன். பல தடவைகள் வாசித்துள்ளேன். தமிழில் வெளிவந்த முக்கிய நாவல்களில் ஒன்று. வெல்லிங்டனை எழுத முற்பட்டு சில தடவைகள் எழுத முடியாமல் போய் இடைவெளிவிட்டு எழுதியதாக பின்னுரையில் குறிப்பிட்டுள்ளீர்கள். வெல்லிங்டன் உங்களில் ஏற்படுத்திய பாதிப்புக்கள் என்ன? அதில் வரும் முக்கிய பாத்திரங்களில் என்னைக் கவர்ந்தது பாபு என்ற பாத்திரம். பாபு பாத்திரம் பற்றிக் கூறுங்கள்.

தமிழில் வெளிவந்த முக்கிய நாவல்களில் ஒன்று 'வெல்லிங்டன்' என்ற உங்கள் பாராட்டுக்கு நன்றி. பின்னுரையில் சொல்லியிருப்பதுபோலவே நான் வாழ்ந்து கடந்த ஒரு காலத்தை மீண்டும் வாழ்ந்து பார்க்க விரும்பினேன். நான் கடந்து வந்த மனிதர்கள் சிலரை மீண்டும் சந்திக்க விரும்பினேன். நான் கால் தோய நடந்த மண்ணை மறுபடியும் தொட்டு உணர விரும்பினேன். இந்த விருப்பங்களின் ஆகத் தொகைதான் நாவல். எனக்கு ஏற்பட்ட நேர் மறையானதும் எதிர்மறையானதுமான பாதிப்புகளிலிருந்துதானே நாவலையே உருவாக்கியிருக்கிறேன். நாவலாக்கத்துக்குப் பின்னான பாதிப்புகள் அதிகம் எனக்குள் இல்லை. மனிதர்களை அவர்களுடைய நிறை குறைகளுக்கு அப்பாற்பட்டுப் பார்க்க விரும்பினேன். அந்த விருப்பம் நிறைவேறியிருக்கிறது என்று அறிந்ததே அதிகப்படியான பாதிப்பு. ஏனெனில் நாவலில் பாத்திரங்களாக இடம் பெற்றிருக்கும் சிலர் இன்றும் வாழ்ந்து கொண்டிருக்கிறார்கள். வெகுசிலர் அதை வாசித்தும் இருக்கிறார்கள். பாபுவின் இளம் வயதுக் கனவுப் பெண்ணான கௌரியின் அசல் வடிவம் இன்னும் வாழ்கிறார். நானே கொடுத்து அவர் நாவலை வாசித்தார். 'என்னையே கண்ணாடியில பார்த்த மாதிரி இருக்கு' என்று சொன்னார். அது பெரிய பாதிப்பு இல்லையா?

பாபு ஒரு பாத்திரம். அதில் நானும் இருக்கிறேன். இதற்கு மேல் சொல்லத் தெரியவில்லை.

வெல்லிங்டனின் பின்னர் ஏன் நீங்கள் வேறு நாவல்கள் எழுதவில்லை?

எழுதிக் கொண்டிருக்கிறேன்.

சச்சிதானந்தனின் மார்க்சிய அழகியலை தமிழில் மொழி பெயர்த்துள்ளீர்கள். ஏன் அந்த நூலைமொழிபெயர்க்க வேண்டி

நேர்காணல்கள் 139

ஏற்பட்டது.? சச்சிதானந்தன் மலையாள இலக்கியத்துக்கு ஆற்றிய முக்கியவிடயங்கள் என்ன?

சச்சிதானந்தனின் 'மார்க்சிய அழகியல் – ஒரு முன்னுரை' 1985 இல் வெளிவந்தது. அன்று எனக்கு மார்க்சியம் சார்ந்த இலக்கிய விமர்சனத்தில் ஈடுபாடு இருந்தது. எனக்கு மட்டுமல்ல அந்தக் காலத்தில் சீரிய இலக்கியத்துக்கு வந்த பலருக்கும். ஆனால் நிறுவனச் சார்புள்ள தரப்பிலிருந்து வெளியான முற்போக்கு விமர்சனங்கள் பெரும்பான்மையும் சூத்திரங்களுக்கு உட்பட்டவையாக இருந்தன. ரஷ்ய, சீன இலக்கிய விமர்சனங்களின் தொடர்ச்சியாகவே இருந்தன. மனித சிந்தனையில் பெரும் பாதிப்பை ஏற்படுத்திய சித்தாந்தம் மார்க்சியம் என்ற எண்ணத்தில் இவற்றைப் பார்த்தால் மேலோட்டமானவையாகவும் கலையின் நுண் உலகங்களைப் புரிந்து கொள்ள இயலாதவையாகவும் இருந்தன. உலகம் முழுவதும் அறிவுலகில் இந்த முரண் உணரப்பட்டிருந்தது. மார்க்சியத்தை புதிய விளக்கங்களுடனும் புதிய காலத்துக்கு ஏற்றவாறும் பாவிக்கும் நவ மார்க்சிய அறிஞர்கள் இதை விவாதித்து வந்தனர். ஹெர்பர்ட் மார்க்யூஸ், ஜியார்ஜ் லூக்காஸ், அந்தோனியோ கிராம்சி, டெர்ரி ஈகில்டன், ஃப்ரெடரிக் ஜேம்சன் ஆகியவர்களின் மாற்றுக் கருத்துக்கள் தமிழிலக்ககியச் சூழலில் விவாதிக்கப்பட்டன. கலை இலக்கியப் படைப்புகளைக் கட்சி சாராத இடதுசாரிக் கண்ணோட்டத்தில் அணுகும் விமர்சன முறைக்கு ஏற்றதாக இருக்கும் என்ற எண்ணத்தின் விளைவாகவே சச்சிதானந்தனின் நூல் தமிழாக்கம் செய்யப்பட்டது. இன்றும் அந்த நூலுக்குப் பொருத்தப்பாடு இருப்பதாகவே நினைக்கிறேன்.

நவீன மலையாள இலக்கியத்தில் தவிர்க்கவே முடியாத இடம் சச்சிதானந்தனுடையது. இன்று எழுபது வயதை எட்டியிருக்கும் அவர் ஐம்பது ஆண்டுகளுக்கும் மேலாகக் கவிஞராகவும் விமர்சகராகவும் மொழிபெயர்ப்பாளராகவும் இயங்கி வருகிறார். அவரளவுக்கு இவ்வளவு நீண்ட காலம் அயராது செயல்பட்டவர்கள் இந்திய இலக்கியத்திலேயே மிகக் குறைவு என்று நினைக்கிறேன். கவிஞர் என்ற நிலையில் மலையாளத்தில் நவீனப் போக்கை அறிமுகப்படுத்தியவர்களில் அவரும் முக்கியமானவர்.தொடர்ந்தும் அதிக அளவிலும் எழுதி வருபவர். இந்தியக் கவிஞர்களில் ஆயிரக்கணக்கான கவிதைகள் எழுதிய கவிஞர் அவரே. (இந்த சாதனையை தமிழ்க் கவிஞர் மனுஷ்யபுத்திரன் பின்னுக்குத் தள்ளி விட்டார்). மலையாளத்தில் 'ஆதுனிகத' என்று அழைக்கப்படும் நவீனத்துவ காலப் பகுதிக்குச் சற்று முன்னர் கவிதையாக்கத்தில் ஈடுபடத் தொடங்கிய சச்சிதானந்தன் இன்றளவும் கவிதையில் நிகழ்ந்து வரும்

மாற்றங்களைப் பின் தொடர்பவராகவும் சில சந்தர்ப்பங்களில் மாற்றங்களைத் தொடங்கிவைப்பவராகவும் இருக்கிறார்.

மலையாளக் கவிதை பற்றியும் இந்தியக் கவிதை பற்றியும் தொடர்ந்து விமர்சனம் செய்து வருபவர். விமர்சனத்தின் தொடர்ச்சியாகப் புதிய கவிஞர்களை அறிமுகப்படுத்துவதும் அவர்களது கவிதைகளை ஆங்கிலம் வழியாகப் பிற இந்திய மொழிகளுக்குக் கொண்டு செல்பவரும் அவரே. மூத்த மலையாளக் கவிஞரான அய்யப்ப பணிக்கர் முதல் இன்றைய இளங் கவிஞரான ராஜேஷ் என். ஆர்., வரை பலரையும் சிறிதும் பெரிதுமான கட்டுரைகள், முன்னுரைகள் வாயிலாக இலக்கிய உலகின் கவனத்துக்குக் கொண்டு வந்தவர்; வருபவர்.

மலையாளியின் கவிதை ரசனையில் புதிய உணர்வுநிலையை உருவாக்கியதில் சச்சிதானந்தனுக்குக் கணிசமான பங்கு உண்டு. அவர் வழியாகவே உலகக் கவிஞர்கள் பலரும் இந்தியக் கவிஞர்கள் பலரும் கேரளத்துக்குள் வந்தார்கள். அவரது சொந்தக் கவிதைகளின் எண்ணிக்கையைவிட அவரது மொழிபெயர்ப்புக் கவிதைகளின் எண்ணிக்கை இரு மடங்கு.

இன்று இருக்கும் இந்தியக் கவிஞர்களில் தாகூருக்கு அடுத்து அதிகம் பிற அந்நிய மொழிகளில் பெயர்க்கப்பட்டவை சச்சிதானந்தன் கவிதைகளாக இருக்கும் என்பது என் யூகம்.

சில ஆண்டுகளுக்கு முன்பு நோபெல் இலக்கியப்பரிசுக்கு அவர் பெயர் பரிந்துரைக்கப்பட்டது. அப்படிப் பரிந்துரைக்கப்படும் அளவிலான உலக அறிமுகம் பெற்றவர்.

உங்களது கனடாப் பயணத்தின்போது, தமிழர்கள் அல்லாது கவர்ந்த விடயங்கள் என்ன? கவலை தரும் விடயங்கள் என்ன?

நான் இந்திய எல்லையை முதன்முதலாகத் தாண்டியது இந்தக் கனடாப் பயணத்துக்காகத்தான். எனவே நான் கண்டவை எல்லாம் புதுமையாகவே இருந்தன. பத்து நாட்கள் மட்டுமே கனடாவில் இருந்திருக்கிறேன். இந்தக் குறுகிய கால வாசத்தை வைத்து அதிகம் சொல்லி விட முடியாது. மிக நவீன நாடாக உருவாகி வரும்போதும் இயற்கையைப் பாதுகாக்கும் அக்கறை முதலில் கவர்ந்தது. கனடாவின் இன்றைய குடிமக்கள் யாரும் அந்த நாட்டின் பூர்வீகர் அல்லர். குடியேறியவர்கள்தாம். பல்வேறு திசைகளிலிருந்து வந்தவர்கள், தாங்கள் வந்தடைந்த நாட்டை நேசிக்கும் விதம் வியப்பளித்தது. ஒரு புதிய கனடிய தேசிய உணர்வை உருவாக்கியிருக்கிறார்கள்; அதைப் பேண விரும்புகிறார்கள் என்பது கவனத்தில் பதிந்தது. அவர்களது குடியுரிமை உணர்வும் சக மனிதனிடம் காட்டும் மரியாதையும் கவந்தன.

நாங்கள் தங்கியிருந்த விடுதி அறைக்கு வெளியே நெடுஞ்சாலைகள் பின்னிப் பிணைந்து போகின்றன. அறை சன்னல் வழியாகப் பார்த்ததும் தென்படும் சாலையில் சிக்னல் அருகே ஒரு மனிதரைத் தினமும் பார்க்க முடிந்தது. சிவப்பு விளக்கு விழுந்ததும் வாகனங்கள் நிற்கும் இடத்திலிருந்து தொடங்கி காத்திருக்கும் ஒவ்வொரு கார் அருகிலும் செல்வார். வாகனங்கள் மீண்டும் புறப்பட்டதும் மறுபடியும் சிக்னல் விளக்குக் கம்பத்தருகே வருவார். மீண்டும் அடுத்த கார் வரிசைக்காகக் காத்திருப்பார். ஒவ்வொரு காராகக் கடந்து செல்வார். கார்கள் நகர்ந்ததும் பழையபடி தொடக்கப் புள்ளிக்கே போவார். காலை ஏழு முதல் ஒன்பதுவரை, பதினொன்றுமுதல் இரண்டுவரை, மாலை ஐந்து முதல் எட்டு அல்லது ஒன்பது வரை என்று அவருடைய அன்றாட அட்டவணை இரண்டு நாட்களிலேயே எனக்கு மனப்பாடமாகி இருந்தது. தொடர்ந்து கவனித்ததில் அவர் யாசகம் பெறுகிறார் என்பதைத் தெரிந்து கொண்டேன். அதை நேரில் சென்று பார்த்தும் உறுதிப்படுத்திக் கொண்டேன். நான்காவதோ ஐந்தாவதோ நாள் பிற்பகலில் சாலையை ஒட்டிய பெட்ரோல் விற்பனை நிலையத்துக் குள்ளிருந்த சீன உணவகத்தில் அவரைப் பார்த்தேன். உணவு வாங்கிக் கொண்டிருந்தார். என்னைப் பார்த்ததும் கௌரவமான யாசகச் சிரிப்பொன்றையும் உதிர்த்தார். அந்த சகஜ பாவத்தில் அவருடன் பேச்சுக் கொடுத்தேன். ஆம். யாசகம் அவரது தொழில். ஒரு நாளைக்கு ஐந்து முதல் எட்டு டாலர் வரை கிடைக்கும். மெக்சிகோவிலிருந்து வந்தவர். வயது அறுபத்தைந்து. ஆதரவுக்கு யாரும் கிடையாது. சற்றுத் தள்ளியிருக்கும் சர்ச்சில் இரவுப் படுக்கை. பேச்சில் கிடைத்த இந்த விவரங்களால் இரங்கி நானும் சிறு தொகையைக் கொடுத்தேன். வந்தனம் சொல்லி வாங்கிக் கொண்டவர் சொன்னார்: 'பொதுவாக நான் கறுப்பர்களிடமிருந்து யாசகம் பெறுவதில்லை. இந்த உணவுக்குச் செலவிட்டதைத் தவிர இன்று வேறு எதுவும் கிடைக்கவில்லை. எனவே உங்களுக்கு அந்த நல் வாய்ப்பு'. அவருடைய வாசகம் கவலை தந்தது. என்னை வெள்ளையர் பட்டியலில் சேர்த்தது வருத்தத்தைக் கொடுத்தது.

நான் மிக விரும்பும் கவிஞர்களுள் பாப்லோ நெருடாவும் முக்கிய மானவர். சில நாட்டுத்தொழிலாளர்கள் சார்பாக பல கவிதைகளை எழுதியுள்ளார். இவர் இலங்கையில் சிலே தூதரகாலயத்தில் வேலை பார்த்த பொழுது, அவரிடம் வேலை பார்த்தப் பெண்ணை, அப்பெண்ணின் விருப்பதிற்கு மாறாக உறவு கொண்டுள்ளார். இது அவரது சுயசரிதையில் உள்ளது. இதனை நீங்கள் எவ்வாறு பார்க்கின்றீர்கள்?

இந்த நேர்காணலுக்கான கேள்விகளில் நீங்கள் முதலாவதாக வைத்திருந்ததை நான் கடைசிக் கேள்வியாக எடுத்துக் கொண்டிருக்கிறேன். மன்னிக்கவும்.

பாப்லோ நெரூதா நூற்றாண்டில் – 2004இல் – அவரது படைப்புகள் மீண்டும் பெரும் கவனம் பெற்றன. அவரது வாழ்க்கை வரலாறும் பங்களிப்பும் மீண்டும் பேசு பொருளாயின. அந்தச் சந்தர்ப்பத்தில் நீங்கள் குறிப்பிடும் சம்பவம் நினைவு கூரப்பட்டு விவாதத்துக்குள்ளானது. தமிழிலும் இது பற்றி எழுதப்பட்டது. து.ரவிகுமார் எழுதினார் என்று நினைவு. இன்னும் சிலரும் எழுதியிருக்கக் கூடும்.

இதை நெரூதாவின் வீழ்ச்சியாகப் பார்க்க எனக்கு விருப்பமில்லை. ஒரு மனிதனின் தந்திரம் என்று நீங்கள் சொன்னால் அதை மறுக்கவும் தயாரில்லை. எல்லா மனிதர்களைப் போலவும் ஒரு மனிதனாக அவரிடமும் அழுக்கும் கபடமும் இருந்தன என்பது வெளிப்படை. அவரை நானோ நீங்களோ விரும்பக் காரணம் அவரது தனி ஒழுக்கம் சார்ந்தல்ல; அவருடைய படைப்புகள் சார்ந்துதானே? மகத்தான கவிஞர் என்பதனால் அவரது குற்றம் புனிதப்பட்டு விடுவதுமில்லை. ஒரு கவிஞனாகவும் மனிதராகவும் அவர் வெளிப்படும் இடங்களில் இதுவும் ஒன்று. கவிதையில் எல்லாவற்றுக்கும் இடமுண்டு என்று நம்பிய நெரூதா தன்னுடைய குற்றத்தையும் தவிர்க்கவில்லை. தனது கனவான் பிம்பத்தைக் காப்பாற்றிக் கொள்வது என்றால் இந்தச் சம்பவத்தை எழுதாமலேயே இருந்திருக்கலாம். ஆனால் அவரது கவி மனம் அதை ஏற்கவில்லை என்பதையே பார்க்கிறேன். மேலும் இந்தச் சம்பவத்தை ஒரு வெற்றியாக அவர் வெளிப்படுத்தியிருந்தால் அதை அவரது ஆணாதிக்கத் திமிர் என்று சொல்லலாம். மாறாக குற்ற ஒப்புதலாகவே சொல்லுகிறார். அவரது வேட்கை அந்தப் பெண்ணிடம் செல்லுபடி ஆகாததையே சொல்லுகிறார். 'கலவி வேளையில் அவள் கண்களை விரியத் திறந்தே வைத்திருந்தாள்; எந்த எதிர்வினையும் இல்லாமல் இருந்தாள்' என்று எழுதியிருக்கிறார். 'ஒரு சிலையும் மனிதனும் கூடுவதுபோலிருந்தது' என்று எழுதியிருக்கிறார். ஒரு பெண் தன்னுடைய உடலைத் தாண்டி ஆணை தண்டிக்கும் செயலாகவே தோன்றுகிறது. அதை நெரூதாவும் ஒப்புதல் செய்கிறார். 'என்னை அவள் அவமதித்தது சரி' என்கிறார். ஒரு பெண்ணின் வஞ்சினமாகவும் அதில் ஆண் முறியடிக்கப்பட்டதாகவுமே நான் இதைப் பார்த்தேன். கோட்பாட்டுச் சரி, அரசியல் சரி என்று பார்த்துத் தீர்ப்பெழுத எனக்கு தர்க்க ஞானமில்லை.

விளம்பரம் (கனடா), நவம்பர் 2017

நான் என்னவாக இருக்கிறேனோ, அதுவே என் எழுத்து

நேர்கண்டவர்கள்:
விஷ்ணுபுரம் சரவணன், அழகு சுப்பையா

கடுங்குளிராக இருக்குமென நினைத்த திருவனந்தபுரம், பளீரென்ற சூரிய ஒளியில் வரவேற்றது. 'ஆனையற போகணும்' என ஆட்டோ ஓட்டுநரிடம் சொன்னோம். கறாராகப் பேசியவர், சந்திக்கப்போவது எழுத்தாளர் என அறிந்ததும் நெகிழ்ந்தார். பத்து நிமிடப் பயணத்தில் கவிஞர் சுகுமாரனின் வீட்டை அடைந்தோம். கருநீல டீசர்ட்டில் சிரித்த முகத்தோடு வரவேற்றார் கவிஞர். வாசல் கடந்து வரவேற்பறை போனால், சிறிய ஊஞ்சல். அதில், நடராஜர் சிலையும் கு.அழகிரிசாமியின் மொத்தக் கதைகளின் தொகுப்பும் இமையத்தின் 'செல்லாத பணமு'ம் ஆடிக்கொண்டிருக்கின்றன. கோட்டோவியம் ஒன்றில் இளம்வயது சுகுமாரன் தீவிரமாகப் பார்த்துக்கொண்டிருக்கிறார். தூரத்தில் நடக்கும் கட்டட வேலையின் சத்தம் உரையாடலின் பின்னொலியாகத் தன்னை மாற்றிக்கொள்ள, கேரளத் தேநீரின் துவர்ப்போடு கேள்விகளைத் தொடங்கினோம்.

"மீண்டும் மீண்டும் உங்கள் நினைவில் எழுந்தபடி யிருக்கும் கவிதைகள் உண்டா?"

"நான் சோர்வாகவோ, உற்சாகத்துடனோ இருக்கும்போது, பாரதியின் வரிகள்தான் நினைவுக்கு வரும். விரும்புகிற காரியத்தைச் செய்ய முடியாத போது, மனச்சுணக்கம் வரும்போதெல்லாம்,

'ஓய்ந்தேன் என மகிழாதே
உறக்கமல்ல தியானம்
பின் வாங்கலல்ல
பதுங்கல்...'

எனும் சுந்தர ராமசாமியின் கவிதை நினைவில் வரும்."

"உங்களுடைய கவிதைகளில்..."

"என்னுடைய கவிதைகள் எப்போதும் என்னுள்ளே இருப்பவைதானே... அவற்றைத் திரும்ப நினைவுக்குக் கொண்டு வருவதற்கு என்ன தேவை' என்று நினைத்திருக்கிறேன். ஆனால், என்னுடைய வரிகளை வேறொருவர் எடுத்துக் கூறும்போது, 'அட, ஆமாம். இது நம்முடைய வரிதானே' என ஆச்சரியமாகத் தோன்றும். 'கையில் அள்ளிய நீர்' எனும் கவிதையைப் பலரும் பலமுறை குறிப்பிட்டிருக்கிறார்கள். நான் அதிகம் சிரமப்படாமல் எழுதிய கவிதை அதுதான். எனக்கு அவ்வளவாகப் பிடிக்காத கவிதையும் அதுதான். ஆனால், எல்லோரும் சொல்லிச் சொல்லி அந்தக் கவிதைக்கு ஓர் ஓவர்டோன் வந்துவிட்டது. அந்தக் கவிதையின் சாரத்திலும் மெருகு கூடிவிட்டது. அதுதான் நான் அடிக்கடி நினைவுகூர்கிற கவிதை."

"இலக்கிய உலகுக்குள் எப்படி வந்தீர்கள்?"

"இலக்கியம், எனக்குப் பெற்றோர் வழியாக வந்தது அல்ல. அப்படி வருவதற்கான வாய்ப்புகளும் இல்லாத சூழல். அப்பா, அம்மா இருவருமே எளிய மனிதர்கள்தான். அப்பா, கோவை மின்சார வாரியத்தில் பணிபுரிந்தார். இடதுசாரி மனோபாவம் கொண்டவர். தமிழில் எழுதவும் ஆங்கிலத்தில் கையொப்பமிடவும் தெரியும். அம்மாவுக்குப் பெரிய படிப்பெல்லாம் கிடையாது. ஆனால் தமிழ், தெலுங்கு, கன்னடம் ஆகிய பாஷைகளைப் பேசத் தெரியும், வாழ்க்கையில் சந்தித்த மனிதர்களிடமிருந்து அவர் கற்றுக்கொண்டது அவை. குடும்பத்தின் முதல் பையன் நான். எனக்குப் பிறகு மூன்று தங்கைகளும் ஒரு தம்பியும்.

அப்பாவின் சகோதரி, (என்னுடைய அத்தை) வெல்லிங்டனில் இருந்தார். ராணுவத்தின் துணைப் பிரிவில் மாமாவுக்கு வேலை. அவர்களுக்குக் குழந்தை இல்லை என்பதால், பத்து மாதக் குழந்தையாக இருக்கும்போதே என்னைத் தூக்கிவந்து வளர்த்தார்கள். அங்கேதான் நான் பன்னிரண்டு வயது வரை வளர்ந்தேன். பெற்றோர்களிடமிருந்து பிரிந்து வளரும் குழந்தைகளிடம் ஓர் ஏக்கம் இருக்கும் இல்லையா... அந்த உணர்வை மிகுதியாகக் கொண்டிருந்தேன். அதுவும், வெளியே சென்று அதிகம் விளையாட முடியாத குளிர் மிகுந்த வெல்லிங்டன்,

எனக்கு மிகுந்த தனிமையைத் தந்தது. அதிலிருந்து மீள்வதற்காக நான் வாசிக்க ஆரம்பித்தேன்.

அத்தைக்குத் தமிழ், மலையாளம் இரண்டு மொழிகளிலும் வாசிக்கும் பழக்கம் உண்டு. மலையாளத்தின் முக்கியமான எழுத்தாளர்களின் படைப்புகளையெல்லாம் வாசிப்பார். அந்தப் பழக்கத்துக்குள் நானும் மெல்ல மெல்ல வந்து சேர்ந்தேன். வாசிப்பு சில விஷயங்களுக்கு உதவியாக இருந்தது. மற்ற சிறுவர்களின் முன்னால், நாம் புத்திசாலி என்பதாகக் காட்டிக்கொள்ள முடியும்; அக்கா வயதுள்ள பெண்களிடம் நல்லுறவை ஏற்படுத்திக் கொள்ள முடியும். இவையெல்லாம் சந்தோஷத்தைக் கொடுத்தன. ஒரு கட்டத்தில், எழுதுவதற்கும் நம்மிடம் விஷயம் இருக்கிறதே எனத் தோன்றியது; எழுதத் தொடங்கினேன். இப்படியாக, வாசிப்பும் எழுத்தும் ஓர் ஆர்வத்தினால் வந்ததுதான்.

பின்னாளில்,இதை முறைப்படுத்த பள்ளியின் தமிழாசிரியர்கள் உதவினார்கள். அவர்களிடம் திராவிட இயக்கத்தின் பாதிப்பு இருந்தது. அதன் வெற்றி, தமிழின் வெற்றியாகக் கருதப் பட்டது. அதனால், அந்தப் பெருமிதத்தோடு தமிழாசிரியர்கள் கற்றுக்கொடுத்தனர். இன்றைக்கு என்னால் பிழையில்லாமல் தமிழ் எழுதமுடியும் என்றால், அது அவர்கள் கொடுத்த கொடைதான். அது எனது இலக்கிய ஆர்வத்தை வளர்த்தது.

வாசிப்பின் எல்லை விரிவடைந்தபோது, எனக்கான எழுத்தாளர்கள், கவிஞர்கள், புத்தகங்கள் எவை என்று தேர்வுசெய்ய முடிந்தது. என்னை முதலில் பாதித்தது பாரதியார். பாடப் புத்தகம் வழியேதான் அறிமுகமானார் என்றாலுமே, கடந்துவிட முடியாத ஆளுமையாக இன்றும் இருக்கிறார். அவர் அளவுக்கு என்னைக் கவர்ந்தது புதுமைப்பித்தன். 16, 17 வயதில் புதுமைப்பித்தனைப் படித்தபோது, இவர்தான் என்னுடைய எழுத்தாளர்; இதுதான் எனது இலக்கியம் என்ற முடிவுக்கு வந்தேன். பாரதி – புதுமைப்பித்தன் என்ற இந்த இரண்டு எல்லைகளுக்கு என்னைக் கொண்டுசேர்த்தது, (வெகுஜன எழுத்தாளர் என்று சொல்லலாமா எனத் தெரியவில்லை) ஜெயகாந்தன். பள்ளியில் படிக்கும்போதே ஜெயகாந்தனை வாசிக்க ஆரம்பித்து விட்டேன். குறிப்பாக, ‘ஆனந்தவிகட’னில் வந்த முத்திரைக் கதைகளும் நாவல்களும். அவரின் எழுத்துகளின் வழியேதான் கு. அழகிரிசாமி, சுந்தர ராமசாமி ஆகியோரின் பெயர்கள் எனக்குத் தெரியவந்தன. அவர் வழிகாட்டிவிட்டு அங்கேயே நின்றுவிட்டார். நாம் முன்னால் போய்விட்டோம்.”

“சிறு வயதில் வெல்லிங்டன், வேலையின் நிமித்தமாக சென்னை, தற்போது திருவனந்தபுரம் எனப் பல்வேறு நிலப்பகுதியில்

வாழ்ந்திருக்கிறீர்கள். உங்களுடைய சொந்த ஊர் என்ற எண்ணம் எந்த ஊரின் மீது கவிகிறது?"

"இந்த விஷயத்தில் நான் கணியன் பூங்குன்றனின் வாரிசுதான். எல்லா இடங்களிலும் பிடித்துதான் வாழ்ந்தேன்; வாழ்ந்து கொண்டிருக்கிறேன். எல்லா இடமும் அதற்கான அழகும் கோரமும் கொண்டவையாகத்தான் இருந்திருக்கின்றன. ஒவ்வோர் ஊரும் எனக்கு ஏதோ ஒன்றைத் தந்திருக்கிறது. வெல்லிங்டன் எனக்குத் தனிமையைத் தந்தது என்றால், கோவை மாதிரியான நகரம் நண்பர்களையும் வாசிப்புக்கான வாய்ப்புகளையும் தந்தது. சென்னை புதிய பார்வைகளையும், திருவனந்தபுரம் பல்வேறு மொழிகளின் கலாச்சார அசைவுகளைப் பார்க்கும் வாய்ப்பையும் தந்தது. ஒரு காலகட்டத்தில், மாதத்தில் இருபது நாள்களும் ஊர்சுற்றித் திரிந்த ஆள்தான் நான். அதனால் வேறுவேறு முகம், வேறுவேறு உதயம், வேறுவேறு நட்சத்திரங்கள் என எல்லாவற்றையும் பார்த்திருக்கிறேன். எந்த நிலத்திலும் அதன் ஒரு பகுதியாக இருக்க வேண்டும் என ஆசைப்பட்டிருக்கிறேன். அப்படியே இருந்திருக்கிறேன் என நம்புகிறேன். யாதும் எமக்கு ஊரே."

"கவிதைக்கும் நிலத்துக்குமான உறவைப் பற்றி என்ன கருதுகிறீர்கள்?"

"மொழி என்பது நிலம் சார்ந்தது. நிலம் என்பது மனிதர்கள் சார்ந்தது. இவை அடிப்படையில் ஒன்றோடு ஒன்று பின்னிப்பிணைந்த உறவுகொண்டவை. ஆனால், அப்படி இல்லை என்று நான் நினைத்துகொண்டிருந்தேன். மொழி, நிலத்தைக் கடந்ததாக இருக்கக்கூடும்; மொழியின் கூறுகள் கவிதையில் பெரிய விஷயமில்லை என நினைத்திருந்தேன். அது தவறு என்பதை என்னுடைய கவிதை ஒன்றே எனக்குக் கற்றுக்கொடுத்தது.

சில வருடங்களுக்கு முன்னர், ஜெயமோகன் ஊட்டியில் தமிழ் – மலையாளக் கவிஞர்களின் கூட்டம் ஒன்றை நடத்தினார். அங்கே, என்னுடைய 'கனிவு' எனும் கவிதை மலையாளத்தில் மொழிபெயர்க்கப்பட்டது. 'கனிவு' என்ற சொல்லை எப்படி மலையாளத்தில் மொழிபெயர்ப்பது என்பது பற்றி நெடுநேரம் விவாதம் நடந்தது. ஒவ்வொரு பழத்தையும் நாம் என்னவாகப் பழுக்கவைக்கிறோம் என்பது பற்றியது கவிதை. அதை மலையாளத்தில் கொண்டு வரவே முடியவில்லை. ஏனென்றால், கவிதையும் கவிதைக்குள்ளிருக்கும் பண்பாடும் முழுமையாக தமிழ்நிலம் சார்ந்தவை. அந்தப் பண்பாடும் பழக்கமும் மலையாளத்தில் இல்லை. எனவே, அம்மொழியில் அதை மொழிபெயர்க்க இயலவில்லை. 'மொழி என்பது நிலம்

சார்ந்ததுதான்' என்று உறுதிபட்டது. நமக்குள் தமிழ் மரபு இவ்வளவு ஊறிப் போயிருக்கிறதே என்று அந்த மகிழ்ச்சியை அனுபவித்தேன்."

"'கவிதைக்கான வரையறைகள் என நான் நினைத்திருந்தவையெல்லாம் பின்னாளில் தேவைப்படாமல் போய்விட்டது.' என்பதாக ஒருமுறை குறிப்பிட்டிருந்தீர்கள். அவ்வாறு நீங்கள் கைவிட்டவை பற்றி?"

"2,500 ஆண்டுகளுக்கும் மேலாக ஆழமான கவிதையாக்க மரபு கொண்டுள்ள மொழி, தமிழ். அதனோடு நான் கவிதையின் வழியே உறவை நிகழ்த்துகிறேன். எனவே, அதற்குப் பொருத்தமானவனாக நான் இருக்க வேண்டும். இரண்டாவது, தனக்கான தனிமொழியை ஒரு கவிஞன் உருவாக்கிக்கொள்ள வேண்டும். யாரோ பலமுறை சொல்லித் தேய்ந்தப் பொருளில், குரலில், 'மொழியில்' நான் ஏன் சொல்ல வேண்டும்? பொதுவான காதலை, வருத்தத்தை, மகிழ்ச்சியை நான் சொல்ல வேண்டிய தில்லை. எனக்கேயான பிரத்யேகமான காதலை, வருத்தத்தை, மகிழ்ச்சியைச் சொல்ல வேண்டும். அந்த வகையில், தொடக்கத்தில் எனக்கான கவிதை சார்ந்த சில கட்டுப்பாடுகளை வைத்திருந்தேன். 'வெறும் முழக்கக் கவிதைகள்', 'காதல் கவிதைகள்', 'கவிதையைப் பற்றிய கவிதைகள்' இவையெல்லாம் வேண்டாம் என நினைத்திருந்தேன். ஆனால், தொடர்ந்து கிடைத்த அனுபவங்கள் வேறுவகையில் அமைந்தபோது, நானும் என்னுடைய கவிதை முறையில் மாற்றங்களைக் கொண்டுவர முடிவு செய்தேன். கவிதை யில் எதையும் விலக்கிவைக்க வேண்டியதில்லை, எல்லாமுமே பேசப்பட வேண்டியதுதான் என என்னை மாற்றிக்கொண்டேன்."

"கவிதையிலிருந்து வாசகன் முதலில் கருத்தைத்தான் எடுத்துக் கொள்கிறான் என்று ஒருமுறை கூறியிருந்தீர்கள். அதை விளக்க முடியுமா?"

"கருத்து என்று நான் சொன்னது, அந்தக் கவிதையிலுள்ள தகவலையோ, நீதியையோ அல்ல. கவிதையில் 'மரம்' என்று வாசித்தால், வாசகன் ஒரு மரத்தை மனதில் உருவாக்கிக் கொள்கிறான். அதாவது, மரம் என்ற கருத்தை உருவாக்கிக் கொள்கிறான். கவிதையில் வாசகன் பார்ப்பது, கவிஞன் பார்த்த, உருவாக்கிய மரமல்ல அது வாசகன் உருவாக்கியது. அதில் வாசகனின் மரம் பற்றிய, அனைத்து அறிதல்களின் வழியே உருவான மரம் பற்றிய கருத்து இருக்கிறது. அதுதான் கவிதையை அனுபவம் கொள்ளச் செய்கிறது. கவிதையில் உணர்வும் அறிவும் கருத்தும் இணைந்தேதான் இயங்குகிறது. உணர்வுப்பூர்வமான கவிதை ஒன்று பல நூறு பேரின் முன்னால் வாசிக்கப்படும்போது, எல்லோருக்கும் ஒரே உணர்வுநிலையா ஏற்படுகிறது... இல்லையே.

அதனால்தான், வாசகன் கவிதையிலுள்ள (தனது/தனக்கான) கருத்தைத்தான் முதலில் எடுத்துக்கொள்கிறான் என்று நம்புகிறேன். என்னுடைய கவிதையையே எடுத்துக்கொள்வோம், 'கையில் அள்ளிய நீர்' கவிதையில் 'மெசேஜ்' என எதுவும் இல்லை. 'தண்ணீரை அள்ளி, நதியில் விட்டேன். அதில் எது என் நீர் ?' எனக் கேட்கிறேன். அதில் ஏதோ கருத்து நிலை இருக்கிறது. அதுதான் உங்கள் மனதில் நிற்கிறது. அதிலிருந்துதான் அந்தக் கவிதையை விரித்துக்கொள்கிறீர்கள். அப்போதுதான் கவிஞனுக்கும் வாசகனுக்குமான உறவு நெருக்கமாகிறது. இந்த அர்த்தத்தில்தான் அப்படிச் சொல்லியிருந்தேன்."

"தொடக்கத்தில் உங்களைப் பாதித்தவர்கள்?"

"கவிதைகள் பற்றிய விபரம் தெரியாத வயதிலேயே எனக்கு மிகவும் பிடித்த கவிஞராக பாரதி இருந்தார். தொடக்கத்தில் இடதுசாரிக் கவிதைகள் என்னைப் பெரிதும் பாதித்தன. தமிழ்ப் புதுக்கவிதையில் பிரமிளின் படிமம், கவிதை வார்ப்பு முறை, மொழி என்னை ஈர்த்தது. ஒருவகையில் தமிழில், என்னைப் பாதிக்காத கவிஞர்கள் மிகக் குறைவு. ஆரம்பத்தில் கவிதைகளை எழுதும்போது, அதில் இன்னொரு நபரை நகலெடுக்கிறோம் எனப் புரிந்தது. அதுவல்ல நம் வேலை. நம்மை, நமது தனி மொழியை, நமது கவிதை முறையை முன்நிறுத்துவதுதான் முக்கியம் என நகர்ந்தேன்."

"பாதிப்புகள் கூடாது என்கிறீர்களா?"

இல்லை. பாதிப்புகள் இயல்பானவை. அது ஒரு தொடக்க நிலை. இவ்வளவு காலம் இந்த மொழி உயிரோடு இருக்கிறது என்பதே பாதிப்புகளால்தானே. ஒரு கவிஞன் இன்னொரு கவிஞனைப் பாதிக்க வேண்டும். ஒரு போக்கு இன்னொரு போக்கைப் பாதிக்க வேண்டும். பாதிப்பில்லாமல் ஒரு கவிஞன் சுயம்புவாக உருவாக முடியாது. என்னுடைய முதல் தொகுப்பில் இருந்தவை 20 கவிதைகள்தான். அதற்கு முன், குறைந்தது 500 கவிதைகளாவது எழுதியிருப்பேன். அவையெல்லாம் ஓர் ஆர்வத்தில் எழுதப்பட்டவை. எனது ரத்தத்தையும் கண்ணீரையும் எந்த வரிகளில் என்னால் எழுத முடியுமோ, அதுவே என் மொழி எனத் தீர்மானித்தேன். பலரின் பாதிப்பும், தொடர்ச்சியான வாசிப்பும் உதவியது. எல்லாவற்றுக்கும் மேலாக, என்னுடைய வாழ்க்கையிலிருந்து பெற்ற அனுபவங்கள் துணையாக இருந்தன.

தன்னுடைய தனிமொழியை உருவாக்கி, அதை மரபுமொழிக்குள் கொண்டு சேர்ப்பவன்தான் கவிஞன். அப்படித்தான் இதுவரை தமிழில் நிகழ்ந்திருக்கிறது. சங்க இலக்கியத்தில் ஒரேயொரு பாட்டுதான் எழுதியிருக்கிறார்;

ஆனால் அவர், 'செம்புலப்பெயல்நீரார்' என்று நம் நினைவில் இன்றும் பாதித்திருக்கிறார். அவர், தன் தனிமொழியால் மொத்த மொழிக்கும் பங்களிப்பு செய்தவர். தமிழில் முக்கியமான கவிஞர்கள் என்று யாரெல்லாம் அடையாளப்படுத்தப்படுகிறார்களோ, அவர்கள் எல்லோருமே அவ்வாறு செய்தவர்கள்தாம். அப்படிச் செய்வதன் வழியேதான் கவிஞர்கள் காலத்தில் நிற்க முடியும். பாரதி எழுதிக்கொண்டிருந்தபோது, எத்தனை நூறு பேர் எழுதியிருக்கக்கூடும். அவரது தனிமொழியால் காலத்தில் வாழ்கிறார்.

"பாரதிதாசன் பற்றிய உங்களின் பார்வை?"

"பாரதியின் ஆவேசமும் செறிவும் பாரதிதாசனிடமும் இருக்கிறதுதான். நான் அதிலுள்ள அரசியலைப் பேச விரும்பவில்லை. அதைக் காலம்தான் தீர்மானிக்க வேண்டும். பாரதிக்கு தேசியம் முக்கியமானதைப்போல, பாரதிதாசனுக்குத் திராவிடம் முக்கியமானதாக இருக்கலாம். ஆனால், நான் வேறோர் எல்லையிலிருந்து பார்க்கிறேன். ஒரு கவிதைக்குள் அந்தக் கவிஞன் இருக்கிறான்; அவனின் அனுபவம் இருக்கிறது; இருக்க வேண்டும். ஆனால், பாரதிதாசனின் பெரும்பாலான கவிதைகளில் அவரின் தனி அனுபவங்களே இல்லை. மொத்த மாகவே எதிர்வினைகளாகவும் அல்லது சமூகத்துக்குச் செய்தி சொல்லும் வரிகளாகவும்தான் இருக்கின்றன. என்னுடைய பாரதிதாசன் வாசிப்பு ரொம்ப காலத்துக்கு முன்னால் நடந்தது. இப்போதைய நினைவிலிருந்து சொல்வதென்றால், 'பயணம் பற்றிய ஒரு கவிதையில் மட்டும்தான் அவர் தன்னைப் பற்றி எழுதியிருக்கிறார். மற்ற அனைத்தும் அவருக்கு வெளியே உள்ள கவிதைகள்தான். ஆனால், சமூகத்தைப் பற்றிப் பாடிய வரிகளிலும் பாரதியார் இருக்கிறார். தமிழ்க் கவிதை என்பதை கவிஞனுக்கு உள்ளிருந்து வரும் கவிதை என்று நினைக்கிறேன். சங்ககாலம் தொடங்கி, இன்று வரைககுமே அப்படித்தான். அப்படி இல்லை எனும்போது, பாரதிதாசனிடமிருந்து கொஞ்சம் தயக்கத்தோடு நான் விலகி நிற்கிறேன்."

"பாரதிக்குப் பிறகு தமிழில் மகாகவிகள் . . ."

"அதற்கான தேவைகள் கிடையாதே. தமிழில் மிக நன்றாகக் கவிதை எழுதும் எல்லோருமே மகாகவிகள்தான். ஒரு மொழியில் மகாகவி என்பது கட்டளைக் கல்லா என்ன?"

"உங்களது கவிதை வாசிப்பு முறைமையைப் பற்றி சொல்லுங்களேன்"

"என்னிடம் நீங்கள் ஒரு நல்ல எழுத்தாளரா, கவிஞரா எனக் கேட்டால். 'எனக்குத் தெரியவில்லை' என்றுதான் சொல்வேன். ஆனால், 10, 12 வயது முதலே வாசித்து வருகிறவன் என்ற

முறையில், என்னை ஒரு நல்ல வாசகன் என்று பெருமித்தோடு சொல்லிக்கொள்வேன்.

எனக்குப் புதுப் புது அனுபவங்கள் தேவைப்படுகின்றன. புதுப் புது இடங்கள், முகங்கள், குரல்கள் வேண்டும். அதற்காகத்தான் வாசிக்கிறேன். 'இத்தனை கோடி காதல்களில் ஒரு காதல் குள்ளமானது' என்று சொல்லும் இசையின் கவிதைப் படிமம்; 'அம்மா இல்லாத வீட்டில் கண்ணாடிப் பார்த்துகொண்டிருந்த குழந்தை பிறகு காணாமல் போய்விடுகிறது' என, வாழ்க்கையை இரண்டு வரிகளில் சொல்லும் ஷங்கர் ராமசுப்ரமணியனின் வரிகள்; 'பக்கத்தில் இருந்த சின்ன வாஷ்பேசனில் யாரோ நிற்பதாகத் தண்ணீரைத் தெளித்துவிட்டு வந்தேன்' என ஒரு புது மனநிலையைச் சொல்லும் முகுந்த் நாகராஜனின் உணர்வு; 'தப்பட்டையோடு எங்க அப்பா தெருவில் வரும்போது ஒளிந்துகொள்வேன்; என் தோழிகள் முன் வரிசையில் அமர நான் கடைசியில் உட்காருவேன்; பல வீடுகளில் வாங்கி வந்த சாப்பாட்டைச் சுடுசோறு என்று சொல்லிச் சாப்பிடுவேன்.' இத்தனையும் சொல்லி, 'இப்போது யாரேனும் கேட்டால், 'பறச்சி' என்று சொல்வேன்' எனும் சுகிர்தராணியின் குரல்... எனப் பலவிதமாகத்தான் என்னுடைய வாசிப்பு அமையும். நான் பார்த்திராத எனக்குத் தெரியாத வாழ்க்கையை அல்லது வாழ்க்கையில் நான் தவறவிட்ட தருணத்தை யாரேனும் சொல்லும்போது, அதை நான் ஏற்றுக்கொள்கிறேன்; தரிசிக்க விரும்புகிறேன்."

"45 ஆண்டுகளாகக் கவிதையுடன் பயணிக்கிறீர்கள். புதிதாகக் கவிதையொன்றை எழுதத் தொடங்கும்போது, ஏற்படுகிற அந்தப் பதற்றம் இன்னமும் இருக்கிறதா?"

"ரொம்ப நல்ல கதைகள் எழுதி, தொகுப்புகளெல்லாம் வந்த பின்பாக, தி.ஜானகிராமன் 'சிறுகதை எழுதுவது எப்படி?' என்று எழுதிய கட்டுரையில், 'யாராவது சிறுகதை எழுதிக் கேட்டால், வயிற்றில் புளியைக் கரைச்ச மாதிரி இருக்கு' என்று எழுதியிருக்கிறார். எனக்கு இன்றைக்கும் அந்த மனநிலைதான் இருக்கிறது. ஒவ்வொரு கவிதை எழுதும்போதும், அது புதிதாக எனக்கே ஒரு நல்ல அனுபவமாக இருக்க வேண்டும் என்று நினைப்பேன். இட்டுக்கட்டி கவிதை எழுதுவதில் ஆர்வமில்லை. தன்னியல்பாக நிகழ வேண்டும் எனக் காத்திருப்பேன். என் கவிதைகள் எண்ணிக்கையில் குறைவாக இருப்பதற்கு இதுவும் ஒரு காரணம்."

"பைபிளின் தாக்கத்தை உங்களின் பல கவிதைகளில் காண முடிகிறது. பைபிள் வாசிப்பு, அதன் மீதான ஈர்ப்பு எப்போது ஏற்பட்டது?"

“நான் படித்தது ஒரு கிறிஸ்துவ நிறுவனம் நடத்திய பள்ளி. பிரார்த்தனைப் பாடலில் தொடங்கி, பல விஷயங்களில் கிறிஸ்தவச் சாயல் இருக்கும். அப்போது, வாழ்க்கையில் எனக்கு ரொம்பப் பெரிய ஆசை பாடகனாக வேண்டும் என்பதுதான். ஏதாவது பாடிகொண்டே இருப்பேன். எங்களின் கணித ஆசிரியர், ஜேம்ஸ் தேவதாஸ் இசைஞானம் கொண்டவர்; வயலினிஸ்ட். அவர் இசைக்குழு ஒன்றை உருவாக்கினார். அதற்குப் பாடல்கள் தேவைப்பட்டன. கவிஞர் என்று நண்பர்கள் என்னை அறிமுகப்படுத்திவிட்டதால், பாடல்கள் எழுதினேன். பள்ளியில் கிறிஸ்தவ மாணவர்களுக்கு எனத் தனியாக ஒரு வகுப்பு நடக்கும். மற்றவர்கள் விருப்பம் இருந்தால் செல்லலாம். அப்படிச் சென்றதன் மூலம் பைபிள் எனக்கு மிக நெருக்கமானது. உலகின் மிகச் சிறந்த கவிதை நூல் பைபிள் என்று இப்போதும் சொல்வேன். பைபிளை இறைநூலாக நான் பார்க்கவில்லை. மனிதகுலத்தின் ஆவணமாகவே காண்கிறேன். மனிதனின் அத்தனை வேதனைகளையும் போராட்டங்களையும் பைபிளில் தொகுத்துவைத்திருக்கிறார்கள். அதன் சாயல்கள் என் கவிதைகளில் வெளிப்படுவதை மிகுந்த மகிழ்ச்சியோடு அனுமதித்திருக்கிறேன்.”

“வலியும் தனிமையும் இருத்தலியல் பிரச்சினையும் உங்களது கவிதைகளில் மிகுதியாக தென்படுகிறது. அது அப்போதைய சமூகச் சூழலால் நிகழ்ந்ததா அல்லது உங்களின் தனிப்பட்ட வாழ்நிலை சார்ந்ததா?”

“நான் என்னவாக இருக்கிறேனோ, அதுவே என் எழுத்து. என்னுடைய எழுத்தில் வெளிப்படுகிற நானும் எழுத்துக்கு வெளியே இருக்கிற நானும் ஏறத்தாழ ஒருவர்தான். நானாகத் தேடிக் கண்டடைந்த இந்த இலக்கியத்திற்கு உண்மையானவனாக இருக்க வேண்டும் என்பதே என் அடிப்படியான கூறு. வாழ்க்கையின் ஒரு காலகட்டம் வரை அதாவது, பள்ளி இறுதி வகுப்பு வரை பெரிய துன்பங்கள் ஏதுமில்லை. அதற்குப் பிறகு வெவ்வேறு காரணங்களால், வெவ்வேறு சூழல்களால் இந்த வாழ்க்கை முற்றிலுமாகத் தடம் மாறிப்போனது. வறுமையால் வீட்டில் நிம்மதியின்மை நிலவியது. ஏற்கெனவே தனிமையானவன் நான், அதில் இவையும் சேர்ந்து அழுத்த, பெரும் துக்கத்தின் பாறாங்கல்லைச் சுமந்து செல்பவனாகவே மாறிப்போனேன். அதுதான் அந்தக் கவிதைகளில் இறங்கியது. அந்த நிலைமைதான் வெளி உலகிலும் இருந்தது. சந்தோஷத்தில் சிரித்துக் கொண்டிருக்கும் மனிதனைவிட, மிகுந்த துக்கத்தால் மனம் கோணிக் கிடப்பவன்தான் எனக்கு நெருக்கமானவனாகத் தெரிந்தான். அதனால், அவனின் துக்கம் எனது துக்கமாகத் தோன்றியது.

அதைத்தான் நான் திரும்பத் திரும்ப எழுதிக்கொண்டிருந்தேன். சூழல்கள் மாற மாற, அவற்றைப் பற்றி கேள்விகளைக் கேட்கிற, அலசி ஆராய்கிற மனநிலைக்கு வந்தேன். அவையும் என் கவிதைக்குள் வந்தன. நான் என்னவாக வாழ்ந்தேனோ, வாழ்கிறேனோ அதை இன்னொரு மொழியில் இன்னொரு நிறத்தில் சொல்ல முயன்றிருக்கிறேன்."

"குறைவாகவே கவிதைகள் எழுதியிருப்பதாக வருத்தம் உண்டா?"

"பொதுவாகவே நான் கொஞ்சமாகப் பேசுகிறவன். அதனால், கொஞ்சமாக விஷயங்கள் சொன்னால் போதும் என்ற எண்ணமும் உண்டு. முதலிலேயே சொன்னதுபோல, நான் தமிழின் நீண்ட கவிதை மரபைச் சேர்ந்தவன். நான் நினைப்பது போன்ற ஒரு விஷயத்தை ஏற்கெனவே ஒருவர் எழுதியிருந்தால், அதை நானும் ஏன் எழுத வேண்டும் என்று விலகிப் போகிறவன். உதாரணமாக 'மைதுனத்துக்கும் வேண்டுமொரு முகம்' என்று விக்கிரமாதித்தியன் எழுதியிருக்கிறார். இது எல்லோருக்கும் தோன்றக்கூடியதுதான். தமிழ் மொழிக்குள் அவர் எழுதிவிட்டதால், நாம் எழுத வேண்டாமே என்று நினைப்பேன். எண்ணிக்கை குறைவானதற்கு இது ஒரு காரணம். அடுத்து, எல்லா அனுபவங்களுமே கவிதைகளுக்கானதுதான் என்றாலுமே, என்னை உந்தித் தள்ளுகிற, தொந்தரவு செய்கிற அனுபவங்களை மட்டும்தான் எழுதுகிறேன். இதை எழுதினால்தான் கொஞ்சமேனும் ஆறுதலடைய முடியும் என்றிருந்தால்தான் அதை நான் எழுதுகிறேன். நான் எழுதிய கவிதைகளைவிடவும் எழுதாமல்விட்ட கவிதைகள் அதிகம். எண்ணிக்கைக் குறித்தெல்லாம் வருத்தம் ஏதுமில்லை. நான் இவ்வளவுதான் செய்திருக்கிறேன். ஆனால், இதைச் சரியாகச் செய்திருக்கிறேனா என்பதுதான் முக்கியம். சரியாகச் செய்திருக்கிறேன் என நான் நம்புகிறேன்."

"தற்காலக் கவிதைப்போக்கில் நீங்கள் பிரச்சினைகளாகப் பார்க்கும் விஷயங்கள் எவை? என்ன மாற்றங்கள் நிகழ வேண்டும் என நினைக்கிறீர்கள்?"

"மாற்றம் குறித்து ஆரூடமெல்லாம் எனக்குச் சொல்லத் தெரியாது. மேலும், நானும் இன்றையவர்களோடு சேர்ந்து எழுதுகிறவன்தானே. 'என்னுடைய அனுபவத்துக்கு நேர்மையாக இருக்க வேண்டும்' என்பது பழைய கருத்தாக இருக்கலாம். ஆனால், நான் எழுதுகிற காலம் வரை அப்படித்தான் இருப்பேன்.

உங்களின் தனி வாழ்க்கையிலோ, சமூக வாழ்க்கையிலோ தட்டுப்படாத விஷயங்களை எழுதுவது; ஏற்கெனவே இருக்கிற மோஸ்தர் சார்ந்து, பேர்ட்டன் சார்ந்து எழுதுவது எனப் பல விதக் கவிதைகள் எனக்குத் தொந்தரவு தருபவையாக

இருக்கின்றன. மொழியை மரியாதையுடன் பயன்படுத்த வேண்டும். ஏனென்றால், ஒரு கவிஞர் மொழிக்குத்தான் முதன்மையான பங்களிப்பைச் செய்கிறார். அது தவறானதாக அமைந்துவிடக் கூடாது. எது கவிதை என்பதில் ஒவ்வொருவருக்கும் கருத்து மாறுபாடுகள் இருக்கலாம். ஆனால், என்னுடைய அனுபவம் என்பது என்னுடையதுதான். ஆனபோதும், அந்த அனுபவத்தில் உங்களுக்கும் இடம் இருக்கிறது என்கிறபோதுதான் அதைக் கவிதையாக முடியும் என்று நான் நினைக்கிறேன். அதற்குப் பதிலாக, 'நான் உன்னைவிட மிகச் சிறந்தவன்' என்ற அனுபவத்தை முன்வைக்கும் கவிதைகளில் அப்படியான தொனி இருப்பதாக சந்தேகிக்கிறேன். ரொம்பவும் புத்திபூர்வமான வாக்கியங்களை வைத்து உருவாக்குகிற கவிதைகளிலும் ஈடுபாடு இல்லை.

இன்றைக்குப் பல நவீனக் கருவிகளைப் பயன்படுத்துகிறோம். நவீன சூழல்களில் இருக்கிறோம். இவை எல்லாவற்றையும் கவிதைக்குள் கொண்டுவர வேண்டும் எனும் நிர்பந்தமெல்லாம் கிடையாது. உதாரணமாக, அறிவியல் உண்மை ஒன்றைக் கவிதைக்குள் கொண்டு வரும்போது, அது அறிவியல் உண்மையாக மட்டுமே இருக்கிறது. கவிதையின் உண்மையாக மாறவில்லை. கவிதையின் உண்மையாக மாறும்போதே இலக்கிய வாசகன் அதை ஏற்றுக்கொள்வான். உதாரணமா, பிரமிளின் கவிதை ஒன்றில், 'கிரேன்' மேல் உச்சியிலிருக்கும் தொழிலாளி துப்பும் எச்சில் கீழே வரும்போது, அதில் வானவில் பிறக்கிறது என்பதாகச் சொல்லும் கவிஞனின் மனநிலையில் மட்டுமே இது சாத்தியம். ஒளி ஊடுருவும் அறிவியல் அனுபவத்தைக் கவிதையோடு இணைத்து அதை எல்லோருக்குமான பொது அனுபவமாக மாற்றுகிறார். இப்படியாக அல்லாமல், 'பத்து டெஸிபல் சத்தம் கேட்டது' என எழுதும்போது ஒரு மயக்கத்தைத் தருகிறதே தவிர, கவிதை அனுபவத்தைத் தருவதில்லை."

"சமூக ஊடகங்களில் ஒரு புதிய வாசிப்புத்தளம் உருவாகியுள்ளது. அதன்வழியே மட்டுமே எழுதி படைப்பாளிகளாகும் ஒரு தலைமுறை தோன்றியுள்ளது. இதை எப்படிப் பார்க்கிறீர்கள்?"

"இதைத் தவிர்க்க முடியாது. நானும் அதில் கொஞ்ச நேரம் செயல்படுபவன்தான். எல்லாவற்றிலும் இருக்கக்கூடிய நேர்மறை, எதிர்மறை அம்சங்கள் இதிலும் உள்ளன. பத்தாண்டுகளுக்கு முன்பு கவிதைகள் எழுதி, அதை பத்திரிகைகளுக்கு அனுப்பிவிட்டு வருமா, வராதா என ஏக்கத்துடன் எதிர்பார்த்திருந்த நிலை இன்று மாறிவிட்டது. சமூக ஊடகத்தின் வழியே உடனடியாக வாசகனிடம் கவிதை சென்று சேர்கிறது; அதற்கான எதிர்வினைகளை உடனுக்குடன் தெரிந்துகொள்ள முடிகிறது. இதுவொரு முக்கியமான அம்சம். இந்த வசதியை

வேண்டாம் என மறுத்தால் நம்மைவிட பிற்போக்குவாதி இருக்கமுடியாது இல்லையா? அறிவியல் எல்லோருக்குமாக ஜனநாயகப்படுத்தப்பட்ட காலம் இது. எல்லோருக்கும் தன் கருத்துக்களைச் சொல்ல உரிமை இருக்கிறதுதானே! அப்படிச் சொல்லும்போதே, 'கொஞ்சம் பொறுப்பு உணர்வும் வேண்டும்' என்ற மறைமுக நிபந்தனையும் இருக்கிறது. அதையும் நாம் கவனத்தில்கொள்ள வேண்டும். இணையம் மூலம்தான் முகுந்த் நாகராஜன் தெரியவந்தார். மலையாளத்தில் விஷ்ணு பிரசாத் எனும் கவிஞர் தன் கவிதைகளை இணையத்தில் மட்டுமே எழுதி, பிறகு அவற்றைத் தொகுத்துப் புத்தகமாக்கினார். என்னைப் பொறுத்தவரை ஒரு கவிதை, கவிதையாக இருக்கிறதா என்பததான் முக்கியமே தவிர, அது அச்சில் வந்ததா, இணையத்தில் வந்ததா என்பதல்ல."

"கவிதை எழுதி முதலில் நண்பர்களிடம் காட்டுவது, பின்பு இதழுக்கு அனுப்புவது, ஆசிரியர்குழு படித்து கருத்து சொல்வது என படைப்பு பற்றிய ஓர் உரையாடல், செமையாக்கச் செயல்பாடு இருந்தது அல்லவா? இணையத்தில் அது இல்லாமல் போய்விட்டதே!"

"கருவிலே திருவுடைய கவிஞர்களுக்கு அது தேவையில்லை. மற்றவர்களுக்குக் குறைந்தபட்சம் செம்மைப்படுத்துதல் என்பது தேவை. அது இல்லாமல் பிரசுரமாகும்போது அக்கவிதைக்கான ஆயுளை அதுவே தீர்மானித்துக்கொள்ளும். அதேசமயம், இதுதான் வெற்றிபெறும், நீண்ட காலத்துக்கு நிலைத்து நிற்கும் என்றுகூட தீர்மானமாக எதையும் நாம் சொல்லிவிட முடியாது. தமிழில் புதுக்கவிதை வடிவம் அறிமுகமாகி 80 வருடங்கள் ஆகிவிட்டதாகச் சொல்லப்படுகின்றது. அவ்வளவு பேர் எழுதியிருக்கிறார்கள். அவர்களில் எத்தனை பேரை நினைவில் வைத்திருக்கிறோம். அபிப்பிராயம் கேட்கப்பட்டு, எடிட் செய்யப்பட்டு வெளியிடப்பட்ட பல கவிஞர்களின் கவிதைகளும்கூட இப்போது இல்லை. சி.சு.செல்லப்பா, 23 கவிஞர்கள் எழுதிய 53 கவிதைகள் அடங்கிய 'புதுக்குரல்கள்' எனும் தொகுப்பைக் கொண்டுவந்தார். அந்த 23கவிஞர்களில் இன்றைக்கும் கவிஞர்கள் எனக் கருதப்படுபவர்கள் எத்தனை பேர்? கவிதை தன்னுடைய ஆயுளைத் தானே தீர்மானிக்கும். மொழி அந்தக் கவிதையை வாழ வைப்பதற்கான வரத்தைத் தரும்."

"நவீன தமிழ்க் கவிதை வரலாற்றில் கவிஞர்களுக்கும் அரசியலுக்குமான உறவு என்னவாக இருக்கிறது? 'அரசியல் நீக்கம் செய்யப்பட்ட கவிதைகளே கொண்டாடப்படுகின்றன' என்றொரு கருத்தும் இங்கு உண்டு . . ."

"அரசியல் நீக்கம் செய்யப்பட்டது என்று ஓர் எழுத்துகூட எந்த மொழியிலும் இருப்பதற்கு வாய்ப்பே இல்லை. நாம்

பேசிக்கொண்டிருக்கும் எல்லா சொற்களிலுமே அரசியல் இருக்கிறது. அதில், நாம் எதற்கு முதன்மை தருகிறோம் என்பதைப் பொறுத்துதான் கருத்துகள் மாறுபடுகின்றன. ஒவ்வொரு காலக்கட்டத்திலும் அதற்குத் தேவையான அரசியல் கேள்விகள், அறைகூவல்கள் எழுகின்றன. கவிஞனும் அவன் பங்கிற்கு அதற்கான ஏதோவொரு பதிலை கண்டுப்பிடிக்க முயல்கிறான். ந. பிச்சமூர்த்திக்கு இந்திய தேசியம், பின்னால் வந்தவர்களுக்கு இடது சிந்தனை, திராவிடக் கருத்தியல் . . . இப்படியாக எப்போதும் ஏதோவொன்று தொடரும். தற்போது அரசியல், தன்னெழுச்சி சார்ந்த ஒன்றாகப் பார்க்கப்படுகிறது. அதாவது கட்சி சார்பற்ற, பொதுவான எழுச்சி சார்ந்த அரசியல் பார்வையாக இருக்கிறது. இன்று வெற்றிபெற்ற அல்லது கவனம் ஈர்த்த எந்தப் போராட்டமுமே கட்சிகள் முன்னெடுத்தவை அல்ல. மாறாக, பொதுமக்கள் உருவாக்கிய போராட்டங்கள். அவை கட்சி சார்ந்ததாக இல்லை என்பதா லேயே அரசியல் இல்லை என்று சொல்ல முடியாது அல்லவா. பொது மனிதனுக்கும் சரி, கலைஞனுக்கும் சரி, அரசியல் இல்லாமல் எந்தவொரு விஷயமும் இல்லை. அதேசமயம், அரசியல்தான் எல்லாமும் என்பது இல்லை."

"அரசியல் கவிதை என்று எப்படி வரையறுப்பது?"

"எல்லா கவிதைளும் அரசியல் கவிதைகள்தான். அரசியல் கவிதைகள் என்று தனியாக இருக்கிறதா என்று கேட்டால், எனக்குத் தெரியவில்லை. மனித சமகாலத்தின் அரசியல் எழுச்சிக்கு, அரசியல் மாற்றத்திற்கு உடன்நின்றதில் கவிதைக்கு முக்கியமான பங்கிருக்கிறது. ஆனால், 'அவை மட்டும்தான் கவிதையாக, கவிதையின் பணியா' என்று கேட்டால், 'இல்லை' என்பதுதான் என் பதில். சுதந்திரப் போராட்டம் இல்லையென்றால் பாரதியாரின் தேசியக் கவிதைகள் எழுதப்பட்டிருப்பதற்கான சூழல் இருந்திருக்காது. அப்படியான சூழல் இல்லாத சமயத்தில் அவர் அதை எழுதியிருந்தால், அந்தக் கவிதைகள் போலியாக இருந்திருக்கும். அப்படிச் சூழல் இல்லாத காலத்தில்தான், 'எழுந்து வா' என்கிற தொனியில் இங்கே 'அரசியல்' கவிதைகள் எழுதப்பட்டன. தனிமனித அகவாழ்வைப்போலவே அரசியலும் அனுபவம்தான். அந்த அனுபவத்திலிருந்து வரக்கூடிய கவிதைகள்தான் கவிதையாக இருக்கும். மிகப் புகழ்பெற்ற அரசியல் கவிஞர்களாகக் குறிப்பிடுகிற எல்லோருடைய வாழ்க்கையின் பகுதியாகவும் அரசியல் இருந்திருக்கிறது. இங்கே கவிஞன் ஏதோவாகவும் அரசியல் வேறு ஏதோவாகவும் இருந்ததால்தான் அதைப் போலி என்று சொல்ல வேண்டியதானது. மிக அரிதான நல்ல உதாரணங்கள் தமிழில் இருக்கக் கூடும்.

இன்குலாப் அப்படியானவர். அரசியல் அவரது வாழ்க்கையின் ஒரு முக்கிய பகுதியாக இருந்தது என்பதை அவரது கவிதைகள் நிரூபித்தன. அவரது வாழ்க்கையும் நிரூபித்தது. அவரது மரணத்திற்குப் பின்னாலும்கூட அதை அவர் நிரூபித்தார்."

"அனுபவமாகாத ஒன்றைப் போலியாக எழுதுவது குறித்துச் சொன்னீர்கள். அதேசமயம், அகவாழ்வை எழுதுகிறவர்கள் புறச்சூழலில் எதுவும் நிகழாததுபோல போலியாக புறம் மறுத்து எழுதவில்லையா?"

"90–களுக்குப் பிறகு 'அகம்–புறம்' என்ற அந்தச் சுவரை நாம் உடைத்துவிட்டோமே. இப்போது, சமூகத்தில் நடக்கும் விஷயம் எதிலும் எனக்குத் தொடர்பில்லை; தெரியாது என்று கூற முடியாதே. யாரோ ஒருவர் மலம் தின்ன வைக்கிறார்கள் எனும்போது, எனக்குக் குமட்டல் வருகிறதே. யாரோ ஒரு பெண்ணின் பிறப்புறுப்பு சிதைக்கப்படுவதைக் கேட்கும்போது எனக்கு வலிக்கிறதே. இந்த அனுபவத்தை நானும் சொல்லித்தானே ஆக வேண்டும். இதிலிருந்து விலகி, மறுத்து எப்படிக் கவிதை எழுத முடியும்?"

"மலையாளக் கவிதைகள் தமிழில் மொழிபெயர்க்கப்பட்டு வாசிக்கப்படும் அளவுக்கு, மலையாளத்தில் தமிழ்க் கவிதைகள் மொழிபெயர்க்கப்பட்டு வாசிக்கப்படுகின்றனவா? நீங்கள் தமிழிலிருந்து மலையாளத்துக்கு மொழிபெயர்த்த கவிதைகளைப் பற்றி . . ."

"இந்தக் கேள்வி தொடர்ந்து கேட்கப்படுகிறது. அது குறித்த ஆதங்கமும் என்னிடமிருக்கிறது. பிற மொழிகளிலிருந்து தமிழுக்குப் பல படைப்புகளைக் கொண்டுவந்திருக்கிறோம். ஆனால், ஒப்பீட்டளவில் தமிழ்ப் படைப்புகளை மற்ற மொழிக்குக் கொண்டுசேர்க்கவில்லை. மலையாளத்திலிருந்து பல கவிதைகளைத் தமிழில் மொழிபெயர்த்திருக்கிறேன். 70–களில் இடதுசாரிச் சார்புநிலையில் என் மனம் இருந்தது. அதை வலுப்படுத்துவதற்கான கவிதைகளைத் தமிழில் தேடியபோது, வெறும் முழக்கங்களாக, பிரச்சாரங்களாக, அறைகூவல்களாக மட்டுமே இருந்தன. வாழ்க்கையோடு இணைந்த அந்த உணர்வை அல்லது போராட்டத்தை வெளிப்படுத்தும் விதமான கவிதைகள் எனக்குத் தென்பட்டது மலையாளத்தில்தான். அவற்றை நான் மொழிபெயர்க்க ஆரம்பித்தேன். அதற்கான தேவையும் நோக்கமும் இருந்தன. அவற்றிற்கு நல்ல வரவேற்பும் இருந்தது. அகம், புறம் தேவையும் நோக்கமும் இருந்தன. அவற்றிற்கு நல்ல வரவேற்பும் இருந்தது. அகம், புறம் இரண்டையும் வேறு வேறாகப் பார்த்த தமிழ்க் கவிதைச் சூழலில் இது இரண்டும் வேறல்ல, ஒன்றாகத்தான் இருக்க முடியும் என்பதாகச் சிறிய அளவிலான திறப்பையும்

அது தந்தது. பின்னாளில், ஈழத்துக் கவிதைகள் இந்த உணர்வை வலுவாகச் சொல்லின. அரசியல் என்பது நமக்கு வெளியே உள்ளது அல்ல, நமக்கு உள்ளேயும் உள்ளதுதான் என்பதைச் சொல்லும் விதமாகத்தான் மலையாளக் கவிதைகளைத் தமிழுக்குக் கொண்டுவந்தேன். மேலும், எனது ரசனைக்காகவும் சில கவிதைகளை மொழிபெயர்த்தேன். அது என்னுடைய கவிதை மொழியை வளப்படுத்தவும் செய்தது.

தமிழிலிருந்து மலையாளத்துக்கு என்றால், சேரன், சே. பிருந்தா, சுகிர்தராணி போன்றோரின் சில கவிதைகளை மொழிபெயர்த்திருக்கிறேன். குறைவானவைதான். அவையும் கூட பெரும்பாலும் ஏதேனும் நிகழ்ச்சி ஏற்பாட்டுக்கானதாகவே இருக்கும். என்னுடைய மனதுக்குள் இருக்கும் மொழி தமிழ் என்பதால், தமிழ்க் கவிதையை மலையாளத்துக்குக் கொண்டு செல்வதில் கொஞ்சம் சிரமம் இருக்கிறது. தொடர்ச்சியான பயிற்சி தேவைப்படுகிறது. 50 வருடங்களாகத் தமிழிலிருந்து படைப்புகள் மலையாளத்துக்கு சென்றுகொண்டுதான் இருக்கின்றன. சச்சிதானந்தன்கூட ஆங்கிலம் வழியே சேரன், பெருமாள் முருகன் கவிதைகளை மலையாளத்தில் மொழி பெயர்த்திருக்கிறார். ரமேசன் நாயர் என்பவர் பாரதியார் கவிதைகளை மொழிபெயர்த்திருக்கிறார். ஆற்றூர் ரவிவர்மா 60–க்கும் மேற்பட்ட கவிஞர்களின் கவிதைகளை மொழி பெயர்த்து 'புது நானூறு' எனும் தொகுப்பை வெளியிட்டுள்ளார். முயற்சிகள் நடந்தாலும், மலையாளத்திலிருந்து தமிழுக்கு வரும் அளவுக்கு, தமிழிலிருந்து மலையாளத்திற்குச் செல்வதில்லை. வருத்தம்தான்!"

"தமிழிலிருந்து செல்லும் மிகக் குறைவான படைப்புகளைக் கொண்டு மலையாள இலக்கிய உலகம் தமிழ்ச் சூழலை எவ்வாறு பார்க்கிறது?"

"80கள் வரை 'தமிழ் இலக்கியம் என்றாலே, வெகுஜன இலக்கியம் மட்டுமே' என்றுதான் மலையாள இலக்கியவாதிகள் நினைத்திருந்தனர். விதிவிலக்காக ஜெயகாந்தன் படைப்புகள் அறியப்பட்டன. மலையாளச் சிறுபத்திரிகைச் சூழலில், தமிழின் முக்கியமான எழுத்தாளர்களைப் பற்றியும் தமிழில் நடைபெறும் முயற்சிகளைப் பற்றியும் கவனிப்பு இருந்திருக்கிறது. ஏனென்றால், தமிழில் அதே கால கட்டத்தில் சிறுபத்திரிகைகளில் மட்டுமே எழுதிவந்த நகுலன், சுந்தர ராமசாமி போன்றோருக்கு மலையாளத்திலிருந்து ஆசான் விருது தரப்பட்டது. அவர்களின் கவிதைகளையெல்லாம் கவனித்திருக்கிறார்கள். எம்.கோவிந்தன் நடத்திய 'சமீக்ஷா' எனும் பத்திரிகையில் தமிழ்க் கவிதைகள் மொழிபெயர்க்கப்பட்டு வெளிவந்துள்ளன. ஆனாலும், தமிழ்

இலக்கியம் என்பது வெகுஜன இலக்கியமே எனும் புரிதலே வெகுகாலம் மலையாளத்தில் இருந்தது. 80களுக்குப் பிறகு, சுந்தர ராமசாமியின் 'ஜே.ஜே.சில குறிப்புகள்' மலையாள இதழில் தொடராக வெளிவந்தபோது, பெரும் உடைப்பை ஏற்படுத்தியது. அதுதான் இரண்டு மொழிகளுக்கும் இடையே இல்லாது இருந்த கதவைத் திறந்துவிட்டது. அதன்பின், தமிழில் முக்கியமான எழுத்தாளர்களின் படைப்புகள் மலையாளத்துக்குச் சென்றன. இப்போது ஜெயமோகனின் புத்தகங்கள் விற்கும் எண்ணிக்கை தமிழைக் காட்டிலும் மலையாளத்தில் மிக அதிகம். 'நூறு நாற்காலிகள்', 'யானை டாக்டர்' போன்ற நூல்கள் லட்சம் பிரதிகளைத் தாண்டி விற்றன."

"வாழ்க்கையோடும் உணர்வோடும் எழுதப்பட்ட அரசியல் கவிதை களை மலையாளத்தில் காண முடிந்ததைப் பற்றிக் குறிப்பிட்டீர்கள். தமிழில் அப்படியானவை எழுதப்படாமல் போனதற்கு என்ன காரணம் என்று நினைக்கிறீர்கள்?"

"கேரளத்தில் மிகப் பெரிய சமூக அரசியல் இயக்கமாக உருவானவை, நாராயண குருவின் மறுமலர்ச்சி இயக்கமும் இடதுசாரி இயக்கமும்தான். 75 ஆண்டுகளாக, இடதுசாரி மனநிலை கேரளாவில் பயின்றுவருகிறது. தமிழகத்தில் 60களுக்குப் பிறகு அந்த மனநிலை இல்லாமல் போய்விடுகிறது. சமூகப் பிரச்சினைகளில் இடதுசாரி எதிர்கொள்ளல் குறைந்துபோய், திராவிடக் கட்சிகளின் பங்கு அதிகமானதும்கூட காரணமாக இருக்கலாம். கேரளாவில் தொடர்ச்சியாக, சமூகத்திற்கு ஆதரவான போராட்டங்களையும் சமூக மாற்றத்திற்கான அறைகூவலை யும் இடதுசாரிகளே முன்வைத்தனர்; வைக்கின்றனர். இதற்கு மக்களின் ஆதரவும் இருந்துவருகிறது. சரியாகச் சொல்வது என்றால், கேரளாவில் இடதுசாரி உணர்வு என்பது, மக்களின் வாழ்க்கை உணர்வாக மாறியிருக்கிறது. அதனால்தான், அதைத் தாங்கிய கவிதைகள் அங்கிருந்து வருகின்றன. தமிழகத்தில் வாழ்க்கைக்கு வெளியே உள்ள உணர்வாக, இரவல் வாங்கப்பட்ட உணர்வாக இருப்பதால், நாளைக்கே புரட்சி வந்துவிடும் எனும் முழக்கமாகவும் சற்று கடுமையாகச் சொல்வதென்றால், போலித்தனமாகவும் தென்படுகின்றன."

"தமிழ் மரபு, பண்பாடு குறித்து இன்று அதிகம் விவாதிக்கப்பட்டு வருகிறது. ஒரு படைப்பாளி எனும் அடிப்படையில், தமிழ் மரபு குறித்த மனப்பதிவு உங்களுக்குள் என்னவாக இருக்கிறது?"

"இது புலமை சார்ந்தவர்களிடம் கேட்கப்பட வேண்டிய கேள்வி. எனக்கு அவ்வளவு பெரிய புலமையோ நிபுணத்துவமோ இல்லை. நான் படைப்பு சார்ந்து இயங்குகிறேன் என்பதால்,

மரபுக்குள் உள்ள படைப்பாக்கம் சார்ந்த கூறுகளை எடுத்துக்கொள்கிறேன் மேலும் சொல்ல வேண்டுமென்றால், வாழ்க்கையை முதன்மைப்படுத்திப் பேசிய மரபு, தமிழ் மரபு. அதில் கடவுளோ, முக்தியோ இல்லை. ஒரு முழுமையான மரபுச்சார்பற்ற மரபு நம்முடையது. இன்றைக்கும் இந்த இந்தியத் துணைக்கண்டத்தில் உயிர்ப்போடு இயங்கிகொண்டிருக்கும் ஓர் இனம், தமிழ் இனம். காரணம், அதனிடம் இருந்த இந்த விசாலமான மரபார்ந்த பார்வை."

"தமிழ் – மலையாள இலக்கியப் போக்குகளை நீண்ட காலமாகக் கவனித்து வருகிறீர்கள் எனும் முறையில், இரண்டு மொழிகளின் தற்கால இலக்கியப் போக்குகள் எவ்வாறு இருக்கின்றன என்று சொல்லமுடியுமா?"

"இதற்குச் சமூகவியல் சார்ந்த காரணமும் இருக்கின்றது. மலையாளிகள் பெரும்பாலும் இடம்பெயர்ந்து வாழ்கிற ஆட்கள். கல்வியறிவு பெற்றவர்களின் எண்ணிகையும் இங்கு அதிகம். தொடர்ச்சியாக இடதுசாரி, மறுமலர்ச்சி இயக்கங்கள் ஏற்படுத்திய விழிப்பு உணர்வு. இன்றும் இங்கு அழிந்தபோகாமல் காக்கப்படுகின்றன. இங்கிருக்கும் ஒரு சாதாரண மலையாளியிடம் சென்று 'வைக்கம் முகம்மது பஷீர்' என்று கேட்டால், 'மலையாளத்தின் முக்கியமான எழுத்தாளர்' என்று சொல்வான். தமிழ்நாட்டில் புதுமைப்பித்தன் பற்றிக் கேட்டால், 'அது பார்த்திபன் நடித்த படம்' என்று சொல்வான். மலையாளிகள் வெளிநாடு செல்லும்போது அங்கிருக்கும் இலக்கியத்தோடு ஒரு ஊடாட்டத்தை நடத்துகின்றார்கள். அங்கே நிகழும் புதிய முயற்சிகள் தொடர்பான மொழிபெயர்ப்புகளை மலையாளத்துக்குக் கொண்டுவருகின்றார்கள். தமிழில் அந்த மாதிரியான முயற்சிகள் காத்திரமாக நடக்கவில்லை. இவற்றை வைத்து தமிழ், மலையாளத்தைவிட ஒருபடி கீழ் என்பதாக சொல்லவரவில்லை. மலையாள இலக்கியத்தின் பிரத்தியேகத் தன்மைகள் தமிழுக்கும் உண்டு. புதுமைப்பித்தன் போன்ற ஓர் எழுத்தாளர் மலையாளத்தில் இல்லை. இருப்பதற்கான சாத்தியங்களும் இல்லை. அதேபோல வைக்கம் முகம்மது பஷீர் போன்ற ஓர் எழுத்தாளர் தமிழில் இல்லை. தமிழில் இருக்க வேண்டிய தேவையும் இல்லை.இப்படித்தான் நான் பார்க்கின்றேன்.

மலையாளக் கவிதைகள் மேடைகளில் பாடுவதற்காகவே எழுதப்படுபவை. அவை அந்த மரபைச் சார்ந்தவை. எந்த மதமாக இருந்தாலும் பிரார்த்தனையின்போது கவிதை சொல்லும் மரபு அங்கே இருக்கின்றது. இது தமிழ்நாட்டில் ரொம்பவும் அபூர்வம். மலையாளக் கவிதைகள் கேட்பதற்கான

ஒன்றாக இருக்கின்றன. ஆனால், தமிழில் கவிதைகளை வாசிப்பதற்கான ஒன்றாக வைத்திருக்கின்றோம். நம்மைப் பார்த்து, மலையாளக் கவிதைகளை வாசிப்பிற்குரியவையாக அவர்கள் மாற்றத் தொடங்கினார்கள். அதனால், கவிதைகள் வழவழவென்று பேச ஆரம்பித்தன. ஜெயமோகன், கலாப்ரியா நடத்திய பட்டறைகள்தான் இதையெல்லாம் மாற்றின. சுந்தர ராமசாமியின் 'ஜே.ஜே.சில குறிப்புகள்', மிகுந்த ரொமாண்டிக்காகத் தொடங்கிய வாக்கியங்களைக் கைவிட்டு இயல்பாக எழுது வதற்கு மலையாளிகளுக்கு ஒரு முன்மாதிரியாக இருந்தது. ஆனால் இந்த மாதிரி, மலையாள இலக்கியங்களைப் பார்த்துத் தமிழ் இலக்கியங்களில் எந்த மாற்றமும் நிகழ்ந்ததில்லை. தமிழ்க் கவிதைகளிலிருக்கும் குறைகளையெல்லாம் ஏற்றுக்கொண்டு, மலையாளக் கவிதைகளோடு ஒப்பிட்டுப் பார்க்கும்போது, தமிழ்க் கவிதைகள் மலையாளக் கவிதைகளைவிடவும் மிகவும் ஆரோக்கியமாக இருப்பதாகவே தோன்றுகிறது.

இன்றைக்கு மலையாளத்தில் நாவல் அவ்வளவு காத்திரமான வடிவமாக இல்லை. அது ஒரு செயற்கையான வடிவமாகத்தான் இருக்கிறது. தமிழில் நாவல் ஒரு வலுவான வடிவமாக உருவாகியிருக்கிறது. மலையாளத்தில் சிறுகதைகள் வேறுவேறு வகைமைகளில் வேறுவேறு கூறுமுறைகளில் எழுதப்படுகின்றன. தமிழில் சிறுகதைகள், கிட்டத்தட்ட இல்லாதுபோன தோற்றத்தைத் தருகின்றன. புதிதாக எழுதப்படும் கதைகளும், ஏதோவொரு பாவனையில் எழுதப்படுவதாகத் தோற்றமளிக்கிறது. கவிதை களில், மலையாளக் கவிதைகள் ஒரு மையமில்லாமல் எதைப் பற்றிப் பேசுவது என்று தவித்துக்கொண்டிருக்கும்போது, தமிழில் கேட்கும் அளவிற்கான தலித் குரல்கள் மலையாளத்தில் கேட்க வில்லை. தமிழில் தலித் கவிஞர்களாக, குறிப்பாகப் பெண் தலித் கவிஞர்களாக, குறைந்தது ஐந்து பேரையாவது சொல்லி விடலாம். ஆனால், மலையாளத்தில் நான் பார்த்த அளவில் ஒரே ஒரு கவிஞர் மட்டும்தான் உள்ளார். இவற்றையெல்லாம் வைத்துப் பார்க்கும்போது, நாவலிலும் கவிதையிலும் மலையாளத்தைவிட மேம்பட்ட இடத்திலும் சிறுகதையில் போதாமைகொண்ட ஒன்றாகவும் இருப்பதாக உணர்கின்றேன்."

"மலையாள எழுத்தாளர்களுடனான நட்பு எவ்விதமாக இருக்கிறது?"

ரொம்பக் குறைவான எண்ணிக்கையில்தான் நண்பர்கள் இருக்கிறார்கள். முதன்முதலாகத் தமிழ் வாசகன் ஒருவன், மலையாள எழுத்தாளரைப் பார்க்கும் பிரமிப்போடுதான் மலையாள இலக்கியத்தைப் பார்த்தேன். அப்படி நான் பிரமிப்போடு பார்த்த முதல் மலையாள எழுத்தாளர் வைக்கம் முகமது பஷீர்.

அப்படிப் பிரமித்துப் பார்க்க வேண்டிய ஆள்தான். பஷீரைப் பார்த்ததை ஆன்மிக அர்த்தத்தில் சொல்வதானால், ரொம்ப நாளாகத் தேடிக்கொண்டிருந்த குருவைப் பார்த்தது போன்றுதான் வியந்தேன். ஆனால், அவர் என்னைக் குருவாக்கக்கூடிய மனநிலையில் இருந்தார் என்பதுதான் ஆச்சரியமானது. அதற்குப் பின், சில எழுத்துகள் சார்ந்து மொழிபெயர்ப்புகள் சார்ந்து சிலரோடு நட்பும் தொடர்பும் இருந்தது. சச்சிதானந்தத்துடன் நட்பு உண்டு. அவரது கவிதைகளைத் தமிழில் மொழிபெயர்த்தேன். மனதுக்கு நெருக்கமானவர் என்றால் சக்காரியா. அவருடனான நட்பு கொஞ்சம் விசேசமானது. மலையாள வாழ்வியல் சார்ந்த புதிய புதிய பார்வைகளை அவரிடமிருந்து பெற்றேன். அடுத்த தலைமுறையினரான அன்வர் அலி, அனிதா தம்பி, இவர்கள் எல்லாம் மலையாளத்தில் நெருக்கமான நண்பர்கள். முக்கியமான இன்னொரு நண்பர் ரவிக்குமார். கவிஞர், பத்திரிகையாளர். அவர்தான் என்னுடைய சங்கீத ரசனையைக் கூர்மைப்படுத்தினார்.

“தமிழ் இலக்கியம் என்றாலே தமிழகத்தில் உள்ளவர்களை மட்டுமே குறிப்பதாகச் சுருக்கி விடுகிறார்கள் எனும் தொனியில் ஷோபாசக்தி வருத்தப்பட்டிருந்தார். ஈழத்து இலக்கியம் தமிழுக்குச் சேர்த்திருக்கிற வளமாக நீங்கள் நினைப்பது?”

“தமிழ் இலக்கியம் என்பது தமிழ்நாடு என்ற நிலப்பகுதியோடு முடிந்துவிடுவதாக நான் கருதவில்லை. தமிழ் பேசுகிறவர்கள் வாழும் எந்த நிலத்தில் எழுதப்பட்டாலும் அது தமிழ்ப் படைப்புதான். ஆனால், தமிழ் தொடர்ச்சியாகப் பிழைத்திருப்பதற்கான, வளர்வதற்கான நிலம் இதுதான் என நம்புகிறேன். புலம்பெயர்ந்து செல்லக்கூடிய இடங்களில் அடுத்த தலைமுறைக்குத் தமிழைப் பேசத் தெரியுமே தவிர, எழுதவோ படிக்கவோ தெரியாது. இது நேரடியாக நாம் பார்க்கும் உண்மை. அதனால், தமிழ் வளரவேண்டுமானால், தமிழ்நாட்டில் இருக்கும் ஏழு கோடிப் பேரிடையேதான் வளர முடியும்.

முதன்முதலில் தமிழன் பார்த்த யுத்தம் என்பது ஈழத்தில் நடந்த யுத்தம்தான். அதையும் கூட யுத்தம் என்று சொல்ல முடியாது. ஒட்டுமொத்தமாக ஒரு இனத்து மக்கள்மீது நிகழ்த்தப்பட்ட அழித்தொழிப்பு என்றுதான் சொல்ல வேண்டும். அதற்கு எதிர் நின்றதுதான் தமிழ் இலக்கியவாதிகளின் மிக முக்கியமான பங்களிப்பு. அரசியல் அல்லது சமூகம் என்பது நமக்கு வெளியில் இருக்கின்றது என்கிற மனநிலையை தமிழில் மாற்றியமைத்தவை ஈழப்படைப்புகள்தான். தமிழில் எழுதக்கூடிய ஓர் எழுத்தாளனை அரசியல் அறிவுஜீவியாகவும் நினைக்க வைத்தது ஈழப்படைப்புகள்தான். மிகப் பெரிய அழிவுக்கு முன்,

ஓர் இனம் தன்னையும் தன் மொழியையும் தனது பண்பாட்டையும் காப்பாற்றிக்கொள்ளச் செய்யும் பெருஞ்செயல்கள் இதுவரை நாம் வரலாற்றில் காணாதது."

"கவிதையிலிருந்து நாவல் வடிவத்துக்கு வருவதற்கு நீண்ட காலம் எடுத்துக்கொண்டதாக நினைக்கிறீர்களா?"

"நாவலை என்னுடைய வடிவமாக யோசித்துப் பார்த்ததே இல்லை. திடீரென்று செய்து பார்ப்போமெனத் தோன்றியது. யுவன் சந்திரசேகருடன் உரையாடும்போது 'நீங்கள் நிறைய கதைகளைக் கட்டுரைக்குள் வீணாக்கிவிட்டீர்கள்' என்பார். எனக்கு அப்படித் தோன்றவில்லை. அதற்கு அந்த வடிவம்தான் பொருத்தம் என்று தோன்றியது. நாவல் எழுதுவது, என்னுடைய வாழ்நாள் நோக்கமெல்லாம் இல்லை. எழுதிப் பார்ப்போமே என்று எழுதினேன். அது அவ்வளவு மோசமாக இல்லை என்று தெரிந்தவுடன் இரண்டாவது நாவல் எழுதினேன்.

நான் முழுமையாகவே கவிதை சார்ந்தே இருக்க விரும்பும் நபர். கவிதைக்குள் அடக்க முடியாத பெரிய விஷயங்களை பெரிய தளங்களில் சொல்லிப் பார்ப்போமே என்றுதான் நாவலுக்குள் புழங்குகிறேன். ஒரு கவிதைக்கு நான் என்ன கவனத்தைக் கொடுக்கிறேனோ, அதே கவனத்தைத்தான் நாவலுக்கும் தருகிறேன். ஒரு கருத்தை உங்களிடம் நேரடியாக உரையாடினால் நன்றாக இருக்கும் எனும்போது, கட்டுரை வடிவத்திடம் போகிறேன். இன்னும் கொஞ்சம் உங்களையும் என் தரப்பில் சேர்த்துக்கொண்டு பேசலாம் எனும்போது புனைவுப் பக்கம் போகிறேன். நீங்களும் நானும் சேர்ந்து சிந்திக்கலாம் எனும் கட்டாயம் ஏற்படுமானால், கவிதையை அழைத்துக்கொண்டு வருவேன்."

"கவிஞர்கள் உரைநடை எழுதுகையில் அது கவித்தன்மையோடு இருப்பது இயல்பு. உங்களின் நாவல்களில் நேரடியான சொல்முறையைத் தேர்ந்தெடுக்க என்ன காரணம்?"

"இரண்டும் வேறு வேறு வடிவங்கள் என்பது தீர்மானமான விஷயம். நான் நாவல் எழுதும்போது நாவலாசிரியன்; கவிஞன் அல்ல. நாவலாசிரியனுடைய வேலை அந்தக் கதைக்குள் இருக்கக்கூடிய பின்புலத்துக்குப் பொருத்தமான மொழியில் இயங்குவதுதான். இரண்டு நாவல்கள் எழுதியிருக்கிறேன். 'வெல்லிங்டன்' எனது முதல் நாவல். அதில் நான் கவிதை எழுதுபவன் என்பதற்கான எந்தச் சாயலும் இருக்காது. எங்காவது சில இடங்களில் இருக்கலாம். அதுவும் மொழியில் இருக்காது. உணர்வு வெளிப்படும் தருணத்தில் இருக்கலாம்.

அதில் எனக்குச் சின்னதொரு வரையறை இருந்தது. ஆறு வயதிலிருந்து 16, 17 வயதாகும் ஒரு பதின்பருவப் பையனின் பார்வையில்தான் அந்த நாவல் சொல்லப்பட்டிருக்கிறது. அவன் கவிஞனாகவெல்லாம் இருக்க வாய்ப்பில்லை; இருக்கக் கூடாது என்கிற கோணத்தில் கவித்துவத்தைத் தவிர்த்துவிட்டேன். இரண்டாவது, வரலாறு சார்ந்த நாவல் என்பதால், அதில் கவிஞனின் சில சித்துவேலைகளையெல்லாம் செய்ய முடியுமா எனப் பார்த்துள்ளேன்".

"இந்தக் காலக்கட்டத்தில் முகலாய வரலாற்றுப் பின்னணியில் ஒரு நாவல் எழுத என்ன காரணம்?"

"இந்திய வரலாற்றில் மிகவும் 'கலர் ஃபுல்லான' வரலாறு முகலாயர்களுடையது என்று சொல்கிறார்கள். படித்துப் பார்த்தால் அப்படியான காலமாகவும் அது இருந்துள்ளது. எல்லோரும் இந்து ராஜாக்கள் பற்றி மட்டும்தான் சொல்லிக் கொண்டு இருக்க வேண்டுமா? நாம் இன்னொருபுறத்தி லிருந்து பார்க்கலாமே என்ற யோசனை. ஷாஜகான், மும்தாஜ், ஔரங்கசீப் பற்றிய பதிவுகள் தொடர்ந்து வந்துகொண்டிருக் கின்றன. ஔரங்கசீப் பற்றி மிகச் சமீபத்தில்கூடச் சில நூல்கள் வந்துள்ளன. அவரைப் பற்றிய ஆராய்ச்சிகளும் ஹிந்தி, உருது, ஆங்கிலம் எனப் பல மொழிகளிலும் புதிது புதிதாக வந்துகொண்டிருக்கின்றன. ஆனால், ஜஹனாரா பற்றி இரண்டு வரிக் குறிப்புகள் மட்டுமே உள்ளன. நாவல்களாகவும் *The princess of throne, the shadow princess* என்ற இரண்டு மட்டுமே வந்துள்ளன. இவை இரண்டும் பெரும்பாலும் வரலாறாக அல்லாமல், கற்பனை கலந்தே எழுதப்பட்டுள்ளன. இந்த இரண்டு நூல்களை யும் நான் என்னுடைய நாவலை எழுதி முடித்த பின்னர்தான் வாசிக்க முடிநத்து. என்னுடைய நாவல் ஜஹானாரா பற்றியக் கதை மட்டும் அல்ல, இன்றைக்கு இருக்கக்கூடிய மிகச் செல்வாக்கான பொருளாதார, அரசியல் குடும்பங்களில் இருக்கக்கூடிய பெண்களின் கதையும்தான். இதை யாராவது கண்டுபிடித்தார்கள் என்றால், அவர்களுக்கு என் வந்தனம்."

"இந்தியாவின் பல பகுதிகளில் கருத்துச் சுதந்திரத்திற்கு எதிராகப் படைப்பாளிகள் கொல்லப்படுவதும் தாக்கப்படுவதும் நடந்துவருகிறது. அதற்கு எதிரான வலுவான குரல் தமிழ் அறிவுத் தளத்திலிருந்து எழவில்லையே. ஏன்?"

"எல்லாச் சமூகத்திலும் பொதுச் சான்றோர் என்று யாராவது இருப்பார்கள். அவர்கள் பெரும்பாலும் எழுத்து, இலக்கியம், கலை சார்ந்த ஆளுமைகளாக இருப்பார்கள். ஆனால்,

தமிழகத்தில் மட்டும்தான் சினிமா சார்ந்தவர்களாக மட்டுமே இருக்கிறார்கள். 'காவிரியில் ஏன் தண்ணீர் வரவில்லை' என்று அறிஞர்களிடமோ, நிபுணர்களிடமோ கேட்பதற்குப் பதிலாக, ரஜினிகாந்திடம் போய் கேட்கிறோம். மற்ற தேசங்களில் சமூகத்தில் ஒலிக்க வேண்டிய குரலை, கருத்தை உருவாக்குபவர்கள் அறிஞர்களோகவோ கலைஞர்களாகவோ எழுத்தாளர்களாகவோ இருக்கிறார்கள். அந்தக் குரலைக் கேட்பதற்கு சமூகத்தின் ஒரு பிரிவு தயாராக இருக்கிறது. அது விழிப்புற்று எழுந்து அதிகாரத்தைக் கேள்வி கேட்கிறது. நமக்கு அப்படிப் பேசக்கூடிய நபர்கள் இல்லை. மெல்ல மெல்ல அப்படியானவர்கள் வருவார்கள். கௌரி லங்கேஷ் படுகொலை கர்நாடகத்தில் நடக்கிறது என நாம் பேசாமல் இருந்துவிட முடியாது. பெருமாள் முருகனுக்கு நடந்ததை நாம் பார்த்தோம். ஒரு கருத்து சமூகத்தில் வெளிப்படுத்தப் படவேண்டும் என ஒரு நபரோ, ஓர் அமைப்போ விரும்புமானால், அந்தக் கருத்து வெளிப்படுத்தப்பட வேண்டும். அதற்காகத்தான் இங்கே ஜனநாயகம் இருக்கிறது. அந்தக் கருத்தை எதிர்கொள்ள வேண்டியது இன்னொரு கருத்தால்தான். வைரமுத்து, ஆண்டாள் பற்றிய ஒரு அபிப்ராயத்தை வெளிப்படுத்துக்கிறார். அந்த அபிப்ராயம் ஒரு கருத்தால்தான் எதிர்கொள்ளப்பட வேண்டுமே தவிர அவமதிக்கக்கூடிய சொற்களால் அல்ல. ஆனால், அவமதிப்புதான் தமிழில் தொடர்ந்து நடந்துகொண்டிருக்கிறது. அதற்குப் பயந்துதான் தமிழில் அறிவுஜீவிகள் யாரும் கருத்து சொல்வது இல்லை. இந்த நிலை மாறும்."

"இதுபோன்ற சம்பவங்களுக்குக் கண்டனம் தெரிவித்து பல மொழி களில் பல விருதுகள் திருப்பித் தரப்பட்டன. தமிழில் அப்படியான கோபமே எழவில்லையே?"

"பொதுச் சான்றோன் என்று சொல்லக்கூடிய எழுத்தாளன், தன்னுடைய கருத்தால் ஒரு பத்து வாசகனைக்கூட ஈர்க்க வில்லை என்றுதான் சொல்ல வேண்டும். அப்படிச் செய்ய முடிந்திருந்தால் எதிர்ப்பு இன்னும் காத்திரமாக இருந்திருக்கும். நமக்கு என்ன என்று எழுத்தாளனும் இங்கே ஒதுங்கிக் கொள்கிறான். எழுத்தாளருக்கே முதலில் சரியான கருத்து இருக்குமா என்று தெரியவில்லை. எது எப்படியோ, அதிகார மையத்திலிருந்து வரக்கூடிய குரலுக்குச் செவிசாய்ப்பவன் அல்ல எழுத்தாளன். அதற்கு எதிர்வினை செய்பவன்தான் எழுத்தாளன், கலைஞன். முந்தின நாள்வரை சாகித்ய அகாடமியைக் கடுமையாக விமர்சனம் செய்துவிட்டு, விருது வாங்கிய பிறகு பேசாமல் இருந்தவர்களையும் நாம் பார்த்திருக்கின்றோம் இல்லையா?

“இலக்கியவாதிகள் சினிமா பற்றி பேசத் தயங்கிய சூழலில், தமிழிலும் மலையாளத்திலும் சினிமாக்கள் குறித்து தொடர்ந்து பேசியும் எழுதியும் வருகிறீர்கள். உங்களின் சினிமா பார்வைப் பற்றி . . ?”

“எல்லாக் காலத்திலும் தமிழ் இலக்கியவாதிகள் பலரும் சினிமாவுடன் தொடர்புடையவர்களாக இருந்திருக்கின்றனர். குறிப்பாகப் புதுமைப்பித்தன், பி.எஸ். ராமையா, தி. ஜானகிராமன் ஆகியோரைச் சொல்லாம். அசோகமித்திரன் ஸ்டுடியோவி லேயே வேலை செய்தவர்தான். நாம் இலக்கியம் மட்டும் பேசினால் போதும் என்பது, 70கள் வரையில் ஓர் ஆசாரமாகக் கடைப்பிடிக்கப்பட்டு வந்தது. அதற்குப் பின்னால், எழுத்தாளன் என்பவன் இலக்கியம் சார்ந்தவன் மட்டுமல்ல, பல விஷயங் களையும் தொகுத்து தனக்குள் வைத்துக்கொள்பவன் என்ற கருத்து வந்தது. சினிமா பற்றிப் பேசத் தயங்கிய இடங்களி லெல்லாம் முன்னவர்கள், சங்கீதம் பற்றிப் பேசியிருக்கின்றனர். அப்படியானவர்கள்தான் ஜானகிராமன், ந. சிதம்பர சுப்ரமணியம். மௌனி போன்றவர்கள். சங்கீதத்தில் ருசியே இல்லாத புதுமைப்பித்தனே சங்கீதம் பற்றி எழுதியுள்ளார்.

நான் புதிய தலைமுறை ஆள்தான் இல்லையா! நான் வளர்ந்து வரும்போது எனக்கு வாய்த்த மிகப் பெரிய பொழுது போக்குச் சாதனம் என்பது சினிமாதான். ஒரு கட்டத்தில், சினிமா பொழுதுபோக்கு சாதனம் மட்டுமல்ல, அதுவொரு கலை என்ற உணர்வு ஏற்பட்டது. உலக சினிமாக்களைத் தேடித் தேடிப் பார்க்க ஆரம்பித்தேன். இலக்கியம் என்ன இன்பத்தைக் கொடுத்ததோ, என்ன கற்றுக்கொடுத்ததோ, அதற்குக் கொஞ்சமும் குறைவில்லாத அளவில் சினிமாவும் கற்றுக் கொடுத்தது.

தமிழில் ஆரம்பத்திலிருந்தே சினிமா கேளிக்கை விஷய மாகவே பார்க்கப்பட்டது. தமிழில் முதல் படம் வந்து, பத்துப் பதினைந்து ஆண்டுகள் கழித்துதான் மலையாளத்தில் முதல் படம் வந்தது. அதுவரை கேரளாவில் செல்வாக்கு செலுத்தியவை இடதுசாரி இயக்கங்களின் பங்களிப்பாக உருவாகிய நாடகங்கள்தாம். இடதுசாரிகள் எங்கே அமைப்பை உருவாக்கினாலும் ஒரு நூலகமும் நாடகக்குழுவும் இருக்கும். அவைதாம் அவர்களின் அரசியலை முன்னெடுப்பதற்கு உதவி செய்தன. நாடகத்திற்கு ஓர் இலக்கிய அடிப்படை இருந்ததனால், அந்தத் தரத்தை சினிமாவிலும் கொண்டுவர வேண்டும் என அவர்கள் நினைத்தனர்.

நமக்கு அடிப்படையில்லை. தமிழில் கேளிக்கையின் விரிவாக்கமாகத்தான் சினிமாவைப் பார்த்திருக்கிறோம். அதனால்தான் வெறுமனே பொழுதுபோக்கு அம்சங்கள் மட்டும்

போதும் என்று குறுகிப் போய்விட்டோம். ஒட்டுமொத்தமாகத் தமிழ் சினிமா மோசம், மலையாள சினிமா மேலானது என்று சொல்லும் அபிப்பிராயங்கள் என்னிடம் இல்லை. பொழுதுபோக்கு சினிமாவுக்கும் அதற்கான இலக்கணம் இருக்கிறது. அதுவும் சமூகத்தின் தேவை என்றுதான் நினைக்கிறேன். சினிமா என்ற கலை இருக்கும் வரை இந்த இரண்டு அம்சங்களும் இருக்கும். வெளியிலிருநது வரும் ஒருவருக்கு, இது எங்களுடைய கதை என 'சகலகலா வல்லவனை'க் காட்ட மாட்டீர்கள். காட்ட முடியாது. தரமான சினிமாக்களாக மலையாளத்தில் பத்துப் படங்களையாவது சொல்ல முடியும். அதற்குக் காரணம், ஆரம்பம் முதலே அவர்களுக்கு சினிமா மீதிருக்கும் இலக்கியம், அரசியல் சார்ந்த பார்வை. நம்மிடம் அந்தச் சூழல் இன்றைக்குத்தான் உருவாகி வந்துகொண்டிருக்கிறது. தமிழ்நாட்டில் ஓர் இளைஞர் மூளைச் சாவு அடைந்து இறந்து போகிறார். அவரது இதயம் தானம் செய்யப்பட்டு, உயிருக்குப் போராடும் இன்னொருவருக்குப் பொருத்துவதற்காக எடுத்துச் செல்லப்படுகிறது. இது சென்னையில் நடந்த சம்பவம். ஆனால் இது ஒரு சினிமாவுக்கான கதைப்பொருள் என்று தமிழ் சினிமாக்காரர்களுக்குத் தெரியவில்லை. அது மலையாளத்தில் படமாக எடுக்கப்பட்டு வெற்றிபெற்ற பிறகு, அதைத் தமிழில் எடுத்தார்கள். கதையைக் கதையாகப் பார்ப்பதற்கும் கதையை வாழ்க்கையாகப் பார்ப்பதற்கும் நிறைய வேறுபாடுகள் உள்ளன."

"உங்களுடைய இலக்கிய நண்பர்கள் குறித்துச் சொல்லுங்கள் . . ."

"விஸ்வநாதன் (பாதசாரி) எனக்குக் கல்லூரியில் சீனியர். இரண்டு பேருக்கும் ஒரே மாதிரியான இலக்கிய விருப்பம் இருந்தது. எங்கள் கல்லூரியில் மாணவர்களுக்காக நடத்தப்படும் மாணவர் இதழில் நாங்கள் இருவரும் எழுதிப் பழகினோம். என்னுடைய வாசிப்பு அளவைக் கூட்டியதில் அவருக்கு மிக முக்கியப் பங்கு உண்டு. பின்னால் ஓர் அற்பக் காரணத்துக்காக நட்பைத் தொடர முடியாமல் போனது. பிறகு, பிரம்மராஜனுடன் நட்பு ஏற்பட்டது. மிகுந்த பயத்தோடு சென்று நட்பாகியது சுந்தர ராமசாமியிடம்தான். அவருடைய தோற்றம், அன்றைக்கு இருந்த அவரின் ஆளுமை, ஒருவித பயத்தை ஏற்படுத்தியது. அந்தப் பயமெல்லாம் நீங்கி, மிக நெருக்கமான நண்பராகப் பின்னர் மாறினார். ஆறு ஆண்டுகள் – தொடர்ந்து எல்லா மாதமும் அவரைச் சந்திப்பது என்று வைத்துக்கொண்டேன். அவரால் என்னுடைய எழுத்து நடையில் பெரிய மாற்றங்கள் நிகழ்ந்தன. ஒரு கட்டத்தில் என்னுடைய எழுத்தில் அவருடைய எழுத்தின் தாக்கம் மிகுதியாக வர ஆரம்பித்தது. அவர் நம்மை விழுங்கி விடுவார் என்ற பயத்தோடு அவரிடமிருந்து ஒதுங்கிவிட்டேன்.

கோவையில் ஞானி, இலக்கிய நண்பர்களின் சரணாலயமாக இருந்தார். பின்னர் நெருக்கமாக உணர்ந்தது மனுஷ்ய புத்திரனிடம்தான். பத்திரிகை வேலைக்காக இரவும் பகலுமாய் எழுதிக்கொண்டிருந்த நான், முழுமூச்சாக எனக்காக எழுத ஆரம்பித்தது அவரால்தான். நான் மிகவும் உயிர்ப்போடு இருந்தது இந்தக் காலக்கட்டத்தில்தான். விமலாதித்த மாமல்லன் நல்ல நண்பர், அவர்தான் எனது முதல் நூலை வெளியிட்டார்."

"தீவிர இலக்கியவாதியான நீங்கள் பத்திரிகையில் பணியாற்றிய அனுபவம் எப்படியானது?"

"பத்திரிகை உலகத்துக்குள் நுழைய வேண்டும் என்பது என்று திட்டமெல்லாம் இல்லை. வெவ்வேறு நிறுவனங்களில் பணியாற்றி, சொந்தமாகத் தொழில் தொடங்கி, நஷ்டமாகி, திசை தெரியாமல் திக்காடிக்கொண்டிருந்தேன். அப்போது என் மனைவி, 'நீதான் நன்றாக எழுதுவாயே... ஏதாவது பத்திரிகையில் சேரலாமே' என்றார். என் நண்பர் எஸ்.எம். பன்னீர் செல்வம் 'குங்குமம்' வளாகத்தில் வேலை செய்துகொண்டிருந்தார். அவர்தான் 'முரசொலி' வளாகத்தில் 'தமிழன்' என்ற தினசரி ஆரம்பிக்கப்போவதாகக் கூறி, அதில் வேலைக்குச் சேர்த்து விட்டார். என்னை வேலைக்கு எடுத்தது சின்னக் குத்தூசி அவர்கள். அவரிடம் சென்று எனது சான்றிதழ்களை நீட்டினேன். அவர் அவற்றையெல்லாம் பார்த்துவிட்டு, 'உங்கள் கவிதைகளை யெல்லாம் நான் படித்திருக்கேன். நீங்கள் சென்று வேலையைப் பார்க்கலாம்' என்றார். அந்த வகையில் இலக்கியம்தான் எனக்கு இந்த வேலையை வாங்கிக் கொடுத்தது.

அந்த ஒன்பது மாதங்களில் செய்தியாளர், துணை ஆசிரியர், பத்தி எழுதுபவர் எனக் கிடைத்ததெல்லாம் அரிய வாய்ப்புகள். ஒருநாள் காலையில் வேலைக்கு வந்தபோது நாளையிலிருந்து பத்திரிகை வராது. நிறுத்திவிட்டோம் என்றார்கள். என்ன செய்வது என்ற குழப்பத்தில் இருந்தபோது, அவர்களே எங்களைக் 'குங்கும'த்தில் சேர்த்திருப்பதாகச் சொன்னது ஆறுதலாக இருந்தது. இதன் தொடர்ச்சியாகத்தான் 'சூர்யா டி.வி'-யின் தலைமைப் பொறுப்புக்கு வந்தது. எனக்கு மலையாளம் தெரியும் என்பதோ, மலையாளக் குடும்பத்தில பிறந்தவன் என்பதோ யாருக்கும் தெரியாது. ஏனெனில், அதைச் சொல்வதற்கான சூழலும் அமையவில்லை.

இதழியலில் நான் தீர்மானமாக இருந்தேன், எப்போதும் மக்களின் பக்கம் நிற்பது என்று. இடதுசாரிகள் ஆட்சி செய்யும் போது நான் வலதுசாரி. வலதுசாரிகள் ஆட்சி செய்யும்போது

நான் இடதுசாரி. ஏனென்றால், பொதுவாக மக்கள் எப்போதும் அதிகாரத்துக்கு எதிரான நிலையில்தான் இருப்பார்கள்."

"உங்கள் படைப்புகளுக்குப் போதுமான கவனமும் விமர்சனங்களும் கிடைத்துள்ளதாக நினைக்கிறீர்களா?"

"என்னுடைய படைப்புகளுக்குப் பொருட்படுத்தக்கூடிய கருத்துகளைக் கொண்ட விமர்சனங்கள் வந்திருக்கின்றன. கவனமும்தான். அப்படி வரவில்லை என்றால், நான் இன்றைக்கு வரைக்கும் தொடர்ந்து நின்றிருக்க முடியாது."

"இதுவரை பத்திரிகைகளில் வெளியாகாத உங்களது கவிதை வரிகளோடு இந்தப் பேட்டியை நிறைவுசெய்யலாமா?"

கலவி நுணுக்கம்

அமுதையும் மிஞ்சிய அதிமதுரம்
அதர ருசி அன்று
ஏழிரண்டு உலகம் போய் அறிவிப்பேன்
எனில்
எட்டிச் சுவையை விடக் கொடுங் கசப்பு
காதுக் குறும்பி என்று
எந்த நரகத்தில் போய்ச் சொல்வேன்
கலவியின் உச்சத்தில் உற்றறிந்தேன்
இச்சுவைகள் என்று
எப்படிப் பெண்ணிடம்
உணருவேன் கொல்
வள்ளுவரே.

விகடன்தடம், மார்ச் 2018

சிலுவை சுமந்தவர்களால்தான் கலையும் இலக்கியமும் நிலைபெற்றன

நேர்கண்டவர்: ப்ரதிபா ஜெயசந்திரன்

இது பொதுவாக படைப்பாளிகளிடம் கேட்கப்படும் கேள்விதான். இருப்பினும் உங்களிடமும் கேட்கிறேன். நீண்ட காலமாகக் கவிதையுலகில் இயங்கி வருகிறீர்கள். ஆரம்ப காலங்களில் நீங்கள் எழுதிய கவிதைகளை இப்போது பார்க்கும்போது, எப்படி உணர்கிறீர்கள்?

இப்போதும் அவற்றைக் கவிதைகளாகத்தான் உணர்கிறேன். அவற்றை அப்படியே ஏற்கும் மனநிலையிலும் இருக்கிறேன். ஏனெனில் அவற்றை நான்தானே எழுதினேன். ஆரம்பக் காலத்தில் எனக்கு வாய்த்த அனுபவங்கள், என்னுடைய மொழிவளம், என்னுடைய காலம் ஆகியவற்றை ஒட்டித்தான் அவை உருவாயின. அன்றைய அனுபவங்களுக்கும் உணர்வுகளுக்கும் காட்டிய உண்மையான எதிர்வினைகளாகத்தான் அவற்றைக் கருதுகிறேன். அன்றைய மனப்பாங்குக்கு அவை எப்படி எழுதப்பட்டிருக்க வேண்டுமோ அப்படித்தான் எழுதப்பட்டன. எனவே அவற்றை இப்போதைய உணர்வுடன் பார்க்கவோ, குறைகாணவோ விரும்பவில்லை. என்னளவில் அது தேவையில்லை என்றும் எண்ணுகிறேன். ஆரம்பக் காலங்களில் என்னவாக இருந்தேனோ அதைத்தான் அந்தக் கவிதைகள் காட்டுகின்றன. இன்றைய மாற்றங்களுக்கு அவைதானே ஊக்கமளித்தன. அவற்றை அப்படியே விடுவதுதானே சரி?

'சிலைகளின் காலம்' தொகுப்பில் உள்ள முக்கியமான கவிதை 'கபாலீஸ்வரம்'. சாக்கடை சுத்தம்செய்து துர்நாற்றம் அகற்றியபின் பீடிகேட்ட துப்புரவாளனுக்கு காபலீஸ்வரரின்

'துணைக்கரம் நீண்டது
இந்தா கபாலி' என்று.

கபாலீஸ்வரன் X கபாலி இந்த இரண்டு சொல்லடைகளிலுமே 'கபாலி' தாழ்ந்து கிடக்கிறது இன்றளவும். ஆனால், இன்று இங்குள்ள வேதாந்த மரபு, உங்கள் கவிதைக் கருப்பொருளையே அவர்களின் சனாதனத்தையே உங்கள் கவிதைகள் சுட்டுவதாகப் புரிந்து கொள்ளப்படும் அபாயம் உள்ளது. நீங்கள் என்ன நினைக்கிறீர்கள்?

மயிலாப்பூர் கபாலீசுவரத்தில் ஆண்டுதோறும் நடைபெறும் அறுபத்து மூவர் விழாக் காலத்தில் ஒருநாள் தற்செயலாக நான் பார்த்த காட்சிதான் கவிதைக்கு அடிப்படை. அது ஏற்படுத்திய மன அதிர்வுகளால் கவிதையாக மாறியது. பொதுவாக ஒரு கவிதைக் கரு அதுவாக வளர்ச்சிபெற்று முழுஉருவம் பிடிபடும்வரை காத்திருந்து எழுதுவதுதான் என் கவிதையாக்க முறை. விதிவிலக்காக உடனடியாக எழுதப்பட்ட மிகச் சில கவிதைகளில் கபாலீசுவரமும் ஒன்று. அந்தக் காட்சி எனக்குள் ஏற்படுத்திய கொந்தளிப்பு விரைவில் எழுதத் தூண்டியது. கவிதையின் மையம் சாக்கடைக்குள் இறங்கிய கபாலியின் நிலையைப் பற்றிப் பேசுவதுதானே தவிர அருள்மிகு கபாலீசுவரரைப் பற்றியதல்ல என்று மட்டுமே சொல்ல விரும்புகிறேன். மற்றதெல்லாம் வாசிப்பவரின் பார்வை சார்ந்தது.

கவிதை சுபமங்களா இதழில் வெளிவந்தது. இதழ் வெளிவந்த சில நாட்களுக்குப் பின்பு ஒரு சம்பவம் நடைபெற்றது. அப்போது குங்குமம் வார இதழில் பணியாற்றிக் கொண்டிருந்தேன். ஒருநாள் காலை பதினோரு மணி அளவில் அலுவலக வாசலில் சிலர் நின்று முழுக்கமிட்டுக் கொண்டிருந்தார்கள். கபாலீசுவரம் கவிதைக்குக் கண்டனம் தெரிவித்துக் கோஷம் போட்டார்கள். என்னை நிறுத்திச் சூழ்ந்துகொண்டு வருத்தம் தெரிவிக்கச் சொன்னார்கள். அதைச் சொன்னவர்களின் நெற்றிச் சிந்தூரம் எந்த நேரமும் மூன்றாவது கண்ணாக மாறி என்னைப் பொசுக்கி விடும் என்று கூட அப்போது தோன்றியது. வருத்தம் தெரிவிக்கத் தயாரல்ல என்றும் அவர்கள் நின்று கொண்டிருப்பது பகுத்தறிவுப் பாசறையின் வாசலில் என்றும் தொடர்ந்து நின்று கொண்டிருந்தால் விளைவுகள் அவர்களுக்குத்தான் பாதகமாக மாறும் என்றும் நிதானமாகவே தெரிவித்தேன். என்ன நினைத்தார்களோ, தரையில் காறி உமிழ்ந்ததைத் தவிர வேறு எதுவும் செய்யாமல் கலைந்து சென்றார்கள். இன்றைய சூழ்நிலையாக இருந்தால் விளைவுகள் வேறாக இருக்கலாம்.

அன்று பெரிதாக எதுவும் நடக்கவில்லை; சனாதனத்துக்கு எதிரான குரலே கவிதை என்ற எண்ணம் எனக்குள் வலுப்பட்டதைத் தவிர.

குஞ்ஞுண்ணி கவிதையின் தொடர்ச்சியாய் உங்களது கவிதை ஒன்றில்,

'நம்மில் யார் செய்த தவறோ
நமது உலகில் நான்காவது மொழி'

– என்ற வரிகள் உண்டு. இந்த நான்காவது மொழி என்று எதைச் சுட்டுகிறீர்கள்? இரண்டாவது மொழி, மூன்றாவது மொழி என்று எதை உணர்த்துகிறீர்கள்?

நீங்கள் குறிப்பிடுவது தொலைந்துபோன உலகம் கவிதைதானே? அது குஞ்ஞுண்ணி கவிதையின் தொடர்ச்சியல்ல. என் கவிதைக்குக் கூடுதல் அழுத்தம் கொடுக்கப் பயன்படுத்திய மேற்கோள் மட்டுமே.

அது ஒரு காதல் கவிதை. பிரிவைச் சொல்லும் கவிதை. பிரிவுக்கான காரணத்தை ஆராயும் கவிதை. காதலனின் மொழியொன்றும் காதலியின் மொழியொன்றுமாக இரண்டு தனி மொழிகள். இருவருக்கும் பொதுவான காதலின் அந்தரங்கமொழி மூன்றாவது. இந்த மூன்று மொழிகள் மட்டுமே இருந்திருந்தால் அந்தக் காதல் பலிதமாகியிருக்கும். காதலர்களுக்கு அப்பாற்பட்ட இன்னொருவரின் குறுக்கீட்டைத்தான் நான்காவது மொழியாகக் கவிதை சுட்டுகிறது. அதுதான் பிரிவின் காரணமாக இருக்கலாம் என்ற அனுமானத்தைத்தான் பேசுகிறது. இதற்கு மேல் விளக்கம் என்னிடம் இல்லை.

உச்சம் தொட்ட கவிதைகள், உச்சம் தொடாத கவிதைகள் என்று இருவேறு நிலங்களில் உங்கள் கவிதைகள் இயங்குவதாக உணர்கிறீர்களா?

இல்லை. எல்லாக் கவிதைகளும் உணர்வின், பிரக்ஞையின் உச்சத்தைத் தொட்டதால்தான் கவிதையாகச் சாத்தியமாகி இருக்கின்றன. எழுதியவனாக எனக்கு இருவேறு நிலைகள் இல்லை. வாசிப்பவர்கள் ஒருவேளை அப்படி உணரலாம். அது கவிதை தரும் வாய்ப்பு.

வாழ்நிலம் தொகுப்பிற்காக, கவிஞர் வ.ஐ.ச. ஜெயபாலன் எழுதிய முன்னுரையைத் தவிர்த்திருக்கிறீர்கள். ரகசியமாய் மகிழ்ச்சி யடைந்தாலும், அந்த முன்னுரையை வெளியிடாமல் தவித்துவிட்டீர்கள் என்ற தகவல் மிகவும் பாராட்டபட வேண்டிய ஒன்று. தவிர்க்க வேண்டுமென்று ஏன் நினைத்தீர்கள்? இந்த விஷயத்தைப் பொது வெளியில் வைத்துவிட்டதால், அது என்னவாக இருக்கும் என்கிற வாசக எதிர்பார்ப்பை ஏற்படுத்தி விடுகிறீர்கள் . . .

வாழ்நிலம் தொகுப்புக்கு எழுதிய என்னுடைய முன்னுரையிலேயே காரணத்தைத் தெளிவாகச் சொல்லியிருக்கிறேன். எனவே அதில் வாசக எதிர்பார்ப்புக்கு எதுவுமில்லை. ஜெயபாலனும் நானும் தொகுப்புக்காகத் தேர்வு செய்திருந்த கவிதைகளை முன்வைத்து ஓர் உரையாடலை மேற்கொண்டோம். அதில் வெளிப்பட்ட கவிதைகள் பற்றிய கருத்துக்கள் முன்னுரையில் இடம்பெற வேண்டும் என்பது என் விருப்பமாக இருந்தது. ஆனால் அவர் எழுதிக் கொடுத்த முன்னுரையில் கவிதைகளைவிட எழுதியவன் பற்றியே அதிகம் இருந்தது. பேசப்பட வேண்டியது படைப்புத்தான்; படைப்பாளியல்ல என்று நம்புகிறவன் நான். எனவே அதைத் தவிர்த்தேன். ஆனால் நம்மைப் பற்றி மனிதர் இவ்வளவு சிலாகிக்கிறாரே என்பது மகிழ்ச்சியைத் தந்தது உண்மை.

எடிட்டிங் என்னும் செயல்முறை, புத்தக தயாரிப்பில், நமது தமிழ் இலக்கிய உலகில் இல்லாமலிருப்பதை நீங்கள் எப்படிப் பார்க்கிறீர்கள்? அப்படி எடிட் செய்யப்பட்டு வெளியான தமிழ் புத்தகங்கள் ஏதேனும் உண்டா? அப்படியே ஒருவர் பார்த்து சரி செய்திருந்தாலும், ஓரிருவரிகளில் 'இந்தப் பிரதியை வாசித்து பிழை திருத்தித் தந்த இன்னாருக்கு நன்றி' எனச் சொல்வதோடு சரி. அவருடைய பெயரை வெளியிடுவதில் எழுத்தாளர்களுக்கு தயக்கம் இருக்கிறது. இந்த மனநிலையை எப்படிப் பார்க்கிறீர்கள்?

எடிட்டிங் அல்லது செம்மையாக்கம் என்ற சொல்லாடல் கடந்த இருபத்தைந்து ஆண்டுகளுக்கு உள்ளாகத்தான் தமிழில் கவனம் பெற்றிருக்கிறது. அது ஒரு துறையாக இன்னும் பரவலாகவில்லை என்று எண்ணுகிறேன். புத்தகத் தயாரிப்பு ஒரு காகித உற்பத்தியாகவும் செம்மையாக்கம் வெறும் பிழைதிருத்தமாகவும் கருதப்படும் சூழல்தான் நிலவுகிறது. வெளியீட்டாளர்களைப் பொருத்தவரை எடிட்டிங் செலவினத்தைக் கூட்டும் சங்கதி. எழுத்தாளர்களைப் பொருத்து உரிமை மீறல். இந்தக் கருத்துக்கள் மாறும்போதே எடிட்டிங் பற்றியும் அதன் தேவை பற்றியும் வெளிப்படையாக உரையாட முடியும் என்று தோன்றுகிறது.

சுருக்கமாகச் சொன்னால் ஒரு பிரதியை வாசிப்புக்கு இணக்கமானதாகவும் பிழைகளற்றதாகவும் மாற்றும் செயல்பாடுதான் செம்மையாக்கம். இந்த அடிப்படையில் தமிழில் புரிந்துகொள்ளல் விரிவாக நிகழவில்லை. எழுதுபவர்கள் தாங்கள் எழுதும் ஒவ்வொரு வரியும் மகத்தானது என்று நினைக்கிறார்கள். அது தன்னெழுச்சியாக வந்துதாளில் விழுவது என்று கருதுகிறார்கள். அதை இன்னொருவர் மாற்றுவது அபச்சாரம் என்ற இலக்கியப் புனிதத்தைக் கடைப்பிடிக்கிறார்கள். எனவே செம்மையாக்கம் தேவையில்லை என்று வாதிடுகிறார்கள்.

பொன்னைச் செம்மைப்படுத்தினால்தான் அது அணிகலன் ஆகும் என்று நம்புகிறேன். எழுத்தைப் புடமிடுகிற பணிதான் எடிட்டிங் என்பது என் தரப்பு. இதில் கவனத்தில் கொள்ள வேண்டிய முக்கியமான ஒன்று படைப்பாளனின் இசைவு. ஒரு படைப்பாளர் தான் எழுதியது அப்படியே வெளியாக வேண்டும் என்று விரும்பினால் விட்டுவிடுவதுதான் சிலாக்கியம். படைப்பாளியின் சொல்தான் இறுதியானது என்பது செம்மையாக்குநர் முதலில் பின்பற்ற வேண்டிய விதி.

வெட்டி ஒட்டுதலும் பிழை களைதலும் மட்டுமல்ல செம்மையாக்கம் என்று நினைக்கிறேன். இரண்டு உதாரணங் களைச் சொல்லாம். காப்ரியேல் கார்சியா மார்க்கேஸின் புகழ்பெற்ற நாவலான தனிமையின் நூறு ஆண்டுகள் எடிட்டிங்குக்குப் பின்னரே வாசகப் பார்வைக்கு வந்தது. நாவலில் மார்க்கேஸ் உட்படுத்தி யிருந்த ஓர் அத்தியாயம் பிரதான கதையோட்டத்திலிருந்து விலகி நிற்பதாக எடிட்டர்கள் கருதினார்கள். ஆசிரியரின் இசைவுடன் அந்த அத்தியாயம் நீக்கப்பட்டது. பின்னர் அது தனிக் குறுநாவலாகவே வெளியானது. 'பிக் மம்மாஸ் ஃப்யூனரல்' (மூதாட்டியின் இறுதிச் சடங்கு). இரண்டையும் வாசிப்பவர்கள் எடிட்டிங்கின் தேவையை எளிதில் புரிந்துகொள்வார்கள். இது ஓர் எடுத்துக்காட்டு. சல்மான் ரஷ்டியின் புக்கர் பரிசு பெற்ற நாவல் 'மிட் நைட்ஸ் சில்ட்ரன்'. அதுவும் எடிட்டிங்குக்குப் பின்னரே பதிப்பாக்கம் பெற்றது. நாவலின் வெள்ளிவிழாப் பதிப்புக்கு எழுதிய முன்னுரையில் ரஷ்டி அதன் எடிட்டரின் பங்கைப் பாராட்டுகிறார். இந்த நாவலின் இன்றைய மகத்தான வரவேற்புக்கு லிஸ் கால்டரின் செம்மையாக்கமே முதன்மையான காரணம் என்று குறிப்பிடுகிறார். இவையெல்லாம் எடிட்டரின் அல்லது எடிட்டிங்கின் தேவையைச் சொல்பவை.

இன்னொரு சுவாரசியமான இலக்கியக் கதையும் நினைவுக்கு வருகிறது. அமெரிக்கச் சிறுகதை ஆசிரியரான ரேமண்ட் கார்வரின் பெரும்பான்மைக் கதைகள் எடிட்டர் கோர்டென் லிஷ்ஷின் செம்மையாக்கத்துக்குப் பிறகே வெளியிடப்பட்டன. அவை பெரும் புகழ் பெற்றன. கச்சித மான கதையாக்கத்தை மினிமலிசத்தை முன்வைத்த படைப்பளாராக ரேமண்ட் கார்வர் பாராட்டப் பெற்றார். அவரை முன்னுதாரணமாகக் கொண்டு டோபியாஸ் உல்ஃப் போன்றவர்கள் மினிமலிசத்தைத் தொடர்ந்து ஒரு முக்கிய இலக்கியப் போக்காகவே மாற்றினார்கள். தேவையற்ற வர்ணனைகளோ, அதிகமான பாத்திர உரையாடல்களோ, அநாவசிய மனவோட்டங்களோ இடம்பெறாத சிக்கனமான கதைகளை எழுதியவராகக் கருதப்பட்ட ரேமண்ட் கார்வர்

உண்மையில் எழுதியவை மேற்சொன்னவை எல்லாமும் இடம் பெற்ற கதைகளைத்தான். கோர்டென் லிஷ் அவற்றையெல்லாம் எடிட் செய்து நீக்கிப் பதிப்பித்தார். அதுதான் கார்வரின் நடையையும் மினிமலிசக் கதை கூறலையும் அவருடைய இயல்பு என்று வாசகர்களை ஏற்றுக் கொள்ள செய்தது. இது பற்றி கார்வர் மனப் புழுக்கம் கொண்டிருந்தார் என்று அவரது மனைவி டெஸ் கல்லகர் வெளிப்படுத்தினார். கார்வரின் எடிட் செய்யப்படாத கதைகள் இப்போது புத்தகங்களாக வெளிவந்திருக்கின்றன.

நானறிந்த வரையில் தமிழில் எடிட் செய்யப்பட்டு வெளியான படைப்புகளாக சுந்தர ராமசாமியின் 'ஜே.ஜே. சில குறிப்புகள்', சம்பத்தின் 'இடைவெளி', இமயத்தின் 'கோவேறு கழுதைகள்', ஜோ டி குரூசின் 'கொற்கை' ஆகியவற்றைக் குறிப்பிடுவேன். வேறு சிலவும் இருக்கலாம். என்னிடம் சரியான தகவல்கள் இல்லை.

ஒரு பிரதியை வாசிப்புக்கு மேன்மைகூட்டும் வகையில் செம்மைப்படுத்துவதையே எடிட்டிங் என்று கருதுகிறேன். வாசகனாகவும் எழுத்தாளனாகவும் அதற்கு ஆதரவான மனநிலையையே கொண்டிருக்கிறேன். சிலருக்கு வேறு கருத்துக்கள் இருக்கலாம். செம்மையாக்கம் பற்றி திறந்த உரையாடல் நடந்து தகுதியான செம்மையாக்குநர்கள் உருவான பின்னர் எழுத்தாளர்களின் கருத்துக்களும் மாறலாம். ஆனால் ஒன்று, எடிட்டிங் புதுமையான சமாச்சாரம் அல்ல. இன்றைய அர்த்தத்தில் இல்லையென்றாலும் தற்காலத்தில் வாசிக்கப்படும் பழந்தமிழ் நூல்கள் எல்லாமும் எடிட்டிங்குக்கு உட்பட்டு நம் கைகளுக்கு வந்திருப்பவைதான். சங்க இலக்கியத்தைத் தொகுத்தவர் யாரோ அவரே தமிழில் முதல் எடிட்டர். அவர் தொகுத்தது பாடல்களை மட்டுமல்ல; அவற்றை விளங்கிக் கொள்ள உதவும் எல்லாத் தரவுகளையும் இணைத்து அவற்றை செம்மைப்படுத்தியிருக்கிறார்.

பெரும்பாலும் உள்முகத்தேடலில் பயணிக்கும் உங்கள் கவிதைகள், மிகக் குறைவான இடங்களில் மொழிச்சிக்கலைச் சந்திப்பதாக நான் உணர்கிறேன்.

'நதியோடு புரண்டோடிய
ஒரு குளிர்த்தருணத்தில் அசைவுகள் இழந்து
நானும் நீரானேன்
நான்
இன்னொரு நதி'

நதியும் காற்றும் சலனித்துக் கொண்டிருப்பவை; அசைவுகள் இழந்து என்னும் சொற்பிரயோகம் நெருடலாக இல்லையா?

இல்லை. அது தெரிந்தே செய்த பிழை. கவிதை கூடலைப் பற்றியது. முயக்கத்தின் ஏதோ நொடியில் நிச்சலனமாக ஆனந்தத்தை

உணரும் கணத்தைப் பற்றியது. அப்போதும் பங்கு பெறுபவன் கூடலின் பகுதிதான். இதற்குமேல் விளக்கம் சொல்லப் போனால் அது காம சாஸ்திர வியாக்கியானமாகி விடும். என்னை விடுங்கள்.

கீழ்கண்ட அன்றிரவு கவிதை வரிகளின் நிகழ்ச்சிச் சித்திரம் இந்தியா போன்ற ஒரு மிலேச்ச தேசத்தில் மட்டுமே காணப்படும் சம்பவமாகக் கொள்ளலாம். அதன் வலிகள் ஆறாதவை. இதை வாசகர்களுடன் பகிர்ந்துகொள்ள முடியுமா?

      உடல்
      கடவுளின் முத்திரைப் பாத்திரம்
      உறுப்பு மதம்

இந்தியாவில் மட்டுமல்ல மனிதர்கள் கீழ்மையாக நடத்தப்படும் எல்லா தேசங்களிலும் இதுபோன்ற காட்சிகளைக் காணமுடியும். நோக்கங்கள் மாறியிருக்கலாம். இனம், நிறம், மொழி, பொருளாதாரம் என்று எதனாலும் மனிதர்கள் வேறுபடுத்தப்படலாம். வதைக்கப்படலாம். அந்த வலியை உணர்த்துவதும் இலக்கியத்தின் வேலையே. எனக்கு நேரிட்ட இரண்டு அனுபவங்களை ஒன்றாகச் சேர்த்து வைத்து வலியுடன் அலறிய புலம்பல் அந்தக் கவிதை. அதற்கு மதம் முகாந்திரமாக இருந்தது. இன்னொருவருக்கு இன்னொரு காரணத்துக்காக அதுபோல நேரலாம்.

உங்கள் கவிதைகள் ஒருவகையான Palindrome (மாலை மாற்று) தன்மை கொண்டு இயங்குகின்றன. இது தற்செயலானதா? (உதாரணம்: வாழ்நிலம் தொகுப்பின் கடைசிக் கவிதை)

ஏறத்தாழ நாற்பது ஆண்டுகளாகக் கவிதையெழுத்தில் ஈடுபட்டு வருகிறேன். இந்த நீண்ட அளவில் வெவ்வேறு காலப் பகுதிகள் என்னைக் கடந்தும் நான் அவற்றைக் கடந்தும் போயிருக்கிறோம். அந்த அனுபவத்தில் எனக்காக உருவாக்கிக் கொண்ட விதி; மாறிக் கொண்டே இரு; மாற்றங்களுக்கு உட்படு என்பதுதான். ஒரே அமைவிலான கவிதைகளை எழுதுவதில் எனக்கு உடன்பாடு இல்லை. வாழ்வில் பெறும் அனுபவங்களை ஒட்டி கவிதைகள் மாற்றங்களுக்கு உள்ளாகியிருக்கின்றன. பொருளிலும் வடிவத்திலும் கூறு முறையிலும். வித்தியாசமாக எழுதிப் பார்த்த கவிதைகளில் ஒன்று சொல்லுக சொல்லில்... எளிமையான கூறுமுறையில் தீவிரமான ஒன்றைச் சுட்டும் நோக்கில் எழுதிப் பார்த்த கவிதை. தற்செயலாக உருவானதுதான்.

தமிழில் தாராளமாய்ப் புழங்கும் உங்களுக்கு தமிழ் மயிரிழை அளவேனும் அந்நியப்பட்டிருப்பதாக எப்போதேனும் அவதானித்ததுண்டா?

ஒருபோதும் இல்லை. சிந்திக்கவும் பேசவும் கனவு காணவும் படைப்பில் ஈடுபடவும் ஆதாரமான மொழி அந்நியப்படுவதாகக் கருதினால் நான் எழுத்தாளன் அல்லவே? மூச்சும் குருதியும் அந்நியப்படாதவை.

தமிழில் நவீன கோட்பாட்டாளர்கள், புதிது புதிதாகத் தமிழ்க் கவிதைப் படைப்புகள் குறித்து காணக்கிடைக்காத அரும்பொருள் கண்டு கொண்டுகூட்டி புதிய கோட்பாட்டு வார்த்தைகளால் பேசிக்கொண்டு இருக்கிறார்கள். இவர்களின் சட்டகங்களுக்குள் சிக்கிக் கொண்ட அனுபவம் உண்டா?

உண்டு. அதைப் பற்றிப் பேசுவதில் உடன்பாடில்லை. கோட்பாடுகள் தேவை என்றே நம்புகிறேன். அவை படைப்பை நெருங்கிச் செல்லவும் புரிந்துகொள்ளவும் மேலதிகமான நுட்பங்களுடன் உதவும். அதற்கான கருவியாகத்தான் கோட்பாடுகளைக் காண்கிறேன். நவீனத் தமிழ்ச் சூழலில் இந்த நிலைமை தலைகீழ் என்று உணர்கிறேன்.

கோடைகாலக் குறிப்புகளிலுள்ள 'வளர்ப்பு மிருகம்' கவிதை, தன்னிலைச் சிக்கலை உணர்த்தும் காத்திரமான கவிதை. இச்சிக்கலை, சமுதாயத் தன்னிலைச் சிக்கலுக்கும் நீட்சியாக்கிப் பார்க்கமுடியுமா? நமக்குள் இருக்கும் அகந்தையின் உருவகமே வளர்ப்பு மிருகம் கவிதையில் சித்தரிக்கப்படுவதாகச் சொல்லப்படுகிறது. அப்படித்தானா என்று என்னால் திட்டவட்டமாகச் சொல்ல முடியவில்லை. அது சரியென்றால் நீட்டிப் பார்க்கவும் முடியுமே?

அண்மையில் நண்பர்கள் சிலர் மத்தியில் அந்தக் கவிதையை வாசித்தபோது ஒருவர் இது காஷ்மீர் பிரச்சினை பற்றிய கவிதை என்று பிடிவாதமாகச் சொன்னார். கேட்டதற்கு நாம் வளர்த்த ஒன்று நம்மை அவதிக்குள்ளாக்குவதைக் கவிதை சொல்கிறது. காஷ்மீர் பிரச்சினையும் நாம் வளர்த்துவிட்டு இப்போது மாட்டி முழிக்கிற ஒன்றுதானே? என்று விளக்கமும் கொடுத்தார். அது எழுதப்பட்டது எண்பத்தி ஒன்றாம் ஆண்டில் என்று சுட்டிக் காட்டிய பின்னும் நண்பரின் உறுதி குலைய வில்லை. பாருங்கள், 2019ஆம் ஆண்டின் சிக்கலைப் பற்றி ஒரு கவிஞர் முப்பத்தியெட்டு ஆண்டுகளுக்கு முன்னாலேயே எழுதியிருக்கிறார் என்று மெய்சிலிர்த்தார். என்னுடைய தீர்க்க தரிசன சக்தியை உணர்ந்து நானும் மெய்சிலிர்த்தேன்.

மலையாளக் கவிஞர் சச்சிதானந்தனின் எழுத்துக்களின் தாக்கம் உங்களுடைய கவிதைகளில் இருப்பதாக பரவலான கருத்து உண்டு. இதை மறுக்கிறீர்களா? அது குறித்து உங்கள் கருத்து என்ன?

இதில் மறுக்க என்ன இருக்கிறது? இதைச் சொன்னதே நான்தான். தொடக்க காலத்தில் கவிஞனாக என்னைப்

பாத்தித்தவர்களில் சச்சிதானந்தனும் ஒருவர் என்பதைப் பல சந்தர்ப்பங்களில் சொல்லியிருக்கிறேன். அவர் மட்டுமல்ல; என்னைப் பாதித்தவர்கள் யார்யார் என்றும், எந்த விதத்தில் என்னைப் பாதித்தார்கள் என்றும் சொல்லியிருக்கிறேன். காலச்சுவடு பதிப்பகத்தின் முதல் கவி நூல் வரிசையில் கோடைகாலக் குறிப்புகள் நூலும் வெளிவந்திருக்கிறது. அதற்கு எழுதிய பின்னுரையில் இது பற்றி விரிவாகவே குறிப்பிட்டிருக்கிறேன்.

பாதிப்புகள் இல்லாத சுத்த சுயம்புவான கவிதை உண்டா என்ன? பாதிப்புகளிலிருந்துதான் ஒரு கவிஞன் தன்னுடைய கவிமொழியைக் கண்டடைகிறான். பின்னர் அதைத் தனித்துவப் படுத்தி மேற்செல்கிறான். இலக்கியத்தின் பொது விதி இது. நானும் அதற்குக் கட்டுப்பட்டவன். விதிவிலக்கானவன் அல்லன். பாதிப்புகளைக் கடந்து ஒரு கவிஞன் தன்னுடைய கவிதையைத்தான் எழுதுகிறான். தன்னுடைய தனி மொழியில்தான் உரையாடுகிறான். இந்த இரண்டையும் சரியாகவே செய்திருப்ப தாகவே நம்புகிறேன். என்னுடையது அல்லாத ஒரு கவிதையையோ என் உணர்வு கலவாத ஒரு மொழியையோ நான் கையாண்டதில்லை.

மலையாள மொழியில் உங்களுடைய படைப்புள் வெளியாகியுள்ளனவா? அந்த மொழிக்கு உங்களின் பங்களிப்பு என்ன?

எனக்கு மலையாளம் தெரியும். எழுதவும் வாசிக்கவும் பேசவும். இந்தத் தகுதியால்தான் மலையாளத் தொலைக்காட்சி யான சூர்யா டிவியின் தலைமைச் செய்தி ஆசிரியராக ஏறத்தாழப் பத்தாண்டுகள் பணியாற்ற முடிந்தது. பணி நிமித்தம் அன்றாடம் செய்தி நறுக்குகளையும் செய்திக் கதைகளையும் எழுதியிருக்கிறேன். இவை தவிர ஒரு முப்பது கட்டுரைகள் எழுதியிருக்கிறேன். தமிழ் இலக்கியம் தொடர்பாகவும் தமிழக ஆளுமைகள் தொடர்பாகவும் எழுதப்பட்டவை அவை. மகாகவி பாரதியின் வசன கவிதைகளையும் சேரன், இசை, சே. பிருந்தா ஆகியவர்களின் சில கவிதைகளையும் மொழி பெயர்த்திருக்கிறேன். இவை எவையும் அந்த மொழிக்கு என் பங்களிப்பு என்று செய்தவை அல்ல; தேவை கருதிச் செய்தவை. இவையெல்லாம் இதழ்களிலும் நூல்களிலும் வெளியானவைதாம். இது பற்றிய எந்த உரிமை பாராட்டலும் எனக்கு இல்லை. ஏனெனில் நான் தமிழ் எழுத்தாளன் என்பதே என் முதன்மையான அடையாளம். என்னுடைய உணர்வு மொழியும் படைப்பு மொழியும் தமிழ்தானே? இந்த மொழியில் பங்களிப்பதுதான் எனக்கு முக்கியம். மலையாளத்துக்குப் பங்களிப்புச் செய்ய அங்கேயே மஹான்களும் மஹதிகளும் இருக்கிறார்கள். அவர்கள் போதும்.

எழுதுவதும், படிப்பதும் எப்போதேனும் ஒரு ‘குமட்டல்’ (nausea) நிலைக்கு உங்களைத் தள்ளியதுண்டா?

வாசிப்பு நீண்டகாலப் பழக்கம் என்பதாலும் வாசிப்பில் தேர்வு முக்கியம் என்று செயல்படுவதாலும் ஒருபோதும் குமட்டல் நிலைக்கு உள்ளானது இல்லை. அபூர்வமாக சில புத்தகங்கள் ஒவ்வாமையைத் தந்திருக்கின்றன. அதைச் சமாளிக்க எளிய உபாயமும் இருக்கிறது. புத்தகத்தை மூடித் தூரத்தில் வைப்பது.

‘வெல்லிங்டன்’ நாவலில் சம்பவக் கோர்வைகள் சுவாரஸ்யமாக நாவலை நடத்துகின்றன. இது ஒரு குறிப்பிட்ட காலகட்டத்திற்கான வாழ்க்கையுடன் தொடர்புடையதாக இருப்பதால், அக்காலகட்டத்திற் கான மொழியைச் சரியாகக் கையாள்வதில் நீங்கள் எதிர்கொண்ட சிக்கல்கள் என்னென்ன? இந்த நாவலில் ஒரு தன்வரலாற்றுத் தன்மை இருப்பதாக உணருகிறீர்களா? இந்த நாவலுக்கு காப்பி எடிட்டர் வைத்துக் கொண்டீர்களா?

வெல்லிங்டன் நாவலில் நான்கு காலகட்டங்களின் ஊடே செல்லும் நிகழ்வுகளும் நிகழ்ச்சிகளும் கதையாகின்றன. உதகமண்டலம் என்ற மலைவாழிடம் உருவாகும் ஆங்கிலேயர் ஆட்சிக் காலம். படகர் இனம் குடியேறியதாகச் சொல்லப்படும் திப்புசுல்தான் ஆட்சிக் காலம். சமவெளி மனிதர்கள் குடியேற்றத்தில் ஈடுபட்ட காலம். சென்ற நூற்றாண்டின் ஐம்பதுகள் முதல் எழுபதுகளின் இடைப்பகுதி வரையான நவீன காலம். இந்த நான்கு காலகட்டங்களையும் பிரதிபலிக்கும் மொழியைக் கையாள்வது முதலில் மலைப்பாக இருந்தது. தொடர்ச்சியான ஆய்வு நூல் வாசிப்பின் மூலமாகவும் பழைய பிரதிகளின் மொழியை அவதானிப்பதன் வாயிலாகவும் சிக்கலைத் தீர்த்துக் கொண்டேன். பிரித்தானிய ஆட்சிக் கால மொழியைப் பழைய ஆவணங்கள், பழைய தமிழ் மொழிபெயர்ப்புகள் வழியாக உருவாக்கினேன். படகர்களின் குலதெய்வமான ஹெத்தையம்மா சரித்திரத்தின் வெவ்வேறு பிரதிகளிலிருந்து அதற்கான மொழியைக் கண்டெடுக்க முடிந்தது. சிலரின் தன்வரலாற்று நூல்களிலிருந்து அந்தக் காலப் புனைவுகள், திரைப்பட உரையாடல்களிலிருந்து ஐம்பதுகளின் தமிழை உருவி எடுத்தேன். பிற்பகுதிக்கு இன்றைய மொழி பொருத்தமானதாக இருந்தது. இவை தவிர உபரியாகச் சில மொழி நடைகள் அதில் உள்ளன. மலையாளம், இந்தி, தெலுங்கு என்று கதை மாந்தர் மொழிகளும் உள்ளன.

தன்னைப் பொதுமைப்படுத்துவதும் பொதுமையைத் தன்வயப்படுத்துவதும் ஒரு படைப்பில் இயல்பாக நிகழ்பவை. இப்படி வேதிமாற்றம் நிகழ்ந்த படைப்புகளைத்தான் இலக்கியப் படைப்பாகக் கருதுகிறோம். வெறும் புறவயமான கதை சொல்லும்

எழுத்துக்களை வெகுசன எழுத்தாக எண்ணுகிறோம். அந்த வகையில் எல்லா இலக்கியப் படைப்புகளிலும் கொஞ்சமாவது தன்வரலாற்றின் சாயல் இருக்கும். வெல்லிங்டனிலும் அப்படி இருப்பதாகக் கருதுகிறேன். அது முழுக்கத் தன்வரலாறுமல்ல; முற்றிலும் புனைவுமல்ல. இரண்டும் ஒன்றான படைப்பு.

என்னுடைய நம்பிக்கைக்கும் மதிப்புக்கும் உரிய இலக்கிய நண்பர்கள் சிலரது ஆலோசனைகளும் அவதானிப்புகளும் நாவலின் செம்மையாக்கத்துக்கு உதவின. அதை எடிட்டிங் என்று சொல்ல முடியுமா? தெரியவில்லை. தனியாக எடிட்டர் என்று எவரையும் அமர்த்திக் கொள்ளவில்லை. பதிப்புத் துறையிலும் ஈடுபட்டிருப்பவன்; சில நூல்களை எடிட் செய்திருப்பவன் என்ற தகுதியில் வெல்லிங்டனையும் எடிட் செய்திருக்கிறேன். நான் எழுதிய பக்கங்கள் இப்போது இருக்கும் எண்ணிக்கையை விட நூறு பக்கங்களாவது அதிகமாக இருந்தன. அவற்றைச் சுருக்கியும் தொகுத்தும் விரித்தும்தான் இப்போதைய வடிவத்துக்குக் கொண்டு வந்தேன்.

உங்களுடைய பத்தி எழுத்துக்களில், ஒரு சிறுகதைக்கான அனைத்துக் கூறுகளும் இருக்கின்றன. நீங்கள் குறைவாகவே சிறுகதைகள் எழுதியிருப்பதாக நினைக்கிறேன். ஏன் பெரிய அளவில் நீங்கள் சிறுகதை முயற்சியில் இறங்கவில்லை?

பத்தியெழுத்துக்கும் சிறுகதைக்கும் வேறுபாடு உண்டு. பத்தியெழுத்து புனைவின் சாயல் கொண்டிருக்கும். அடிப்படையான தகவல்களையும் தரவுகளையும் எழுதுபவரின் கோணத்தையும் சார்ந்தது. ஓரளவுக்குச் சுதந்திரமானது. சிறுகதை அப்படி அல்ல. கதைப் பொருளையும் அதற்கான புனைவுக் கூறுகளையும் கோருவது. இல்லையா? நீங்கள் குறிப்பிட்டிருப்பதுபோலவே நண்பர்கள் பலரும் கூறியிருக்கிறார்கள். ஆனால் எனக்கு அப்படிப் படவில்லை.

கணிசமாகவே சிறுகதைகள் எழுதியிருக்கிறேன். எனினும் எனக்கு வசப்படாத ஊடகமாகவே தென்படுகிறது. என்னைப் பொருத்தவரை ஆகக் கடினமான இலக்கிய வடிவம் சிறுகதைகள்தாம். எனவே பெரிய அளவுக்கு அதில் ஈடுபடத் தயக்கமிருக்கிறது.

மலையாளத்தைத் தாய்மொழியாகக் கொண்ட உங்களுக்கு, தமிழ் மொழி இயல்பாக அதன் பண்பட்ட கலாச்சாரக் கூறுகளோடு வெளிப்படுகின்றன. இது எப்படி சாத்தியமாயிற்று?

மலையாளம் தாய்மொழியாகப் பிறப்பால் அமைந்தது. அதைக் கூட என்னுடைய பதினாறு, பதினேழாவது வயதில்தான் முறையாகக் கற்றுக் கொண்டேன். நான் பிறந்ததும் வளர்ந்ததும்

நீண்ட காலம் வாழ்ந்ததும் இப்போது மனதளவில் வாழ்வதும் தமிழ் மண்ணில். முதலில் உச்சரித்ததும் பேசியதும் சிந்தித்ததும் தமிழ் மொழியில். வாழ்ந்ததும் வாழ்க்கையைக் கற்றுக் கொண்டதும் இந்த நிலத்தில். பிறகு இந்த மொழியும் பண்பாடும் எனக்குச் சாத்தியமாவதில் என்ன வியப்பு இருக்கிறது?

கவிதைகளாகட்டும் கட்டுரைகளாகட்டும், அவைகளின் விவரணைப் போக்கில், சங்க இலக்கியச் சொல்லாடல்கள் சரியான தருணத்தில் உங்களால் இயல்பாகக் கையாளப்படுகின்றன. முறையாக நீங்கள் சங்கக் கவிதைகளைக் கற்றுக் கொண்டிருக்கிறீர்களா?

பள்ளிப்பருவத்தில் மருதவாணன், கல்லூரிக் காலத்தில் கமலேசுவரன், பின்னர் கோவிந்தன் ஆகிய தமிழாசிரியர்களிடம் பாடம் கேட்டுப் பயின்றதில் சங்க இலக்கியமும் ஒன்று. சுயமாகப் பயின்ற நாட்களில் பலரின் துணையை நாடி இருக்கிறேன். ஆழங்கால் பட்ட படிப்பல்ல; எனினும் ஒரு நெடிய மரபையும் ஒரு மகத்தான பண்பாட்டுக் களஞ்சியத்தையும் விளங்கிக் கொள்ளுமளவுக்குக் கற்றுக் கொண்டிருக்கிறேன். ஒரு தமிழ்க் கவிஞனாக பெரும் கவிதை மரபில் கண்ணியாகத் தொடர அந்தக் கல்வி துணை செய்திருக்கிறது. அதன் வெளிப்பாடுதான் நீங்கள் குறிப்பிடும் இயல்பான கையாளல்.

'நீலமலை பனிமலர்' சிற்றிதழ் குறித்தும் அதன் ஆசிரியர் பு.வ. மணிக்கண்ணன் அவர்களைக் குறித்தும் நெகிழ்ச்சியான கட்டுரை ஒன்று எழுதியிருக்கிறீர்கள். அப்படிப்பட்ட நல்ல மனிதரோடு பழகக் கூடிய வாய்ப்பு எனக்கும் கிடைத்திருக்கிறது. சார்த்தர் சொல்லும் அபத்தம் குறித்து யோசிக்கையில், இப்போதும் எனக்கு முதலில், அவருடன் பழகிய தருணங்கள் கண்முண் தோன்றி வாழ்வு மீதான இனம்புரியாத ஒரு இருள் கவிந்து விடுவது தவிர்க்க முடியாததாகிறது. இந்திய மற்றும் தமிழ்ச் சூழலில், மணிக்கண்ணன் அவர்களின் மனைவி குறித்து யோசிக்கையில், மனித வாழ்க்கையே அபத்தங்களின் உச்சம் என்று நினைக்கத் தோன்றுகிறது. நீங்கள் அவர்களைக் குறித்து யோசித்தது உண்டா?

ஆல்பெர் காம்யூவும் காப்ரியேல் கார்சியா மார்க்கேசும் என் விருப்பத்துக்குரிய ஆசிரியர்கள். அவர்களைப் பற்றி யோசிக்கும் சமயங்களில் நண்பர் மணிக்கண்ணனையும் ஒரு நொடியாவது நினைத்துக் கொள்வேன். காம்யூவைப் பற்றி இருவரும் அவ்வப் போது நடத்திய உரையாடல்களுக்காகவும் மார்க்கேசின் 'பல்தசாரின் அற்புதப் பிற்பகல்' சிறுகதைக்கு மணிக்கண்ணன் செய்திருக்கும் அரிய மொழிபெயர்ப்புக்காகவும் இந்த நினைவு கூரல். உங்கள் கேள்விக்கான பதிலை யோசிக்கும்போது பழைய தருணங்கள் மீண்டும் மனதில் புரள்கின்றன. அதற்காக நன்றி.

மணிக்கண்ணனைக் குறித்து எழுதிய கட்டுரை எனக்கு நானே மறைமுகமாகச் செய்து கொண்ட எச்சரிக்கை. இலக்கியத்தின் பெயரால் வாழ்வைச் சிக்கலுக்குள்ளாக்கிக் கொள்ளக் கூடாது என்ற சுய போதனை. எல்லாம் இருந்தும் ஓர் இளைஞர் இலக்கியத்தின் பெயரால் சிலுவை சுமந்தார் என்று அவரைப் பற்றிக் குறிப்பிட்டிருக்கிறேன். அவரது வாழ்க்கை ஒரு படிப்பினையை எனக்குக் கொடுத்திருந்தது. இலக்கியத்துக்காகவோ அல்லது வேறு எதற்காகவோ வாழ்க்கையைப் பலியிட்டுவிடக் கூடாது என்று விழிப்பாக இருக்க முயன்றேன். அப்படி விழிப்பாக இருந்தும் கூட இலக்கியம்தான் உனக்கு எல்லாம்; வாழ்க்கை இரண்டாம் பட்சம் என்ற குற்றசாட்டுக்கும் அவ்வப்போது ஆளாகியிருக்கிறேன். யோசித்துப் பார்த்தால் அப்படிச் சிலுவை சுமந்தவர்களால்தான் உலகில் கலையும் இலக்கியமும் நிலைபெற்றன. மாறுதல்கள் நிகழ்ந்திருக்கின்றன.

மணிக்கண்ணன் மறைந்து சில மாதங்களுக்குப் பின்பு அவர் மனைவி சொந்த ஊருக்கு அழைத்துச் செல்லப்பட்ட தாகக் கேள்விப்பட்டேன். அவர்களைப் பார்ப்பதற்காக புஞ்சை புளியம்பட்டிக்குப் போனேன். விசாரித்து வீட்டைக் கண்டுபிடித்தேன். ஆனால் வாசலுடன் திரும்பி வரவே நேர்ந்தது. வீட்டிலிருந்து பெரியவர்கள் இலக்கியம் பேசுகிற ஒரு ஜீவனும் முற்றத்தை மிதிக்க வேண்டாம் என்று கறாராக இருந்தார்கள். அவர்களின் நியாயத்தில் தென்பட்ட உண்மை என்னைச் சுட்டது. திரும்பி விட்டேன்.

பத்திரிகை, தொலைக்காட்சி இப்படிப் பல்வேறு ஊடக வெளிகளில் பயணித்த உங்களுக்கு, நிறைய விஷயங்களைச் சொன்னபின்பு, இதைச் சொல்லாமல் விட்டிருக்கலாமே என்று நினைத்த தருணங்கள் இருந்திருக்கின்றன. இதுவரை உங்களுடைய எழுத்துக்கும் வாழ்வுக்கும நேர்மையுடன் இருந்ததான திருப்தி இருக்கிறதா? அப்படியெனில், அது எப்படி சாத்தியப்பட்டது?

நூறு விழுக்காடு நேர்மையின் அவதாரமாக இருக்கக் கூடிய வாழ்க்கை யாருக்காவது வாய்த்திருக்கிறதா? எனக்கும் அப்படித்தான். இயன்றவரை நான் சரி என்று நம்பும் ஒன்றைப் பிடிவாதமாகப் பின்பற்றவும் மனிதர்களை இணக்கமாகப் பார்க்கவும் இந்த வாழ்க்கை எனக்கு அனுமதியளித்திருக்கிறது. அதைப் பாழாக்காமல் இருக்கத் தொடர்ந்து முயன்று கொண்டிருக்கிறேன்.

***புதிய புத்தகம் பேசுது*, அக்டோபர் 2019**

மொழியின் ஆதிக் கருவி கவிதை

நேர்கண்டவர்: ஷங்கர்ராமசுப்ரமணியன்

உங்களது ஒட்டுமொத்தக் கவிதைகள் தற்போது வெளியாகவுள்ள நிலையில், உங்கள் கவிதைகள் கடந்த பருவங்களைச் சொல்லுங்கள் . . .

'கோடைகாலக் குறிப்புகள்' முழுக்கவும் தனி ஒருவனின் குரலில் வெளிப்படும் கவிதைகள் கொண்டவை. தன்னைச் சுற்றியுள்ள நிலைமையால் கசந்துபோன கைவிடப்பட்ட மனோபாவத்தில் எழுதப்பட்டவை. சமூகத்தி லிருந்து அந்நியப்படுத்திக்கொண்ட மனதின் மன்றாடல்கள். இந்த மனநிலை மிக விரைவிலேயே கலைந்தது. 'சிலைகளின் காலம்' தொகுப்புக்குப் பிந்தைய கவிதைகள் பெரும்பான்மையும் இந்த மனமாற்றத்தின் பல நிறங்களும் பல குரல்களும் கொண்டவை. சுருக்கமாக, நான் என்பதை நாமாக உணர்ந்தது பார்வையில் நிகழ்ந்த மாற்றம். இதுவே கவிதையின் உள்ளடக்கத்தையும் பெருமளவு புதுப்பித்தது. மாற்றங்களுக்குத் தொடர்ந்து ஆட்பட்டு வருகிறேன். எனினும், கவிதையாக்கத்தில் மாறாத சில அடிப்படைகள் எனக்கு இருக்கின்றன. கவிதையை மலினப் பண்டமாகக் கருதக் கூடாது. அனுபவத்தில் தைக்காத ஒரு வரியையும் எழுதக் கூடாது. புரியாத வகையில் எழுதக் கூடாது. பொய்யான ஒன்றைச் சொல்லக் கூடாது. பகட்டான உணர்வைக் காட்டக் கூடாது. இதுபோன்ற 'கூடாது'களை இன்றும் கடைப்பிடிக்கிறேன்.

இன்றும் கவிதையின் இன்றியமையாத தன்மை எது?

நான் வசிக்கும் திருவனந்தபுரத்தில் ஒருமுறை ஆட்டோவில் பயணித்துக்கொண்டிருந்தேன். போக்குவரத்து நெரிசலில் வண்டி திணறியபோது ஓட்டுநர் பாழாய்ப்போன இந்த வேலைக்கு வந்தது பற்றித் தனக்குள் நொந்துகொண்டு ஒரு வரியைச் சொன்னார். 'அவனி வாழ்வு இது கினாவு கஷ்டம்'. அது மலையாளத்தின் மகாகவி குமாரன் ஆசானின் கவிதை வரி. ஆட்டோ ஓட்டுநர் படித்தவர் அல்லர். மொழியின் ஆதி மனநிலையைக் கிளர்த்திவிட்டதுதான் அந்த வரி செய்த காரியம். இன்றைய கொந்தளிப்பான சூழலில் எத்தனை பேர் 'பேயரசு செய்தால் பிணந்தின்னும் சாத்திரங்கள்' என்ற பாரதி வரியை யோசித்திருப்பார்கள்? சர்வாதிகாரி பினோஷேயின் ராணுவம் ஆயுதங்கள் இருக்கின்றனவா என்று தேடி பாப்லோ நெரூதாவின் வீட்டைச் சூறையாடியது. 'உங்கள் கைகளில் இருப்பதை விடவும் வலிமையான ஆயுதம் இங்கே இருக்கிறது. அது கவிதை' என்று நெரூதா பதில் அளித்தார். மொழியின் ஆதிக் கருவி கவிதை என்பதுதானே அந்தப் பதிலின் உட்பொருள். மொழியின் குருதியோட்டம் என்று சொல்வது அலங்காரமாகத் தோன்றினாலும் அதன் உயிர்த்துடிப்பை அளந்து பார்க்கக் கவிதையைத் தவிர வேறு வழி இல்லை என்பது உண்மை.

ஒரு பத்திரிகையாளன் என்ற பின்னணியில் அனுபவம், மொழி சார்ந்து என்னவிதமான அனுகூலங்களை ஒரு படைப்பாளி பெறுகிறான்?

எந்தக் கதவையும் திறக்கும் மாயச் சாவி அவன் கையில் இருக்கிறது. எந்த மனதையும் துருவிப் பார்க்கும் நுண்ணோக்கி இருக்கிறது. எந்தக் கொண்டாட்டத்திலும் எந்தத் துயரத்திலும் அவனால் அழைப்பின்றிப் பங்கேற்க முடியும். இவையெல்லாம் அவனுக்கான தகுதிகள். ஆனால், இவற்றை அப்படியே நடைமுறையில் பின்பற்றும் வாய்ப்பு தமிழ்ப் பத்திரிகை உலகில் அரிது. எனக்கும் அப்படி முழுச் சுதந்திரமானவனாகச் செயல்படும் வாய்ப்பு அமையவில்லை. ஆனால், இந்தப் பணியில் கிடைத்த அனுபவங்கள் படைப்புக்கு உதவிகரமாக இருந்திருக்கின்றன. மொழியைத் தெளிவானதாகவும் தெளிவு தருவதாகவும் பயன்படுத்த உறுதிகொண்டதும் இந்தப் பணி வாயிலாகத்தான்.

ஒரு நூறு ஆண்டைக் காணப்போகும் தமிழ் புதுக்கவிதையில் நடந்திருக்கும் மாற்றங்களைச் சுருக்கமாகச் சொல்ல முடியுமா?

புதுக்கவிதையின் தோற்ற ஆண்டான 1934 முதல் எழுபதுகளின் இறுதிவரையான கவிதைகள் அக உணர்வுகளுக்கு முதன்மையளித்தவை; எண்பதுகள் முதல் தொண்ணூறுகள் வரையானவை புற உணர்வுகளையும் அகத்துக்குள் ஏற்றவை. அதற்குப் பிந்தையவை அகம், புறம் என்ற வேறுபாட்டை இல்லாமல் ஆக்கியவை என்று பிரித்துக் காண விரும்புகிறேன். இரண்டும் ஒன்றுக்கொன்று கலந்தும் இயங்கியவை. எனினும், 'எழுத்து' முதலான காலகட்டக் கவிதைகளில் அதிகம் வெளிப் பட்டவை நகர மனிதனின் மனமும் சூழலும் மொழியும். அவற்றில் அரசியல், சமூகப் பேசுபொருள்கள் குறைவு. அதன் பின்னரானவற்றில் களம் விரிந்தது. மொழி மாறியது. அரசியலும் சமூகமும் பேசுபொருள்களாயின. ஈழக் கவிதையின் அறிமுகம் தனி மனிதனையும் அரசியல் உயிரி என்று கருதத் தூண்டியது. தொண்ணூறுகளுக்குப் பின்னர் கல்வி பெற்றுவந்த புதிய தலைமுறை, கவிதையின் பொதுத் தோற்றத்தை முழுவதுமாக மாற்றியது. ஒடுக்கப்பட்டோரின் நிலை, பெண்மையவாதம், சூழலியல், மாற்று அரசியல் இவையெல்லாம் புதுக்கவிதையை விரிவாக்கின. நவீனமாக்கின. அலகிட்டு விரிவாகப் பேசப்பட வேண்டிய தலைப்பைச் சுருக்கமாகச் சொல்ல முடியவில்லை. பிற மொழிக் கவிதைகளையும் வாசிப்பில் பின்தொடர்பவன் என்ற தகுதியில் ஒரு விஷயத்தை அழுத்தமாகச் சொல்ல முடியும். சமகால இந்தியக் கவிதையில் தமிழ் அளவுக்கு விரிவும் ஆழமும் வேற்றுமைகளும் கொண்ட கவிதைகள் இல்லை.

'வெல்லிங்டன்' நாவலை எழுதும்போது மிக நேரடியான யதார்த்த மொழியைக் கையாண்டுள்ளீர்கள். கவிஞனின் சாயல் அதில் வரவே கூடாது என்று கவனமாக இருந்தீர்களா?

'வெல்லிங்டன்' நாவலில் இரண்டு பகுதிகள் இருக்கின்றன. வெல்லிங்டன் உருவாக்கத்தைச் சொல்லும் வரலாற்றுப் பகுதியும், வெல்லிங்டன் மனிதர்களின் தற்கால வாழ்க்கை பற்றிய பகுதியும். முதல் பகுதியில் அங்கங்கே கவிஞன் எட்டிப் பார்க்கிறானே? இரண்டாம் பகுதி மையப் பாத்திரமான சிறுவனின் இளம் பருவத்திலும் பதின் பருவத்திலுமாக நிகழ்கிறது. அவனுடைய பார்வையிலேயே சம்பவங்கள் முன்வைக்கப்படுகின்றன. அந்தப் பின்புலத்தில் அங்கே கவிஞனுக்கு வேலை இல்லை.

இசையில் ஈடுபாடு கொண்டவர் நீங்கள். உங்கள் மொழியில் இசை ஏற்படுத்தியிருக்கும் தாக்கத்தைப் பற்றிச் சொல்லுங்கள்...

என் இசை ஈடுபாடும் ரசனையும் மிக அந்தரங்கமானவை. கவிதையையும் இசையையும் போட்டுக் குழப்பிக்கொள்வதில்லை.

இசை சில விளைவுகளைக் கொடுத்திருக்கிறது. சுருதி பிசகாத சொற்களைத் தேர்ந்து கவிதையில் பயன்படுத்துவது; அநாவசிய ஆலாபனைகளுக்குள் இறங்காமல் இருப்பது; கவிதைக்குப் பொருந்தக்கூடிய தொனியை உருவாக்குவது. இவற்றில் இசையின் தாக்கம் இருக்கலாம். இரண்டும் தனித்தனியான கலைவடிவங்கள் என்றாலும் இசையைக் கேட்டு முடித்ததும் வாய்ப்பதும், நல்ல கவிதையை வாசித்து முடித்ததும் வாய்ப்பதும் ஒரே மனநிலைதான்.

இடதுசாரிப் பின்னணியைக் கொண்ட கவிஞர் நீங்கள். தமிழ் நவீனக் கவிதையில் காதல், காமம் சார்ந்த உணர்வுகளை அதிகம் கையாண்டவரும்கூட. சமூக மாற்றத்தில் ஈடுபடுபவனின் ஆற்றலும், காதலில் ஈடுபடுபவனின் ஆற்றலும் ஒரு தளத்தில் சந்திப்பவையா?

உண்மையில், இது தமிழ் இலக்கிய மரபிலிருந்து நான் கண்டெடுத்துக்கொண்ட இயல்பு. காதல் உயர்வானது, காமம் விலக்கானது என்ற பேதம் பண்டைத் தமிழ் இலக்கியத்தில் கிடையாது. அதையே நிஜத்திலும் கவிதையிலும் பின்தொடர முயன்றிருக்கிறேன். ஆணின் பார்வைக் கோணத்திலானவைதான் நீங்கள் குறிப்பிடும் கவிதைகள். ஆனால், அது பெண்ணை ஆகாயத் தாமரையாகப் புகழ்வதோ, பாதாளப் புழுவாக இகழ்வதோ அல்ல; மாறாக, நிகர்நிலையில் வைத்துப் பார்க்கும் எத்தனம். இயற்கையின் பகுதியாக ஏற்கும் முனைப்பு. காதல், காமம் பற்றிய என் கவிதைகள் எதிலும் இயற்கையின் குறிப்பீடு இல்லாமலிருக்காது. இன்றுவரையில் நமக்கு அறிமுகமாகி யிருக்கும் புரட்சியாளர்களில் பெரும்பான்மையினரும் மாளாக் காதலர்கள்தான். காதலும் மானுடர்க்கிடையிலான மாற்றத்தைக் கோருவது என்பதால் சமூக மாற்றத்தில் ஈடுபடுபவனுக்கு இரு ஆற்றல்களும் ஒரு தளத்தில் இருப்பதுதானே சரி? இடதுசாரிப் பின்னணி அதற்கு ஒருபோதும் தடையல்ல என்று வரலாறு சொல்கிறது. நாம் பேசுவது காதலிலும் சமூக மாற்றத்திலும் அர்ப்பணிப்புடன் ஈடுபடுபவர்களைப் பற்றித்தான். நாடகக் காதலர்களையோ போலிப் புரட்சியாளர்களையோ அல்லவே.

தமிழ்திசை, ஜனவரி 2020

மொழியின் வலுவில்தான் கவிதையும் வலிமை பெறுகிறது

நேர்கண்டவர்: கீதா சுகுமாரன்

தெள்ளிய மொழியும் படிமங்களும் தொடர்ந்து உங்கள் கவிதையின் பலமாக இயங்குகின்றன. கவிதையின் மொழியை எது தீர்மானிக்கிறது? வாழ்வின் துயரும் தனிமையும் உங்கள் முதல் கவிதைத் தொகுதியின் மொழியைத் தீர்மானித்தது என்று வைத்துக் கொண்டால் இப்போது அந்தத் துயரும் தனிமையும் மாறிய நிலையில் அந்த மொழி உங்கள் கவிதைப் பயணத்தில் பெற்றுள்ள உருமாற்றத்தை எப்படிப் பார்க்கிறீர்கள்?

உங்கள் அவதானிப்புகளை முன்வைத்து அதையொட்டிக் கேள்விகளை எழுப்புகிறீர்கள். நீங்கள் எடுத்துச் சொன்ன பின்புதான் என் கவிதையின் அடிப்படை அலகுகளைப் பற்றி யோசிக்க நேர்ந்திருக்கிறது. இந்தத் தூண்டுதலுக்காக முதலில் மிக்க நன்றி.

கவிதை முதன்மையாக மொழியைச் சார்ந்தது என்றும் கவிஞன் மொழிக்குக் கட்டுப்பட்டவன் என்றும் நம்புகிறேன். மொழியின் வலுவில்தான் கவிதையும் வலிமை பெறுகிறது. கவிஞன் மொழியின் வாயிலாகவே தன்னை உணர்கிறான்; தனது உலகை வெளிப்படுத்தவும் முனைகிறான். மொழியின் சாத்தியங்களை அறிந்து கொள்வதன்மூலமே புழக்கத்திலிருக்கும் மொழியை மீறிய மொழியை உருவாக்க முடியும். இந்த எண்ணங்களின்

விளைவாகவே என்னுடைய கவிதை மொழியை உருவாக்கிக் கொண்டிருக்கக் கூடும். என் வரையில் இந்த உருவாக்கத்தின் தொடக்கம் பிரக்ஞைபூர்வமானது; பின்னர் தன்னிச்சையானதாக ஆகியிருக்கிறது.

இரண்டாவது படிமங்கள் பற்றி. படிமங்களைப் பயன்படுத்த வேண்டும் என்ற உந்துதலாலோ அல்லது படிமங்கள் கவிதையின் அணியாக இருக்க வேண்டும் என்ற தேவையாலோ அவற்றைப் பயன்படுத்தவில்லை. நீங்கள் குறிப்பிடுவது போன்ற படிமங்கள் ஏதுமற்ற கவிதைகளையும் எழுதியிருக்கிறேன். நான் ஒரு கவிதையை முழுமையாக யோசிப்பவன்; வரிகளாகவோ படிமங்களாகவோ பிரித்துப் பார்ப்பதில்லை. நான் முன்வைக்க விரும்பும் அனுபவத்தைச் செறிவாகச் சொல்ல உதவும் ஒன்றாகவே படிமத்தைக் காண்கிறேன். அனுபவம் நிகழ்கிற புழங்குமொழியிலிருந்து அதைக் கவிதையனுபவமாக மேலெடுக்கப் படிமம் துணை செய்திருக்கிறது. 'கையில் அள்ளிய நீர்' என்பது அன்றாட மொழியில் இருப்பது. அதுவே, 'அள்ளி / கைப்பள்ளத்தில் தேக்கிய நீர்' என்று கவிதை மொழியாக மாறும்போது எளிய அனுபவம், பிரத்தியேக அனுபவமாக உணரப்படத் தயாராகிறது. வெறும் மொழியில் சொல்லப்பட்டதைக் காட்டிலும் கவிதை மொழியில் சொல்லப்பட்டதற்கு இயக்கம் கூடுகிறது. இந்த இயக்கத்தால் படிமம் கவிதையின் உள்ளார்ந்த கூறு ஆகிறது. அதைப் பிரித்துப் பார்க்க முடியுமென்று தோன்றவில்லை. இந்த முழுமைக்கும் இயக்கத்துக்குமாகத்தான் படிமங்களைப் பயன்படுத்துகிறேனோ என்னவோ? ஆனால் இது எனக்கே பொதுவிதியல்ல.

கவிதையின் மொழியை கவிதைக்கான அனுபவம்தான் தீர்மானிக்கிறது. அனுபவம் என்ற சொல்லுக்குள் மொழி, வாழ்நிலை, காலம், மனம் எல்லாவற்றையும் உட்படுத்தியே சொல்கிறேன். முதல் தொகுதிக் கவிதைகளின் மொழியை மட்டுமல்ல; இன்று எழுதும் கவிதைகளின் மொழியையும் இந்த 'அனுபவம்' தான் தீர்மானிக்கிறது. என்னைச் சாராத ஒன்றையோ, நான் சார்ந்திருக்க முடியாத ஒன்றையோ என் மொழிக்குள் கொண்டுவர இயலாது என்பது என் பட்டறிவு. முதல் தொகுதிக் கவிதைகளை எழுதியபோது இருந்த ஆதார மனநிலையிலிருந்து இன்று விலகியிருப்பதாக எனக்குத் தோன்றவில்லை. அன்று என் வாழ்நிலையிலும் துயரும் தனிமையும் இருந்தன. அவையே கவிதையிலும் வெளிப்பட்டன. இன்று அவை முற்றிலும் மாறி விட்டதாக நினைக்கவில்லை. அந்தக் கவிதைகளில் தனி வாழ்க்கையின் துயரத்தையும் சொந்தத் தனிமையையும் பேசியிருக்கிறேன். என் தனிப்பட்ட அனுபவத்தைப்

பொது அனுபவமாக முன்வைத்திருந்தேன். இன்று பொது அனுபவத்தை என்னுடையதுமான அனுபவமாக உணருகிறேன். அவை எப்படி உருமாறி இருக்கின்றன என்பதை உங்களைப் போன்ற நண்பர்கள்தான் சொல்ல வேண்டும்.

கருத்தும் அனுபவமும் சேர்ந்த படிமமே கவிதை என்று கூறி வாசகர் ஒரு கவிதையிலிருந்து கருத்தை மட்டுமே எடுத்துக் கொள்கிறார் என்றும் அனுபவமே கருத்து; கருத்தே அனுபவம் என்றும் விளக்குகிறீர்கள் அப்படி கருத்தை/அனுபவத்தை மட்டுமே எடுத்துக் கொள்ள கட்டுரைகள் போதுமே? கவிதை எனும் வடிவம் உணர்வுகள் கொதிக்கும் உலை இல்லையா?

நான் அப்படித்தான் நம்புகிறேன். கருத்து என்று நான் சொல்வது நீதியையோ செய்தியையோ அல்ல. அனுபவம் என்று குறிப்பிடுவதும் லௌகீக அனுபவங்களை அல்ல. கவிதைக்கான கருத்தையும் கவிதைக்கான அனுபவத்தையும் தான். அவற்றைத் தனித்தனியாகப் பிரிக்க முடியாது என்றும் நினைக்கிறேன். 'தனி ஒரு மனிதனுக்கு உணவில்லை எனில் ஜகத்தை அழித்திடுவோம்' என்பது கருத்தும் அனுபவமும் இணைந்த படிமம். படிமம் என்பதை பருப் பொருளாகவும் சொல்லவில்லை. அது ஓர் இயக்கம். 'பசியில்லாத ஒருவன் இருக்கக் கூடாது' என்ற கருத்தும் பசி என்ற பட்டறிந்த உணர்வும் சேர்ந்தே இந்த வரியை உருவாக்குகிறது; ஒரு படிமத்தை உருவாக்குகிறது. அது வாசகனிடம் சென்று சேரும்போது ஒரு கருத்தாகத்தான் நிலைக்கிறது. அந்தக் கருத்தை உணரும்போதுதான் அனுபவத்தை மீட்கிறான். அவன் தன்னுடைய அனுபவத்தைச் சார்ந்து அதைப் புரிந்து கொள்கிறான். அதனால்தான் ஒரே கவிதை வெவ்வேறு வாசகனுக்கு வெவ்வேறு பொருள்களைத் தரும் சாத்தியம் கொள்கிறது. 'கருத்தை/அனுபவத்தை மட்டுமே எடுத்துக் கொள்ளக் கட்டுரைகள் போதுமே? என்று கேட்கிறீர்கள்? இல்லை, ஆழ்ந்திருக்கும் கவிதையைக் காண அது போதாது. போதாது என்பது மட்டுமல்ல. அதுவல்லவே கவிதை அனுபவம். கவிதை அனுபவம் என்பது கருத்தை அல்லது தகவலை அறிந்து கொள்வது மட்டுமல்ல; வெறும் உணர்வுகளை ஏற்றுக் கொள்வது மட்டுமல்ல. இரண்டும் இணைந்தது தானே?

இசைப் படிமங்கள் என்ற வரிசையில் நீங்கள் எழுதிய கவிதைகள் என்னை மிகவும் கவர்ந்தவை. இசை அல்லது அதன் அனுபவம் உங்கள் கவிதையில் எப்படி உருவாக்கம் பெறுகிறது?

இசைத் துறையில் ஏதோ ஒருவனாக ஆகி விட வேண்டும் என்பது என் ஆசையாக இருந்தது. பாடுகிறவனாகவோ, கருவி இசைப்பவனாகவோ ஆவது திட்டமாக இருந்தது. சில ஆண்டுகள்

முறையாக இசை கற்கவும் முயற்சி செய்தேன். அந்த முயற்சி வெற்றி பெறவில்லை. ஆனால் இசை மீதான ஈடுபாடு நீங்கவில்லை. இசை இலக்கணங்களில் பெரிய அறிமுகம் இல்லை. அப்படி இசையை அணுகுவதும் இல்லை. அது தரும் உணர்வை, மன இளக்கத்தைச் சார்ந்தே என் இசை கேட்பு அமைந்திருக்கிறது. அது தரும் பரவசம், நெகிழ்வு ஆகியவைதாம் தொடர்ந்து கேட்கவும் தூண்டுகிறது. இசை தந்த அல்லது தரும் அனுபவத்தை வார்த்தைகளில் சொல்ல முடியாது என்பது தான் என் அனுபவம். ஒரு பிஞ்சுக் குழந்தையின் ஸ்பரிசம் தரும் உணர்வை, சமுத்திரத்தின் முன்னால் நிற்கும்போது மனம் அடையும் முடிவின்மை சார்ந்த தன்னழிவை, ஒரு பெரும் மனித ஊர்வலம் ஏற்படுத்தும் ஒற்றுமை ஏக்கத்தை எப்படிச் சொல்ல? இசை தரும் அனுபவமும் அப்படியானதுதான். உணரலாம். ஆனால் அந்த அனுபவத்தின் எதிர்வினையை உணர்த்தலாம். இசை அனுபவம் சார்ந்த கவிதைகளில் இதைத்தான் செய்ய எத்தனித்திருக்கிறேன்.

வேறு எந்தக் கலையையும் விட இசையே மனச் சித்திரங்களை உருவாக்குவதில் முதன்மையானது என்று நினைக்கிறேன். இசை கேட்கும் தருணங்களில் மனதில் வெவ்வேறு சித்திரங்கள், காட்சி ரூபங்கள் தொடர்ந்து செல்வதை அறிந்திருக்கிறேன். அதைத் தொடர்ந்து பெறுவதற்காகவும் இசையைக் கேட்கிறேன். அதிலிருந்து பெறும் காட்சிகளையே வார்த்தைகளில் கொண்டு வரப் பார்த்திருக்கிறேன். நவீன கவிதை சப்த ஒழுங்கை விடக் காட்சி ஒழுங்கையே அதிகம் கொண்டது. இல்லையா?

நீங்கள் இசையில் மிகுந்த ஈடுபாடுடையவர் என்பதால் இந்தக் கேள்வி தோன்றுகிறது. வாலஸ் ஸீவென்ஸ் கவிதை என்பது அறிவுத்திறத்தைப் பெரும்பாலும் பயனிறைவுடன் எதிர்க்க வேண்டும் என்று ஒரு முறை கூறினார். இசை அப்படியொன்றைச் சாத்தியப் படுத்தும் நிலையில் கவிதையின் ஓசையைப் பற்றிய உங்கள் எண்ணங்கள் . . . குறிப்பாக சமகாலக் கவிதை மௌன வாசிப்புக்கான களமாக மாறியபின் . . .

இசையில் என் ஈடுபாடு அதுதரும் உணர்வைச் சார்ந்தது. கூடவே அறிவார்ந்ததும்தான். ஓசையைச் செம்மைப் படுத்தும்போது அங்கே அறிவார்ந்த வினையும் நடைபெறுகிறது என்ற அளவில். கவிதையின் ஓசை சொற்களால் மட்டும் உருவாவது அல்ல. கவிதைப் பொருளின் தொனி சார்ந்தும் உருவாவது. ஒரு சௌகரியத்துக்காக சொற்களால் உருவாகும் ஓசை கொண்டவற்றைக் கூற்று என்றும் தொனி சார்ந்து எழுவதைக் கவிதை என்றும் வகைப்படுத்தத் தோன்றுகிறது. இந்த

இரண்டும் தனித்தும் இணைந்தும் செயல்படுகின்றன. 'பரந்து கெடுக உலகியற்றியான்', 'எவ்வழி நல்லை ஆடவர்; அவ்வழி நல்லை வாழிய நிலனே', 'செந்தமிழ் நாடென்னும் போதினிலே இன்பத் தேன் வந்து பாயுது காதினிலே', 'ஓய்ந்தேன் என மகிழாதே, உறக்கமல்ல தியானம், பின் வாங்கல் அல்ல பதுங்கல்' 'நீரற்றது கடல் நிலமற்றது தமிழ் பேரற்றது உறவு' – இவையெல்லாம் உடன் நினைவுக்கு வரும் வரிகள். இவற்றை கவிதைக் கூற்று என்று சொல்வேன். 'அனிச்சமும் அன்னத்தின் தூவியும் மாதர் அடிக்கு நெருஞ்சிப் பழம்', 'அற்றைத் திங்கள் அவ்வெண்ணிலவில்' 'சின்னக் கதைகளெல்லாம் உன்னைப் போல் ஏடுகள் சொல்வதுண்டோ?' 'இனி ஆயத்தங்களைத் தின்று சாகும் என் முதுமை; பின்னும் உயிர் வாழும் கானல்', 'இருப்பு அழிந்தாலும் உயிர் எரியும் உன் குரலின் எதிரொலியைத் திருப்பித் தருவேன் என்றா?' – இந்த வரிகளைத் தொனி சார்ந்த கவிதை என்பேன். இந்த இரண்டு வகையும் தனித்தும் சேர்ந்தும்தான் கவிதையின் ஓசையை உருவாக்குகின்றன என்று எண்ணுகிறேன். கவிதைக்குரிய சொல்லையும் அதற்கான ஓசையையும் பாடுபொருளே தீர்மானிக்கிறது என்று படுகிறது. எல்லாக் கவிதைகளும் மௌன வாசிப்புகுரியவை அல்ல. பிரமிளின் பிரசித்தி பெற்ற கவிதையான 'காவிய'த்தை உரக்கச் சொல்ல முடியாது. அது அடங்கிய தொனியில் வாசிக்கப்பட்டால்தான் அதன் பொருளுக்கு இசைவாக இருக்கும். ந. பிச்சமூர்த்தியின் 'காலண்டர்' கவிதையை – 'கடிகாரம் சிலந்தி; காலண்டர் வலை' என்ற வரிகளை உரக்க வாசிப்பது அந்தக் கவிதைக்குச் செய்யும் அநியாயம். பிரமிளின் 'அறைகூவல்' கவிதையை மௌனமாக வாசிப்பது பொருத்தமற்றது. சுகிர்தராணியின் 'பறைச்சி' என்ற கவிதையை மௌன வாசிப்பில் விளங்கிக் கொள்ள முடியாது. அவருடைய இன்னொரு கவிதையான 'பதாகை'யை மௌன வாசிப்பில்தான் நெருக்கமாக உணர முடியும். நான் ஓசை என்று நம்புவது பொருள்சார்ந்த ஒன்றைத்தான்.

வாழ்வதற்கான மனித இச்சையின் உருவகமாக கிளியை உருவாக்கிச் சொன்னீர்கள். இத்தனை ஆண்டு கால கவிதைப் பயணத்தில் அந்தக் கிளி பெற்றுள்ள மாற்றங்களைப் பற்றி . . .

கவிதைக்குள் எதுவும் சாத்தியம்தானே? கிளி மனிதராக மாறுவதும் கழுதையின் புலம்பலாவதும் யானையின் பிளிறலாவதும் பசியின் குரலாக இறைஞ்சுவதுமாக கிளி என்ற உருவகம் மாற்றமடைந்திருக்கிறது. அது எப்படியெல்லாம் மாறியிருக்கிறது என்பதை என் கவிதைகளைத் தொடரும் வாசகர் – அப்படி எவரேனும் இருந்தால் – சொல்லக் கூடும். நானே சொல்ல எனக்கு மனத்தடை இருக்கிறது.

இருப்பியலும் தனிமனிதத் துயரும் சமூகத் துயரும் உங்கள் படைப்புகளின் பாடுபொருள் என்று கொண்டால் செசார் வயெஹோவும் ஆல்பர் காம்யூவும் உங்கள் கவிதைப் போக்கைத் தீர்மானித்தவர்கள் என்று கருதலாமா? உங்கள் படைப்புகளில் உள்ளோடியிருக்கும் வாழ்வின்மீதான விசாரணையை உங்களது தனித்துவமாகப் பார்க்கிறேன். இதன் தொடக்கத்தையும் தொடர்ச்சியையும் விளக்க முடியுமா?

வயெஹோவும் காம்யூவும் என்னைப் பாதித்த பலரில் இருவர். ஒருவேளை அந்தப் பாதிப்பு கூடிய விகிதத்தில் இருக்கலாம். கவிதைப் போக்கை நிர்ணயிக்கும் விதமாக அந்தப் பாதிப்பு இல்லை என்றே நினைக்கிறேன். நான் எழுத வந்த காலத்தில் புதுக் கவிதை இரு பகுப்பாகப் பேசப்பட்டது. அகம் சார்ந்ததாகவும் புறம் சார்ந்ததாகவும். எழுத்து இதழ் மரபில் தொடர்ந்த கவிஞர்கள் அகவயமான கவிதைகளை எழுதியவர்கள்; இடதுசாரி அனுதாபத்துடனும் சமூக நிகழ்வுகளைப் பார்க்கும் பார்வையுடன் எழுதியவர்கள்; புறவயமான கவிதைகளை எழுதியவர்கள் என்றும் குறிப்பிடப்பட்டார்கள். இந்தப் பாகுபாடு எனக்குள் பாதிப்பையும் குழப்பத்தையும் ஒரே சமயத்தில் கொடுத்தது. இந்தப் பாகுபாடு எனக்கு உவப்பில்லாததாகவும் இருந்தது. அகம் என்று தனித்து இல்லை; புறம் என்று விலகிய ஒன்று இல்லை என்று தோன்றியது. இரண்டும் ஒன்றுக்கொன்று பாதிப்புச் செலுத்தக் கூடியவை தானே என்பது என் கேள்வியாக இருந்தது. இதற்கான விடையை நான் கண்டது வயெஹோவின் கவிதைகளில். தனி அனுபவம் சமூக அனுபவமாகவும் சமூக அனுபவம் அந்தரங்க அனுபவமாகவும் நிலைபெற்றிருப்பதை அவர் கவிதைகளில் கண்டேன். அது என் கவிதைப் போக்கைத் தேர்ந்தெடுக்க எனக்கு உதவியது. இந்தப் பார்வையைப் பின்னர் தமிழ்க் கவிதைகளிலும் உணர்ந்தேன். பாரி மகளிரின் கையறுநிலை தனி அனுபவம் மட்டுமா? சமூக அனுபவமும் கூடத்தானே? இப்படிப் பார்வையை விசாலப்படுத்திக் கொள்ள முடிந்தது. இது எளிய திருப்பம்தான். இதற்காக லத்தீன் அமெரிக்கக் கவிதையை நாடியது இப்போது யோசித்தால் வெட்கம் தருகிறது. ஆனால், வாசிப்பில் எப்போதாவதுதானே நம்மை உடைத்து வார்க்கும் செயல் நிகழ்கிறது. அது எனக்கு நிகழ்ந்தது வயெஹோவிடம்.

காம்யூ வாழ்க்கை பற்றிய கண்ணோட்டத்தை உருவாக்கிக் கொள்ளத் தூண்டுதலாக இருந்தார். மனிதனையும் மானுட நிலைமையையும் மையமாக வைத்தே அவர் சிந்தித்தார் என்று நான் நம்புகிறேன். மனிதனின் இருப்புப் பற்றிய கவலைகள்தாம் அவரை எனக்கு நெருக்கமானவராக்கியது.

எல்லாப் படைப்பாளிகளும் இதைத்தானே பேசுகிறார்கள் என்று நீங்கள் பதில் கேள்வி கேட்கலாம். நான் கற்றுக் கொண்டது இங்கிருந்துதான் என்பது என்னுடைய தனிப்பட்ட அனுபவம் இல்லையா? வாழ்க்கையின் பொருள் என்ன என்ற அநாதி காலக் கேள்விக்குப் பதில் தேட வாழ்வைக் கருவியாக்குவது ஒன்று. நாம் வாழ்ந்து கொண்டிருக்கும் வாழ்க்கையிலிருந்து அந்தக் கேள்விக்குப் பதிலைக் கண்டடைவது மற்றொன்று. ஆல்பெர் காம்யூ இரண்டாம் வகையினர் என்பது என் எண்ணம். நான் இரண்டாம் வகையினன். இந்த இருவரின் பாதிப்பும் இன்னும் தொடர்வதாகவே நம்புகிறேன். ஆனால் முந்தைய அதே முறையில் அல்ல.

நீங்கள் எழுதத் தொடங்கிய காலத்திலிருந்து இன்றுவரை தமிழ்க் கவிதையியலில் நிகழ்ந்த மாற்றங்கள் அதாவது படிமம், ஒத்திசைவு, வடிவம் இவை அடைந்துள்ள மாற்றங்களைப் பற்றிய உங்களுடைய அவதானத்தைப் பகிர முடியுமா?

இது ஒரு கவிதை விமர்சகருக்கான கேள்வி அல்லவா? நான் விமர்சகன் அல்லன். கவிதை பயில்பவன். அந்த வகையில் சுயநலமி. என்னுடைய கவிதையை உயிர்ப்பாக வைத்துக் கொள்ளவும் தொடர்ந்து செல்லும் திசையைத் தேர்ந்து கொள்ளவும் மாற்றங்களைக் கவனிப்பவன். அந்த நிலையில்தான் என்னுடைய அவதானங்கள் அமைய முடியும்.

எழுதத் தொடங்கிய காலத்தில் கவிதையியலில் என்னை ஈர்த்த அம்சங்கள், கவிதை என்பது புலமையின் அடையாளம் என்ற நிலை தகர்ந்திருந்ததும் கவிதை தனிப்பட்ட ஒன்றல்ல; பொதுவெளிக்குரியது என்ற ஜனநாயகப் பண்பு நிலவியதும்தாம். கவிதை, செய்யுளின் இறுக்கத்திலிருந்து உரைநடையின் சரளத் தன்மைக்கு வந்திருந்தது. அதன்மூலம் மொழி தெரிந்த எவரும் கவிதை எழுதலாம் என்ற வாய்ப்பு உருவானது. நிறைய கவிஞர்கள் உருவானார்கள். ஓர் இலக்கிய வடிவம் விரிவான பரப்புக்கு வந்தது சாதகமான அம்சம். அதில் அந்த வடிவம் பற்றிய உணர்வும் பொருள் தேர்வு பற்றிய பிரக்ஞையும் இல்லாமலிருந்தது பாதகமான அம்சம். அதுவரை இருந்த கவிதை வடிவங்களிலிருந்து மாறிய புது வடிவம் மட்டுமல்ல; உணர்வு நிலையில் நேர்ந்த மாற்றத்தைக் கொள்வதுதான் புதிய கவிதையாக்கம் என்பது மறக்கப்பட்டது. புதிய கவிதை என்பது புதிய உணர்வுநிலை என்று கவனம் பெற்றதுதான் முதன்மையான மாற்றம் என்பதும் அது கவிதைக்கான பாடுபொருள் சார்ந்து நுட்பமாகவும் வடிவம் சார்ந்து பருண்மையாகவும் செயல்பட்டது என்பதும் என்

எண்ணங்கள். 'எல்லாம் ஈசன் செயல்' என்ற அடைக்கல மனநிலைக்கு மாறாக 'நாம சாமி உபயம்; சாமி நம்ம உபயம்' என்ற மீறல் மனநிலைக்குப் பாடுபொருள் மாறியது கவிதையின் சூக்கும மாற்றம். எழுத்து, அசை, சீர், தளை எண்ணி யாக்கப்பட்ட கட்டுப்பாடான அமைப்பிலிருந்து இயல்பான வரிகளில் சுதந்திரம் பெற்றது பருண்மை மாற்றம். 'ஒரு காலத்தில் புழக்கத்தில் இருக்கும் கவிதை வடிவம் அதன் காலம் கடந்த பின்பு மீண்டும் பயன்படுத்தப்படும்போது அது பழைய பயன்பாட்டைக் கொண்டிருப்பதில்லை; மாறாகப் பகடியாகவோ அங்கதமாகவோ மாறி விடுகிறது' என்ற அர்த்தத்தில் டி. எஸ். இலியட் சொல்லியிருக்கிறார் இல்லையா? அது நமது கவிதைக்கும் பொருந்தும். 'வரலாறு இரண்டாம் முறையாக நிகழும்போது கேலியாக மாறி விடுகிறது' என்று மார்க்ஸ் சொன்னது கவிதைக்கும் பொருந்தும். ஒரு காலத்தில் மிகக் கடினமானது, மேலானது என்று பாராட்டப்பட்ட வெண்பா என்ற வடிவம் இன்று பகடிக்குரிய வடிவமாகவே மாறியிருக்கிறது. அதற்கு எனக்கு உடனடியாகக் கிடைக்கும் உதாரணம், புதுமைப்பித்தன் கவிதைகள். ஆகச் சிறந்த செய்யுள் வடிவமான வெண்பாவை ஆகக் கேலிக்குரிய ஒன்றாக மாற்றுகிறார். இது மொழியின் இயங்கியல் விதியாக இருக்கலாம். இன்று நாம் கையாளும் புதிய கவிதை வடிவம் கூட மெல்ல மெல்ல அதன் இயல்பிலிருந்து மாறிக் கொண்டுதானே வருகிறது?

பிச்சமூர்த்தி 1934 இல் எழுதிய 'காதல்' என்ற கவிதைதான் இன்றைய கவிதையின் முன்னோடி வடிவம் என்று சொல்லப்படு கிறது. அப்படியானால் எண்பதுக்கும் மேற்பட்ட ஆண்டுகளில் நிறைய மாற்றங்கள் தொடர்ந்து நிகழ்ந்து வந்திருக்கின்றன. முதலில் யாப்பின் தளையில்லாத சுதந்திரமான மொழிதல், பின்னர் உரைநடையின் ஓசையைப் பின்பற்றும் போக்கு, பழைய உருவகங்களின் போதாமையை உணர்ந்து படிமங்கள் பயன்படுத்தப்பட்டமை, ஒரே தொனியிலான கவிதையாக்கம், பின்னர் பல குரல்கள் ஒலிக்கும் பிரதி என்று இவற்றை அடையாளம் காணலாம். 'மாந்தோப்பு வசந்தத்தின் பட்டாடை உடுத்திக் கொண்டிருக்கிறது' என்ற பிச்சமூர்த்தியின் வரி, கவிதையை எந்தத் தடையும் இல்லாது மொழிகிறது. 'துளசி மகத்துவ இலைகளுடன் தென்றலுக்குக் குலுங்குகிறது' என்ற சுந்தர ராமசாமியின் வரி உரைநடையின் இசைமையைக் கொள்கிறது. இருள் போன்ற முகம் என்ற உவமையையோ முக இருள் என்ற உருவகத்தையோ போதாது என்று நினைக்கும் பிரமிளின் வரி 'இருளின் நிற முகக் கதுப்பில் தணல்கள் சிரித்தன' என்று படிம இயக்கம் பெறுகிறது. 'பூப்பூத்தல் அதன் இஷ்டம்;

போய்ப் பார்த்தல் உன் இஷ்டம்' என்ற கல்யாண்ஜியின் ஒற்றைத் தொனிக்கும் 'கிளி என்பது பறவையை, பச்சையை, மூக்கை, பெண்ணை, கூண்டைக் குறிக்கலாம்; சமயங்களில் அது கிளியையும் குறிக்கலாம்' என்ற எம். யுவனின் பலகுரல் தொனிக்கும் கவிதை மாறி வந்திருக்கிறது. கவிதையில் காலங்களாகத் தொடர்ந்து நிகழும் மாற்றங்கள் தனித்தனியானவை அல்ல; மொத்தமானவை என்பது என் பார்வை.

தமிழ்க் கவிதையின் தற்போதைய போக்கு எப்படி இருக்கிறது? மரபுக் கவிதைத் தெரியாத ஒருவர் கவிதையில் உருவாக்கும் மாற்றங்களில் முதன்மையானது என்று எதைக் குறிப்பிடுவீர்கள்?

வேறு எந்தக் காலத்தையும் விடச் சிறப்பானதாகவும் விரிவானதாகவும் இருக்கிறது என்று நம்புகிறேன். நிறைய கவிதை முயற்சிகள். நிறைய திசைகள். நிறைய மொழிநடைகள் இன்று சாத்தியமாகி இருப்பதாகப் பார்க்கிறேன். கவிதை மேலும் ஜனநாயகப்படுத்தப்பட்ட வடிவமாக மாறி இருப்பதாகவே நினைக்கிறேன். ஜனநாயகத்தின் மேன்மைகளும் குறைகளும் கவிதைப் பெருக்கத்திலும் இருக்கின்றன. இவற்றில் எவை நிலைக்கும்; எவை காணாமற் போகும் என்பதை என்னால் கணிக்க முடியவில்லை. இரண்டாயிரத்துக்கும் மேற்பட்ட ஆண்டுகளாகத் தொடரும் மரபைக் கொண்ட ஒரு மொழியில், மிக அதிகமான கவிதை வடிவங்களைக் கொண்டிருந்த ஒரு மொழியில் இது சாத்தியமே. ஆனால் இவற்றில் எது தொடர்ச்சியும் உயிர்ப்பும் கொண்ட போக்காக நிலைக்கும் என்பதுதான் முக்கியமானது. வெறும் செய்நேர்த்தியும் சமகால வாழ்க்கை யுடன் மேம்போக்கான உறவு கொண்டவையும் மோஸ்தருக்கு ஏற்ப தயாரிக்கப்படுபவையும் வெற்று சமூக முழக்கமிடுபவையும் இல்லாமற் போகும் என்பதை இதுவரையிலான இலக்கிய வரலாற்றை வைத்துச் சொல்லலாம். இதை விளக்கமாகக் கூறிப் பலரின் ஆயுட்கால எதிரியாக மாறுவதில் எனக்கு விருப்பமில்லை.

மரபுக் கவிதை என்று நீங்கள் குறிப்பிடுவது யாப்பில் சமைத்த செய்யுள்களை என்றால் அப்படி ஒன்றுக்கு இன்று மதிப்பில்லை என்பதே என் பதில். அப்படியான யாப்பு மரபை ஒட்டி எழுதப்படுபவை எந்த மாற்றத்தையும் உருவாக்காது என்று திடமாக நம்புகிறேன். யாப்பு மரபே தெரியாத ஒருவர் இன்று நல்ல கவிதை எழுதி விட முடியும். நவீனமான உணர்வுடன் எழுதி விட முடியும். அதற்கு ஒரு நிபந்தனை இருக்கிறது. புதிதாக எழுதுபவருக்கு யாப்புத் தெரிய வேண்டியதில்லை. மரபுக் கவிதை தெரிய வேண்டிய அவசியமில்லை. ஆனால் கவிதை மரபு தெரிந்திருக்க வேண்டும்.

வெவ்வேறு வகையான அனுபவங்களைத் தமிழ்க் கவிதையுலகுக்குள் கொண்டு வரும் முனைப்பு உங்களுக்குள் தொடர்ந்து இயங்கிக் கொண்டே இருக்கிறது. இந்த முனைப்பு உங்களுக்குள் எப்படி உருவாக்கம் பெற்று கவிதையாக்கமாகிறது?

முனைப்பு என்பது கொஞ்சம் மிகையாகத் தெரிகிறது. ஒரு பழைய விளம்பரப் படத்தை உங்களிடம் நினைவு கூர்கிறேன். ஊட்டச் சத்து பானம் ஒன்றுக்கான விளம்பரம். பள்ளியை விட்டு வீடு திரும்பும் சிறுவன் குறுகிய சந்துகளிலும் ஆள் நடமாடாத வழிகளிலும் வருவான். பின்னணிக் குரல் ஒவ்வொரு நாளும் வீடு திரும்ப புதுப் புது வழிகளைக் கண்டு பிடிக்கிறான்' என்று ஒலிக்கும். அந்தச் சிறுவனைப்போல என் வீட்டுக்குத் திரும்ப, புதுப்புது வழிகளைக் கண்டு பிடிக்கிறேன். அவ்வளவுதான். இது முனைப்பல்ல; இயல்பு. சரியாகச் சொன்னால் பயம்; எனக்குள்ளேயே தேங்கி விடுவேனோ என்ற பயம். என்னையே நகலெடுத்துக் காலட்சேபம் செய்துவிடக் கூடாது என்ற சுய எச்சரிக்கை.

இந்த இயல்புதான் என்னைத் தொடர்ந்து எழுத வைக்கிறது. அனுபவங்களை வேடிக்கை பார்ப்பவனாகவும் அனுபவங்களில் பங்காளியாகவும் இருக்கப் பிடித்திருக்கிறது. அது புதிய மொழியை, புதிய பார்வையை அளிக்கிறது. கவிதையும் இலக்கியமும் எப்போதும் வேறுபட்டவற்றை, புதியவற்றை அவாவுபவை என்று நம்புவதும் காரணமாக இருக்கலாம். நான் முன்னோடிகளாக மதிக்கும் பெரும் படைப்பாளிகள் அப்படித்தான் இருந்தார்கள் என்ற எண்ணம் இந்த இயல்பை வலுப்படுத்தியிருக்கலாம்; பகுத்துச் சொல்லத் தெரியவில்லை.

பெருமாள் முருகனுடனான நேர்காணலில் "பின்நவீனத்துவம் என்பது சொந்த மரபை நோக்கித் திரும்புவது" என்ற உங்கள் கூற்றுக்குத் தந்த விளக்கத்தில் "நம்முடைய மொழி, நம்முடைய வாழ்க்கை, நம்முடைய வாழ்க்கையில் தட்டுப்படும் உவமைகள், உருவகங்கள், நாம் அன்றாடம் பயன்படுத்தும் புழங்கு மொழி ஆகிய எல்லாம் சேர்ந்துதான் புதிய நவீனத்துவம் என்று உருவாகும்." என்று கூறியிருக்கிறீர்கள். W.H. Auden கவிதை பற்றி குறிப்பிடுகையில் கலைகளில் பிராந்தியத் தன்மை மிகுந்திருப்பது கவிதையில் தான் என்றார். சமகாலத் தமிழ் இலக்கியச் சூழலில் புலம்பெயர் நாடுகளி லிருந்து வெளிவரும் கவிதைகள் முன்வைக்கும் அனுபவங்களை – மொழியை எந்த நிலம் சார்ந்து நாம் கொள்ள இயலும்? இதைச் சொல்லும்போது ஆத்மாநாமின் கவிதையைப் பற்றி 'ஒரு தமிழ் நகரத்தில் வாழ்ந்த தமிழனின் நவீன கவிதை' என்று சொன்னது நினைவுக்கு வருகிறது. தமிழ் நிலம், தமிழனுபவம், புழங்குமொழி போன்ற சொற்களை எப்படி வரையறுக்கிறீர்கள்?

90களின் ஆரம்பத்தில் நவீனத் தமிழ் இலக்கியத்தில் 'பின்நவீனத்துவம்' என்ற பிரயோகம் புழங்கியது. அதற்கான பொருட்களும் செய்முறை விளக்கங்களும் சொல்லப்பட்டன. பின்நவீனத்துவத்தைச் சமைத்தவர்கள் என்று பலருடைய பெயர்கள் உச்சரிக்கப்பட்டன; பலருடைய கருத்துக்கள் எடுத்துரைக்கப்பட்டன. அந்தக் கருத்துக்களை, கோட்பாட்டை ஒட்டித் தமிழ் இலக்கியமும் பண்பாடும் அளவிடப்பட்டன. பழைய இலக்கியங்கள் கூட இந்தப் புதிய கருத்துக்களின் பின்னணியில் மதிப்பிடப்பட்டன. இவை ஒரு கட்டத்தில் அதீதமாகவும் பொருத்தப்பாடு இல்லாமலும் ஆயின. இலக்கியத்தையும் பண்பாட்டையும் அணுகுவதற்கான புதிய கருவி என்ற நிலையில் இவை முக்கியமானவையாக இருந்தாலும் இந்த அதீதப் போக்கால் தொந்தரவு அளிப்பவையு மாயின. உடம்புக்குப் பொருத்தமான சட்டை என்பதைக் காட்டிலும் சட்டைக்குப் பொருத்தமான உடம்பு என்று விவாதிக்கப்பட்டது. படைப்பு முதன்மையானது; அதை விளங்கிக் கொள்வதற்கான கருவிகள்தாம் கோட்பாடுகள் என்று ஆழமான நம்பிக்கை கொண்ட என் மனதுக்கு இந்த விவாதங்கள் உறுத்தலாகத் தென்பட்டன. விவாதங்களில் குறிப்பிடப்பட்ட சில ஆசிரியர்களை நானும் ஊன்றி வாசித்தேன். அவை நடைமுறையில் ஆர்ப்பாட்டமாகக் கொண்டாடப்பட்ட விவாதங்களுக்குப் பெரும்பாலும் நேர் எதிரானவையாக இருந்தன. ஏறத்தாழ இதே போன்ற விவாதம் பிற இந்திய மொழிகளிலும் அன்று நடைபெற்று வந்ததும் கவனத்தில் பதிந்தது. என்னால் நேரடியாக வாசிக்க முடிந்த மலையாளத்திலும் பிற மொழியைச் சார்ந்த நண்பர்கள் வாயிலாக அந்தந்த மொழி களிலும் இந்தப் போக்கைப் பற்றிய பொதுச் சிந்தனையை அவதானித்தேன். மலையாளத்தில் நவீனத்துவம் 'ஆதுனிகத' என்று அழைக்கப்பட்டது. வங்காளத்தில் 'ஆதுனிக்'. இவை இரண்டும் நவீனத்துவத்தைக் கடந்தபோது உத்தரானிகத என்றும் உத்தர் ஆதுனிக் என்றும் மாறின. மாற்றத்தின் இயல்புகளாக நான் பார்த்தவைதாம் நீங்கள் குறிப்பிட்ட அலகுகள். அவற்றைத் தமிழ்க் கவிதைக்கும் பொருத்திப் பார்க்க முயற்சித்தேன். அதன் விளைவுதான் பின்நவீனத்துவம் பற்றிய என் மாற்றுப் பார்வை. கோட்பாடுகளைத் தவிர்த்த ஒன்றாகப் படைப்பைப் பார்ப்பதும் அந்தப் பார்வையிலிருந்து கிடைக்கும் தரவுகளின்மூலம் கருத்துநிலைக்கு எட்டுவதுமே என்னுடைய பின்நவீனத்துவம். இதை யாரும் பொருட்படுத்த வில்லை என்பதில் எனக்குக் குறை இருந்தது. என் பார்வை குறித்து எனக்கு சந்தேகம் இருந்தது. ஆனால் 90களின் இறுதியிலும் பின்னரும் வெளியான கவிதைகள், பிற இலக்கியப் படைப்புகள்

சந்தேகத்தைத் தளர்த்தின. பின்நவீனத்துக்கென்று கையாளப்படும் சூத்திரங்களுக்கு ஏற்ப ஒரு படைப்பை அணுகுவதில் கிடைக்கும் விளைவை விட படைப்புக்குள்ளிருக்கும் தரவுகள் சார்ந்து அலசும்போது படைப்பின் விரிவு புலப்படுகிறது. புதிய களங்கள் தெளிவாகின்றன. புதிய பார்வைகள் காணக் கிடைக்கின்றன. வகைப்படுத்தலில் எனக்கு முழு உடன்பாடு இல்லை என்ற நிலையிலும் கூட பெண்ணெழுத்து, தலித்திய எழுத்து, புலம்பெயர் எழுத்து என்று அறிமுகமான புதிய போக்குகள் என் கூற்றுக்கு ஆதரவானவை என்றே எடுத்துக் கொள்கிறேன்.

உலக நடவடிக்கைகளும் பண்பாடும் ஒற்றைப் புள்ளியை நோக்கி நகர்த்தப்படும் இன்று அதற்கு எதிராக இலக்கியமும் கலைகளும் தமது மரபை நோக்கித் திரும்புகின்றன. அந்த அடிப்படையில் பார்த்தால் ஆடன் சொன்னது சரிதான். கனடாவிலிருந்து கொண்டு எழுதும் நீங்கள் கனடிய மனநிலை யிலிருந்து எழுதவில்லை. மாறாக தமிழ் நிலம், மொழி ஆகிய வற்றின் திரண்ட சாரத்திலிருந்துதானே உங்களுடைய கவிமொழியை உருவாக்குகிறீர்கள். இதையே ஆத்மாநாம் கவிதை பற்றிய என்னுடைய பொது அபிப்பிராயத்துக்கும் பொருத்திப் பார்க்கலாம் இல்லையா?

'கனிவு' என்ற என்னுடைய கவிதை இந்தப் பொருத்தப் பாட்டை அல்லது பொருத்தமின்மையை எனக்குத் தெளிவு படுத்தியது. எழுத்தாளர் ஜெயமோகன் சில ஆண்டுகளுக்கு முன்பு ஊட்டியில் தமிழ், மலையாளக் கவிஞர்களின் சந்திப்பை நடத்தினார். அதில் நானும் கலந்து கொண்டேன். மலையாளக் கவிஞர்களின் வாசிப்புக்காக மேற்கூறிய கவிதையை மலையாளத்தில் மொழிபெயர்க்க முயன்றோம். ஆனால் முயற்சி பலனளிக்கவில்லை. இத்தனைக்கும் அது தமிழ் வாசகனுக்கு எளிதில் புரியக் கூடியதும் அவன் உணரக் கூடியதுமான கவிதை. ஆனால் அது மலையாளக் கவிஞர்களுக்கு முரட்டுக் கவிதையாகத் தென்பட்டது. ஏனெனில் அதன் ஒவ்வொரு வரியிலும் தமிழ் சார்ந்த அடையாளங்கள் பின்னிக் கிடந்தன. மறுதரப்பில் மலையாளக் கவிதைகளைத் தமிழாக்கம் செய்யும்போதும் இதே சிக்கலை உணர்ந்தேன். அது ஒரு விஷயத்தைத் தெளிவுபடுத்தியது. நிலத்தின் இயல்பும் மொழியின் உயிர்ப்பும் பண்பாட்டின் சாரமும் எதில் பிரிக்கவியலாதபடி கலந்திருக்கிறதோ அதுவே கவிதையின் மொழி.

நீங்கள் மிகுதியான அளவு கவிதை மொழியாக்கம் செய்திருக்கிறீர்கள். ஒரு கவிஞராக மொழியாக்கத்தில் ஈடுபடும்போதும் உங்களால் கவிதைகள் எழுத முடியுமா? அவ்வாறு மொழியாக்கம் செய்யும்போது

உங்களுடைய கவிதை மொழியில் மாற்றங்கள் தோன்றுமா? ஏனென்றால் மொழிபெயர்ப்பு எப்போதும் மொழியின் எல்லைகளை விரிவுபடுத்தும், இரு உலகங்களை இணைக்கும் செயல் அல்லவா?

சொந்தக் கவிதைகளின் எண்ணிக்கையை விட இரண்டு அல்லது மூன்று மடங்குக் கவிதைகளை மொழிபெயர்த்திருக்கிறேன். மூன்று காரணங்களுக்காக இவற்றைச் செய்திருக்கிறேன். ஒன்று: என்னுடைய கவிதை மொழியைச் செழுமைப்படுத்திக் கொள்ளவும் புதிய அனுபவங்களுக்கு உட்படவும். இரண்டு: நான் எழுதும் மொழியிலுள்ள கவிதை எங்கே நிற்கிறது என்று அறிந்து கொள்ள. மூன்று: மொழியாக்கங்கள்மூலம் நான் புழங்கும் மொழியிலுள்ள கவிதைகள் மாற்றம் காணும் என்று நம்புவதால். வெ. ஸ்ரீராமின் மொழிபெயர்ப்பில் வெளிவந்த 'சொற்கள்' என்ற ழாக் ப்ரெவர் கவிதைகள்தான் சமீபத்திய நேரடிக் கவிதை முறைக்குத் தூண்டுதல் என்பதை நினைவு கூர்கிறேன்.

மொழியாக்கக் கவிதைகளும் என்னுடைய கவிதைகள்தாம் என்று தயக்கத்துடன் சொல்லிக் கொள்ள விரும்புகிறேன். அந்தக் கவிதைகளுடன் எனக்கு ஏற்படும் ஈடுபாடும், அவற்றை மேலும் நெருங்குவதற்கான எத்தனமும்தான் மொழியாக்கத்தைச் சாத்தியப்படுத்துகின்றன. மொழியாக்க வேளைகளிலும் கவிதைகள் எழுதியிருக்கிறேன். அவ்வாறு செய்யும்போது நிச்சயம் என்னுடைய தனிப்பட்ட கவிதை மொழி *(personal poetic idiom)* மாறத்தான் செய்கிறது. ஒரு சுவாரசியமான சம்பவத்தைச் சொல்லவா? பாப்லோ நெரூதாவின் 'இன்றிரவு என்னால் எழுத முடியும்', 'ஞாபகம்', 'சுற்றி அலைதல்', 'பூமியே, எனக்காகக் காத்திரு' ஆகிய நான்கு கவிதைகளை மொழிபெயர்த்தேன். அவை 'கொல்லிப்பாவை' சிற்றிதழில் வெளிவந்தது. இந்த மொழிபெயர்ப்புகள் வெளிவந்த இதழில் என்னுடைய சொந்தக் கவிதைகள் சிலவும் வெளியாயின. இலக்கிய நண்பர் ஒருவர் சக நண்பரிடம் – அவரும் எழுதுபவர் – என்னுடைய கவிதை ஒன்றைப் பெயர் சொல்லாமல் வாசித்துக் காண்பித்திருக்கிறார். வாசிப்பு முடிந்தது கேட்டுக் கொண்டிருந்த நண்பர் 'நெரூதாவின் கவிதைதான்' என்று உறுதியாகச் சொல்லியிருக்கிறார். அது என் கவிதை. அதில் நெரூதாவின் சாயலை நண்பரால் காண முடிந்தது. மிகவும் மகிழ்ச்சியாக இருந்தது. மொழிபெயர்ப்பு மொழியின் எல்லைகளை மட்டுமல்ல; சிந்தனையின் வரையறைகளையும் கடக்கும், விரிவாக்கும் என்பவை என் சொந்த அனுபவத்தில் உணர்ந்தவைதாம்.

ஈழத்திலிருந்து தோன்றும் கவிதைகளும் புலம்பெயர் ஈழக் கவிதைகளும் தமிழ் இலக்கிய உலகுக்கு புதிய பார்வைகளை,

பன்முகத் தன்மையை உருவாக்கியிருக்கின்றன என்பது பலரும் ஒப்புக் கொள்வார்கள். ஆனால் தற்போது ஈழக் கவிதைகள் குறித்தும் இலக்கியம் குறித்தும் தமிழக இலக்கிய உலகில் மீண்டும் மீண்டும் போரைப் பற்றியே அமைவதாக ஒரு கருத்து நிலவுகிறது. Holocaust முடிந்து எழுபது ஆண்டுகள் கழித்தும், ஆர்மேனிய இனப் படுகொலைகள் நடந்து நூறு ஆண்டுகள் கழித்தும் இப்போதும் அவற்றைப் பற்றிய இலக்கியங்கள் உருவாகும் வேளையில் இந்தப் போக்கை நீங்கள் எப்படிப் பார்க்கிறீர்கள்? இது சமூக அரசியல் சார்ந்த பார்வையில் கேட்கிறேன். இது தவிர ஐரோப்பிய இலக்கியம் இரண்டாம் உலகப் போருக்குப் பின் தோன்றிய கவிதைப் படைப்புகளால் புதிய அனுபவங்களையும் மொழியையும் போக்குகளையும் Cezelaw Milosz, Nelly Sachs உள்ளிட்ட படைப்பாளிகளின் மூலம் அளித்துள்ளது. ஈழ இலக்கியமும் போரிலிருந்து தோன்றினாலும் அச்சூழலை மீறிய பல இழைகளையும் அனுபவங்களையும் முன்வைக்கிறது என்று நீங்கள் அண்மையில் குறிப்பிட்டீர்கள். ஆனால் இவையெல்லாம் முறையான கவனிப்புப் பெறாமல் இருக்கின்றன எனத் தோன்றுகிறதே . . .

கேள்விக்குப் பின்புலமாக நீங்கள் சொல்லும் எல்லா வற்றையும் நானும் ஏற்றுக் கொள்கிறேன். ஈழத்தின் மானுடச் சிக்கல் பேசப்படத் தொடங்கி முப்பது ஆண்டுகளுக்கு மேலாகி விட்டன. போருக்கு முந்தைய தடுமாற்றக் காலம், போர் நிகழ்ந்த கொந்தளிப்பான காலம், போருக்குப் பிந்தைய கையறுநிலைக் காலம் என்று இவற்றை மூன்றாகப் பகுத்துப் பார்க்கலாமா? ஏனெனில் 80கள் தொடங்கி இன்றுவரை மூன்று தலைமுறையைச் சேர்ந்தவர்கள் இந்த அவலத்தை இலக்கியத்தில் பதிவு செய்திருக்கிறார்கள். அவை மீண்டும் மீண்டும் போரைப் பற்றிச் சொன்னாலும் ஒரே மாதிரியாகச் சொல்லவில்லை என்று எண்ணுகிறேன். சேரனும் பா. அகிலனும் தீபச்செல்வனும் ஒரே நிலத்தின் ஒரே போரின் விளைவைச் சொன்னாலும் ஒரே மாதிரியாகச் சொல்லவில்லை என்பதுதான் என் கருத்து.

யூதர்களை அழித்தொழித்ததும் ஆர்மீனியர்களைப் பூண்டோடு பிடுங்கியதும் போன்ற இன அழிப்புத்தான் ஈழத்திலிலும் நடைபெற்றது என்பது உறுதி. ஆனால் முன்னவை வரலாற்றில் பதிவு பெற்றதுபோல இந்த இனப் படுகொலை பதிவு பெற்றிருக்கிறதா என்று சந்தேகப்படுகிறேன். அவ்வாறு பதிய வைக்கும் முயற்சியில்தான் விரிவான அனுபவங்கள் இடம் பெறும். ஈழப் படுகொலை பற்றி இன்னும் எழுதப்படும்; எழுதப்பட வேண்டும். இன்றுவரை எழுதப்பட்டிருப்பவை போரை, அதன் விளைவுகளைப் புறவயமாகப் பார்த்து

எழுதப்பட்டவை என்றும் இனி அவை அகவயமாக எழுதப்பட வேண்டிய தேவை இருப்பதாகவும் எண்ணுகிறேன்.

'என்னால் காட்டில் பெர்ரிப் பழங்களைப் பறிக்க முடிவது எவ்வளவு அதிர்ஷ்டம்? ஏனெனில் காடு இருக்காது. பெர்ரிகளும் இராது' என்றே நினைத்திருந்தேன்

என்னால் ஒரு மரநிழலில் கிடக்க முடிவது எவ்வளவு அதிர்ஷ்டம்? ஏனெனில் மரங்கள் இனி நிழல் தராது என்றே நினைத்திருந்தேன்

என் இதயத் துடிப்பை உணர்ந்தபடி உன்னுடன் இருக்க முடிவது எவ்வளவு அதிர்ஷ்டம்? ஏனெனில்

'மனிதனுக்கு இதயமில்லை என்றே நினைத்திருந்தேன்'

என்ற ரோஸ்விக்ஸின் கவிதை மனநிலை வெளிப்படுத்தப்பட வேண்டும். ஒருவேளை அந்த மனநிலையை வெளிப்படுத்தும் வகையிலான கவிதைகள் முறையான கவனிப்புப் பெறுமோ என்னவோ?

கவிஞராகவும் கவிதை விமர்சகராகவும் இருப்பதால் இதைக் கேட்கிறேன் ஒரு கவிதை தோன்றுவற்கான புறச்சூழல் அல்லது பின்புலத்துக்கும் அந்தக் கவிதைக்கும் அந்தக் கவிதையை வாசிக்கும் முறைக்குமான உறவு எப்படி இருக்கவேண்டும் என நினைக்கிறீர்கள்? குறிப்பாக நாம் தற்போது கவிதையை அணுகும் முறை . . .

முதலில் ஒரு மறுப்பைச் சொல்லி விடுகிறேன். நான் விமர்சகன் அல்லன். விமர்சகனுக்கு உரிய எந்த முஸ்தீபுகளும் கருவிகளும் என்னிடம் இல்லை. கவிதை தொடர்பாக எழுதியவை அனைத்தும் கவிதையைப் புரிந்து கொள்வதற்கான முயற்சிகள் மட்டுமே. நீண்ட கவிதை மரபு கொண்ட மொழியில் அதன் இடத்தைப் பொருத்திப் பார்ப்பதற்கான ஆசை மட்டுமே. விமர்சக னுக்குரிய தற்சார்பற்ற மனநிலை எனக்கில்லை. அப்படித் தகுதிப்படுத்திக் கொள்ளும்படியான வாசிப்பல்ல என்னுடையது.

கவிதையின் தோற்றச் சூழல், பின்புலம், கவிதை வாசிப்பு மூன்றும் வெவ்வேறானவைதானே? அவை வாசிப்பு முறைக்கு எந்த வகையிலும் தொடர்பில்லாதது என்றுதான் நினைக்கிறேன். இந்த அளவீடுகளை வாசிப்பில் முதன்மையாகக் கருதினால் கவிதை நழுவிப் போய்விடும் அபாயம் இருப்பதாகக் கருதுகிறேன். சங்க இலக்கியப் பாடல்கள் முதல் இன்றைய கவிதைகள் வரையும், பிற அயல்மொழிக் கவிதைகளையும் அவற்றின் கவி இயல்பு சார்ந்துதானே புரிந்து கொள்கிறோம்.

கவிஞன் சொல்வதை நமது அனுபவமாக ஏற்றுக் கொள்ளும் நிலையில்தான் கவிதையுடன் நமக்குப் பிணைப்பு ஏற்படுகிறது. கவிதைக்குள் பொதிந்திருக்கும் அனுபவத்தை என்னுடைய தாக மாற்றிக் கொள்ளும்போதே உறவு உருவாகிறது. மாறாக என்னுடைய அனுபவத்தை அதில் புகுத்திப் பார்க்கும்போது கவிதை நழுவுகிறது. இன்னொரு நிலையில் கவிதைக்குள் சொல்லப்படும் அனுபவம் நானும் உணர்ந்த ஒன்றாக இருக்கும்போது அந்த உறவு வலுவாகிறது. கவிதைக்குள் சொல்லப்படும் அனுபவத்தை என்னுடையதுமாக மாற்றிக் கொள்வதே நல்லுறவு என்று நான் நம்புகிறேன். பிக்காஸோவின் பிரபலமான மேற்கோள் ஒன்று உண்டு. ஓவியர்களைப் பற்றிச் சொன்னது. 'இரண்டு வகையான ஓவியக் கலைஞர்கள் இருக்கிறார்கள். சிலர் சூரியனை ஒரு மஞ்சள் புள்ளியாக மாற்றுகிறார்கள். வேறு சிலர் மஞ்சள் புள்ளி ஒன்றை வைத்து விட்டு அதைச் சூரியனாகக் கற்பனை செய்துகொள்ளத் தூண்டுகிறார்கள்.' சூரியனை மஞ்சள் புள்ளியாக மாற்றுவதையே சரியான அணுகுமுறையாக நான் எடுத்துக் கொள்கிறேன். நமது தற்போதைய அணுகுமுறை மஞ்சள் புள்ளியைச் சூரியனாகச் சித்திரிப்பது. அது எனக்கு உகந்ததாக இல்லை.

நீங்கள் பயன்படுத்திய "ஆதுனிகத/உத்தரானிகத" என்ற மலையாளச் சொற்களிலிருந்தே இக்கேள்வி. நவீனத்துவம்/பின்நவீனத்துவம் எனும் தொடர்களிலிருந்து இவை எவ்வாறு மாறுபடுகின்றன? மலையாள இலக்கியத்தைத் தொடர்ந்து வாசிப்பதால் இன்னொரு கேள்வியும் தோன்றுகிறது. நவீனத்துவம் / பின்நவீனத்துவத்தைப் பற்றிய புரிதலும் உரையாடலும் மலையாள இலக்கியப் பரப்பில் எவ்வாறு உருக்கொண்டுள்ளன? தமிழ் இலக்கியச் சூழலிலிருந்து அது வேறுபடுகிறதா?

இந்த இரு சொற்கள் அல்லது வகைப்பாடு ஆங்கிலம் வழியாகவே உலக இலக்கிய அரங்கிலிருந்து நமது சூழலுக்கு வந்தவை. பொதுப்படையாக ஐரோப்பிய மையவாதத்தை ஆதாரமாகக் கொண்டவை என்று சொல்லலாம். முன்னரே குறிப்பிட்டதுபோல இவற்றை நான் புரிந்து கொள்வது படைப்பை அணுகுவதற்கான உபாயங்களாவே அன்றி அவற்றை மதிப்பிடும் அளவுகோல்களாக அல்ல. நிலவுடைமைச் சமூகங்கள் தொழிற் சமுதாயங்களாக மாறியபோது எழுந்த நெருக்கடிகளும் வாழ்க்கை பற்றிய பதற்ற உணர்வுகளும் நவீனத்துவத்தின் அடிப்படையாக இருந்தது. சமூகச்சார்பைவிடத் தனிமனித நிலையே கலை இலக்கியப் பார்வையை வகுத்தது. அதை யொட்டியே இந்திய இலக்கியச் சூழலிலும் விவாதங்கள் நிகழ்ந்தன. படைப்புகளிலும் அது பிரதிபலித்தது. கச்சிதமான, சரியாகச்

சொன்னால் இறுக்கமான மொழி, பொதுத் தன்மையுள்ள குறிப்பீடுகள், தரப்படுத்தப்பட்ட நடை இவையெல்லாம் பொதுவான அம்சங்களாக இருந்தன. உதாரணமாக இதைச் சொல்லலாம். பெரும்பாலான இந்தியக் கவிஞர்களை டி.எஸ். இலியட்டின் 'பாழ் நிலம்' பாதித்தது. அந்தப் பாதிப்பில் அநேகமாக எல்லா மொழிகளிலும் அதுபோன்ற நீள் கவிதை எழுதப் பட்டது. தமிழில் சி.மணியின் நரகம், மலையாளத்தில் அய்யப்பப் பணிக்கரின் குருக்ஷேத்திரம், ஹிந்தியில் ஸ்ரீகாந்த் வர்மாவின் மகதா ஆகியவற்றில் பாழ்நிலத்தின் சாயலைப் பார்க்கலாம். 'நரகம்' கவிதை தமிழ் நாட்டு நகரத்தைப் பின்புலமாகக் கொண்டது. குருக்ஷேத்திரம் மகாபாரதப் பின்னணியில் எழுதப்பட்டது. மகதா வட இந்திய வரலாற்று நகரங்களைக் களமாகக் கொண்டது. அந்த வகையில் இவை நவீனத்துவத்தை விட்டு விலகியவை. ஆனால் படைப்புக்கான ஊக்கம் நவீனத்துவம் சார்ந்தது. எழுபதுகளின் இறுதி யிலேயே இந்தப் போக்கில் மாற்றமும் நிகழ்ந்தது. நவீனத்துவம் வலியுறுத்திய அம்சங்களுக்குப் பதிலான புதிய கூறுகள் முன்வைக்கப்பட்டன. அதையொட்டியே பின்நவீனத்துவம் எழுந்தது. என் பார்வையில் அதன் இயல்புகளை என்னவாகக் காண்கிறேன் என்பதையே முந்தைய கேள்விக்கான பதிலில் சொல்லியிருக்கிறேன்.

மலையாளத்தில் நவீனத்துவம் விவாதிக்கப்பட்டதுபோல பின்நவீனத்துவம் பற்றிய உரையாடல் அதிகம் இல்லை. எல்லா மொழிகளிலும் நவீனத்துவக் காலகட்டத்துக்குப் பின்னர் கோட்பாட்டு ரீதியிலான விமர்சனம் தொய்வடைந்தது காரணமாக இருக்கலாம். ஆசிரியனை விட அவனால் உருவாக்கப்பட்ட பிரதியே முக்கியமானது என்ற சிந்தனை எல்லா மொழி இலக்கியங்களிலும் வலுப் பெற்றது என்று நினைக்கி றேன். மலையாளத்திலும் அதுவே நிகழ்ந்தது என்பது என் வாசிப்பில் உணர்ந்த உண்மை.

புலம்பெயர் தமிழ் இலக்கியத்தில் ஈழத் தமிழரின் பங்கு கணிசமாக இருக்கும் நிலையில், அவை முன்னிறுத்தும் அனுபவங்களும் போர், இழப்பு, புகலனுபவம் போன்றவை புலம்பெயர்ந்த தமிழகப் படைப்பாளிகளிலிருந்து மிகவும் வேறுபட்ட தளத்திலிருந்து ஒலிக்கின்றன. ஏனென்றால் தமிழகத்திலிருந்து புலம்பெயர்ந்தவர் அனுபவம் மாறுபட்ட ஒன்று, பொருளாதாரத் தேவையினால் உருவான ஒன்று. இந்த இருவகைப் புலம்பெயர் அனுபவங்களையும் அதன் பயனாக உருவாகும் படைப்புகளையும் எப்படிப் பார்க்கிறீர்கள்? குறிப்பாக, மலையாள இலக்கியத்திலும் புலம்பெயர் அனுபவம் மிகுதியாக இருக்கிறது என்று நீங்கள் கூறியது நினைவு வருகிறது?

தமிழகத்திலிருந்து அயலிடங்களுக்குச் சென்றவர்கள் இங்கே வாழ முடியாத சூழல் காரணமாகச் சென்றவர்கள் அல்லர். திரவியம் தேடித் திரை கடல் கடந்தவர்கள். சொந்த மண்ணில் வாழ முடியாமல் திசை துறந்து வேறு நிலத்தில் வாழும் வாழ்க்கையையே புகலிட வாழ்க்கை என்று சொல்வோமானால், ஈழத்துப் படைப்புகள்தாம் அந்த அனுபவத்தைச் சமகாலத் தமிழிலக்கியத்தில் முன்வைத்தவை. யுத்தம் ஒரு நேரடி அனுபவமாக உணரப்படும் தருணங்களை அவைதான் முன்வைத்தன. அதன் தொடர்ச்சியாகவே புகலிட வாழ்வனுபவம் சார்ந்த படைப்புகள் உருவாயின. இன்று இவை தனித்த இருப்புக் கொண்டவையாகவும் ஆகியிருக்கின்றன.

போரல்லாத காரணங்களுக்காகவும் தமிழ் மண்ணிலிருந்து இடப் பெயர்வுகள் நிகழ்ந்திருக்கின்றன. காலனி ஆதிக்க நாட்களில் கொத்தடிமைகளாகவும் கூலித் தொழிலாளிகளாகவும் ஆசியப் பகுதிகளுக்குக் கொண்டு செல்லப்பட்டவர்கள் இருந்திருக்கிறார்கள். பாரதியின் கவிதையிலும் புதுமைப்பித்தன் கதையிலும் பார்க்க முடிந்திருக்கிறது. அவர்கள் வாழ்வனுபவங்கள் மிகக் குறைவாகவே சொல்லப்பட்டிருக்கின்றன. புகலிட வாழ்க்கைச் சித்தரிப்பு தற்காலத்தைப்போலப் பரவலான கவனத்துகுரியதாக அன்று இல்லாமல் இருந்திருக்கலாம். ப. சிங்காரத்தின் இரு நாவல்களும் வேறு சில படைப்புகளுமே எடுத்துக் காட்டுகளாகக் கிடைத்தவை. கூலித் தொழிலாளர் களாகக் கொண்டு செல்லப்பட்டவர்கள் அன்று சாதியப் படிநிலையிலும் கல்வி நிலையிலும் கீழே தள்ளப்பட்டவர்கள் என்பதும் இங்கு நினைவுக்கு வருகிறது.

மலையாள இலக்கியத்தில் வேர் பறிக்கப்பட்ட வாழ்க்கை பற்றிய படைப்புகள் நவீன காலத்தின் தொடக்கத்திலிருந்தே எழுதப்பட்டு வந்திருக்கின்றன. பொதுவாகவே மலையாளி களில் கணிசமான பகுதியினர் பிறந்த மண்ணைப் பிரிந்து வேற்று நிலத்தில் வாழ்க்கையைத் தேடியவர்கள்தாம். முதலில் சென்னை, பம்பாய். தில்லி என்ற பெருநகரங்களுக்கும் 1960களை ஒட்டி வளைகுடா நாடுகளுக்கும் பொருள் வயின் பிரிந்தவர்களே அதிகம். இதை மையமாகக் கொண்ட எழுத்துக்களைப் புகலிட இலக்கியம் என்று சொல்ல முடியுமா? என்று சந்தேகமாக இருக்கிறது. ஆரம்பக் காலத்தைச் சேர்ந்தவையாக, மிகக் குறைந்த அளவே புகலிட ஜீவிதம் பற்றிய எழுத்துக்களைக் காண முடிகிறது. அதுவும் புனைவு எழுத்துக்களில்தாம். **அரபிப் பொன்** (எம்டி. வாசுதேவன் நாயரும் என். பி முகம்மதும் இணைந்து எழுதிய நாவல்). ‘எண்ணெய்ப் பாடம்’ ஆகிய குறைவான படைப்புகள்தாம் கிடைத்தன. எண்பதுகளுக்குப் பின்னர்தான் வளைகுடா

நாடுகளில் வாழும் மலையாளிகளின் வாழ்க்கை சித்தரிக்கப்பட்ட படைப்புகள் வரத் தொடங்கின. கவிதைகளிலும் அந்த வாழ்க்கை இடம் பெறலாயின. இந்தக் கவிதைகளை மலையாளக் கவிஞரும் விமர்சகருமான சச்சிதான்ந்தன் 'மூன்றாம் இடத்தின் இலக்கியம்' என்று குறிப்பிடுகிறார். இவை ஈழத் தமிழரின் புலம்பெயர் இலக்கியத்துடன் ஒப்பு நோக்கப்படுமா? என்று யோசிக்கிறேன். ஏனெனில் நிலத்தை இழந்த ஒரு பிரிவின் வாழ்க்கையும் எங்கோ பத்திரமான நிலம் இருக்கிறது என்ற நம்பிக்கையில் புலம் பெயர்ந்த பிரிவினரின் வாழ்க்கையும் சமமானதா? என்ற சந்தேகம் யோசனையைத் தூண்டுகிறது.

ஈழத்திலிருந்து பெயர்ந்து கனடா, பிரான்ஸ் போன்ற இடங்களிருந்தும் கேரளத்திலிருந்து வெளியேறி வளைகுடா நாடுகளில் குடியமர்ந்தும் எழுதுவதனாலேயே புலம்பெயர் இலக்கியம் சாத்தியமாகுமா? ரொறன்ரோவில் அமர்ந்து யாழ்ப்பாண வாழ்க்கை இழப்பையும் துபாயில் உட்கார்ந்து கோழிக்கோட்டுக் கிராம ஜீவிதத்துக்கு நினைவேக்கம் கொள்வதையும் முன்வைப்பது புலம்பெயர் இலக்கியமாகுமா? முற்றிலும் அந்நியமான மண்ணில், மாறுபட்ட பண்பாட்டுச் சூழலில் ஈழத்தவரும் மலையாளியும் முறையே எப்படி வாழ்க்கையை எதிர்கொள்கிறார்கள் என்பதைப் பற்றியதே புலம்பெயர் எழுத்துக்கான அடையாளமாக இருக்கும் என்று நினைக்கிறேன். பிட்டை எளிதில் செரித்துக் கொள்ளும் குடல் பீட்சாவையும் குப்பூஸையும் ஏற்றுக் கொள்வதில் நிகழும் சிக்கல்தானே புலம்பெயர் அனுபவமாக இருக்கக் கூடும்? அதுபோன்ற அனுபவத்தைச் சொல்லும் படைப்புகள் இரண்டு மொழிகளிலும் இப்போதுதான் எழுந்து வருகின்றன. அது அப்படித்தான் எழும் என்றும் சொல்லலாம்தானே?

***காலம்*, ஜனவரி 2021**

வரலாறு எப்போதும் தொடர் விசாரணைக்கு உரியதே!

நேர்கண்டவர்: கிருஷ்ணமூர்த்தி

கவிஞர் நாவலாசிரியராகப் பரிணமித்தது எப்போது?

கவிதைக்குள் விரிவாகச் சொல்லிவிட முடியாது என்று தோன்றும் அனுபவங்களை வெளிப்படுத்த இன்னொரு வடிவம் தேவைப்பட்ட வேளையில் நாவலாசிரியனாக மாறினேன். அது எப்போது என்ற கேள்விக்குத் துல்லியமான பதில் இல்லை. கவிதையே எனக்கான ஊடகம் என்று பிடிவாதமாக நம்பிச் செயல்பட்டு வந்தாலும் அவ்வப்போது கதைகள் எழுதிப் பார்த்திருக்கிறேன். சில கதைகள் வெற்றிகரமாகவும் அமைந்தன. புனைவில் இன்னும் கொஞ்ச தூரம் செல்ல முடியும் என்ற நம்பிக்கை ஏற்பட்டது. அந்த நம்பிக்கை நாவலெழுத்துக்குக் கொண்டுவந்து சேர்த்தது. எப்படி இருந்தாலும் கவிதைச் செயல்பாட்டின் விரிவாகவே என்னுடைய பிற முயற்சிகளையும் கருதுகிறேன்.

கவிதைக்கும் நாவலுக்குமான மொழியில் பிரத்யேக மாற்றங்கள் இருந்தனவா? இரண்டிற்குமான அனுபவங்கள் உங்களுக்கு எப்படி வேறுபட்டன?

நிச்சயமாக இருந்தன. கவிதைக்கும் நாவலுக்கும் மொழியே அடிப்படை என்றபோதும் வெளிப்பாட்டில் வேற்றுமைகள் இருக்கின்றன.

கவிதை எல்லாவற்றையும் படிமமாக்குகிறது. நாவல் சின்னச் சின்ன அலகையும் விரித்துச் சொல்கிறது. சிறு சம்பவத்தையும், சின்ன உணர்வையும், சிறிய தகவலையும் விரிவாக முன்வைக்க வற்புறுத்துகிறது. கவிதை புற விவரங்களை உதறிவிட்டுக் கச்சிதமாகிறது. நாவல் தகவல்களைத் திரட்டிக்கொண்டு விரிவடைகிறது. நீரை உறைய வைத்துப் பனிக்கட்டியாக்குவதற்கும், ஆவியைக் குளிரச்செய்து நீராக்குவதற்குமான வேற்றுமை என்று உவமை சொல்லலாம். இரண்டு வேறான அனுபவங்கள். கவிதை பெரும்பாலும் கவிஞனின் கூற்றாக அமைவதால் கச்சிதமும் செறிவுமான மொழியைப் பயன்படுத்துகிறேன். நாவல் பலவிதமான பாத்திரங்களின் நடவடிக்கைகளையும், உரையாடலையும் கொண்டிருப்பது. எனவே பொருத்தமும் பக்குவமுமான மொழியைக் கையாள வேண்டியிருந்தது.

கவிதைக்காகக் கையாளும் மொழியை நாவலுக்கோ நாவலுக்கான மொழியைக் கவிதைக்கோ பயன்படுத்த முடியாது என்பது அனுபவித்து அறிந்த பாடம்.

சமகால நாவல் இலக்கியம் குறித்த உங்கள் பார்வை?

உடன்பாடான பார்வையையே கொண்டிருக்கிறேன். எல்லா மொழிகளிலும் இன்று முன்னணியில் நிற்கும் இலக்கிய வடிவம் சிறுகதையோ கவிதையோ அல்ல; நாவல்தான். அந்தப் பின்னணியில் தமிழ் மொழியில் அது பெற்று வரும் வளம் முக்கியமானது. புதிய களங்களிலும் புதிய பின்புலங்களிலிருந்தும் புதிய கருத்தாடல்களிலும் இன்று நாவல்கள் வருகின்றன. வகைக்கு ஒன்று அல்லது இரண்டு என்ற கணக்கில் புதிய நாவல்களை வாசித்திருக்கிறேன். ஆனால் அது சமகால நாவல் பற்றிய பார்வையை உருவாக்கிக் கொள்ளும் அளவுக்கான வாசிப்பல்ல.

இந்நேர்காணலின் மையக்கேள்விகளுக்குச் செல்லும்முன் உங்களின் அடுத்த படைப்புகள் குறித்து . . .

பொதுவாகவே திட்டமிட்டு அட்டவணை தயாரித்துப் படைப்பாக்கத்தில் ஈடுபடுபவன் அல்லன். கட்டுரைகள் விதிவிலக்கு. படைப்புக்கான விழிப்புநிலையுடன் இருப்பவன். படைப்பாக்கத்தின் சாத்தியங்கள் வசமானதும் செயலில் இறங்குபவன் என்றுதான் இதுவரை என்னை வைத்துக் கொண்டிருக்கிறேன். எனவே என்னுடைய அடுத்த படைப்பு என்ன என்பது நானே எதிர்பார்த்திருக்கும் ஒன்றுதான். தற்போது என் கவனம் இரண்டு மொழிபெயர்ப்புகளில் குவிந்திருக்கிறது. ஒன்று – நாராயண குரு படைப்புகளின் தமிழாக்கம். இரண்டாவது அய்ஃபெர் டுன்ஷின் நாவல் மொழியாக்கம்.

‘பெருவலி’ நாவலின் மையக்கதாபாத்திரம் ஜஹனாரா. நூலில் நீங்கள் எழுதியிருக்கும் பின்னுரையின் படி 1994இல் அவருடைய கல்லறையைப் பார்த்திருக்கிறீர்கள். ஆனால் நாவலாக ஜஹனாரா உருவானது 2017இல். இடைப்பட்ட காலத்தில் உங்களுக்கும் தகவல்களால் நிரம்பிய ஜஹனாராவிற்குமான உரையாடல்கள் எப்படி அமைந்தன?

அப்படி நீண்ட உரையாடல்கள் எதையும் நிகழ்த்திக் கொண்டிருக்கவில்லை. புது டில்லி ஹஸ்ரத் நிஜாமூத்தீன் தர்கா வளாகத்தில் இருக்கும் ஜஹனாராவின் சமாதியைப் பார்த்த போதும் அது பற்றிய வரலாற்றுப் பின்னணியைக் கேட்டபோதும் வியப்பாக இருந்தது. ஜஹனாரா பேகம் என்ற இளவரசி சூஃபி வாழ்க்கையை வாழ விரும்பினாள் என்பதும் அன்றைய சூழலில் பெண் என்பதால் அந்த விருப்பம் மறுக்கப்பட்டது என்பதும் அவளை மகத்தான கதாபாத்திரமாகக் கற்பனை செய்யத் தூண்டின. அந்தக் காலப் பகுதியில் சூஃபி இலக்கியம், இசை ஆகியவற்றில் எனக்கு ஏற்பட்டிருந்த ஈடுபாடு அந்தக் கற்பனைக்கு வலு சேர்த்திருக்கலாம். வரலாற்றுக் காலத்தைக் கடந்து வந்து மனதுக்குள் குடிபுகுந்த ஒரு பாத்திரமாகவே ஜஹனாரா வெகுகாலம் உயிர்ப்புடன் இருந்தாள். அவளை மையமாக வைத்துக் கவிதை எழுதவே விரும்பினேன். அந்த ஆசை கைகூட வரவில்லை. அவ்வப்போது வாசித்த நூல்களிலிருந்து கிடைத்த ஜஹனாரா தொடர்பான தகவல்களும் சில பயணங்களில் கேட்ட கதைகளும் நினைவில் சேகரமாகியிருந்தன. இவை தவிர வேறு உரையாடல்கள் எதுவும் இருக்கவில்லை. ஏனெனில் நாவல் எழுதுகிற எண்ணமோ திட்டமோ அப்போது இல்லை. நாவலாக்க வேளையில் இந்தத் தகவல்களும் கதைகளும் பாத்திரத்துக்கும் படைப்பாளனுக்குமான உரையாடலாக ஆயின.

நாவலுக்கான தேடலில் பதிவு செய்யாமல் விடுபட்ட சுவாரஸ்யமான தகவல்கள் இன்னமும் இருக்கின்றனவா?

நாவலுக்காகத் திரட்டியவற்றில் புனைவுக்குத் தேவையானவையும் எழுதவிருந்த கதைக்கு நம்பகத்தன்மை அளிப்பவையுமான தகவல்களை மட்டுமே எடுத்திருக்கிறேன். பயன்பட்டவற்றை விடக் கைவிட்டவையே அதிகம். கைவசமிருக்கும் எல்லாத் தகவல்களையும் இட்டு நிரப்ப அது ஒன்றும் ஆவணப் பதிவு அல்லவே, நாவல்தானே? அதுமட்டுமல்ல, இந்திய வரலாற்றில் மிக நீண்ட காலம் ஆட்சி செய்த பேரரசுகளில் முகலாயப் பேரரசும் ஒன்று. கிட்டத்தட்ட இருநூற்று ஐம்பது ஆண்டுகள் ஆட்சி செய்திருக்கிறார்கள். எனவே தகவல் களஞ்சியம் பெரிது. தவிர ஆட்சிக் காலத்தில் அன்றாட நடவடிக்கைகளை

எழுத்தில் முறையாகப் பதிவு செய்தவர்களும் முகலாய அரசர்கள்தாம். அந்தப் பதிவுகள் இன்னும் கிடைக்கின்றன. சொல்ல விரும்பிய கதைக்குத் திரட்சி அளிக்கக் கூடிய தகவல் களுக்கு முன்னுரிமை கொடுப்பதுதான் என் நோக்கமாக இருந்ததால் விடுபட்டவை அதிகம்.

சில சுவாரசியமான தகவல்களை ஆதாரமாகக் கொண்டு எழுதிய சில பக்கங்களைப் பின்னர் நீக்கியிருக்கிறேன். பானிபட் என்ற திருநம்பியை மையமாக வைத்து எழுதிய ஒரு அத்தியாத்தையே கைவிட்டிருக்கிறேன். ஷாஜஹானின் அணுக்கமான உதவியாளனாக இருந்த கோஜா புல் அவனுடைய அடியாளாக மாறுகிறான். ஷாஜஹானின் சடலத்தை அரச மரியாதையுடன் எடுத்துச் செல்ல அனுமதி மறுக்குமளவுக்குத் துரோகியாக மாறுகிறான். அதை அப்படியே பயன்படுத்த மனம் ஒப்பவில்லை. கோஜா புல்லை எதிர்மறைப் பாத்திரமாகச் சித்தரிக்க விரும்பவில்லை. எனவே அந்தப் பகுதியை விலக்க நேர்ந்தது. ஆனால் அரச வாழ்வின் உள்ளும் புறமும் அறிந்த பாத்திரம் என்பதால் பானிபட் என்ற மாற்றுப் பெயரில் கோஜா புல்லை இடம்பெறச் செய்திருக்கிறேன்.

வரலாற்றை மையப்படுத்திய நாவலின் முதல் பகுதியை பானிபட் என்கிற திருநம்பி கதாபாத்திரத்திடமிருந்து தொடங்குகிறீர்கள். அது தற்செயலானதா?

தற்செயலானதல்ல. தெளிவான தீர்மானத்துடன் மேற்கொண்ட சித்தரிப்புதான். இருபாலுமற்ற மனப்பாங்கில் விஷயங்களை அணுக முடியுமா என்ற எண்ணத்தின் விளைவு. அது நிறைவேறியிருக்கிறதா இல்லையா என்பதை வாசகரே சொல்ல முடியும்.

நாவல் முழுக்க நிறைய எளிய மனிதர்களின் குரல் ஆங்காங்கே ஒலிக்கிறது. போரின் சித்தாந்தம் அல்லது அதன் காரணம் எளிய மக்களிடமிருந்து மிகவும் அந்நியமாக இருக்கிறது. இருப்பினும் மொத்த வரலாற்றையும் எளிய மனிதன் வாயிலாக சொல்ல முற்படுகிறீர்கள். வரலாறு எளிய மனிதனுக்குத் தாள முடியாத ஒரு பொதி மூட்டையாக மட்டும்தான் தேங்குகிறதா?

உங்கள் கூர்மையான அவதானிப்பை நாவலுடன் பொருத்திச் சொல்கிறீர்கள் என்று நினைக்கிறேன். அது பொருந்துமளவில் நாவல் இருக்கிறதென்பதில் மகிழ்ச்சி. நாவல் ஆக்கத்தில் இப்படி ஒரு பார்வை எனக்கு இருக்கவில்லை. எளிமையிலும் எளிமையானவளாகத் தன்னை உணர விழைந்த பெண்ணாக ஜஹனாராவைக் கண்டேன். அதை அப்படியே சித்தரிக்கவும்

முயன்றேன். நாவலின் இரண்டாம் பகுதியாக வரும் அவளுடைய நாட்குறிப்புகள் அதை வலியுறுத்தவும் செய்கின்றன.

இனி உங்கள் அவதானிப்பு. வரலாறு அதிகாரத்திலிருப்பவர்களால் மட்டும் உருப்பெறுவதில்லை என்று நம்புகிறேன். அப்படியான வரலாறுகள்தாம் இதுவரை முன்வைக்கப்பட்டிருக்கின்றன. நாவலில் அதற்கு மாறான நிலைப்பாட்டையே எடுத்திருக்கிறேன். வரலாறு என்பது வியந்து சொல்லப்பட்ட உண்மைகளை மட்டுமே சார்ந்தது அல்ல; மறைக்கப்பட்ட உண்மைகளையும் உண்டாக்கியது என்பது என் தரப்பு. ஆட்சியாளர்களின் வெற்றி எளியவர்களின் இழப்புகளின் மேல்தான் உருவாகிறது. இழந்தவர்கள் அந்த வெற்றியை என்னவாக மதிப்பிடுகிறார்கள் என்பதையே பார்க்க ஆசைப்பட்டேன். ஆகவேதான் இந்த நாவல், 'பெருவலி' ஆனது.

நாவலின் இரண்டாம் பகுதியில் ஜஹனாரா கதைசொல்லியாகிறாள். முதல் பகுதி சமூகத்தால் கைவிடப்பட்ட திருநம்பியின் வழியாகவும் இரண்டாம் பகுதி ராஜ வம்சத்தால் கைவிடப்பட்ட ஜஹனாராவாலும் கதை சொல்லப்படுகிறது. கைவிடப்பட்டவர்களாலேயே வரலாறு தொடர்ந்து எழுதப்படுகிறதா?

கைவிடப்பட்டவர்களாலும் வரலாறு எழுதப்பட வேண்டும் என்ற உட்கிடக்கையின் விளைவுதான் பானிபட் வாயிலாகவும் ஜஹனாரா மூலமாகவும் கதையோட்டம் நிகழ்வது.

அரியணைக்காக நிகழும் வாரிசுச் சண்டையை சொல்லும் இடத்தில் இந்த மண் அண்ணன்களின் சண்டைகளை மரபாகக் கொண்டது என்று குருஷேத்திரத்தை முன்நிறுத்துகிறீர்கள். இந்நாவல் பேசும் பல விஷயங்கள் சமகாலத்துடன் தொடர்புபடுத்தக்கூடியவை. அப்படியெனில் வரலாறு ஒரே வடிவத்தில் மீண்டும் மீண்டும் எழுதப்பட்டுக்கொண்டே இருக்கிறதா?

'ஆம்' என்று உறுதியாகவே எண்ணுகிறேன். நம்முடைய நிகழ்காலமே மெய்யான சாட்சி.

வாரிசு அரசியலைப்போலவே மதவாதமும் நாவலின் முக்கிய பேசுபொருளாக இருக்கிறது. இரண்டிலும் தீர்வுகள் சமகாலத்தைப் போலவே முன்வைக்கப்படுவதில்லை. புராணம் – வரலாறு – சமகாலம் என அனைத்திலும் மக்கள் அரசாலும், அதன் ஆபத்தான நம்பிக்கைகளாலும் கைவிடப்பட்டவர்கள் என்று அர்த்தபடுத்திக் கொள்ளலாமா?

நீங்கள் குறிப்பிடும் இரண்டு போக்குகளுக்கும் இதுவரையிலும் ஏதாவது தீர்வு காணப்பட்டிருக்கிறதா? எந்த அரசாவது

எந்த மதமாவது மனிதர்களின் நிம்மதியான வாழ்வுக்கு எப்போதாவது துணையாக இருந்திருக்கிறதா? இல்லையே. ஆக நாம் கைவிடப்பட்டவர்கள் என்றுதானே அர்த்தம்.

வெற்றியடைந்தவர்களின் பிரதாபத்தையும் இந்நாவல் பேசவில்லை. வீழ்ச்சியுற்றவர்களின் வேதனைகளையும் இந்நாவல் பேசவில்லை. ஆனால் இந்நாவலில் வரலாறு வேறு விதமாக புனையப்படுகிறது. வரலாறு எனும் சொல்லின் அர்த்தம் சமகாலத்திலிருந்து பார்க்கும் போது எப்படி பரிணமித்திருக்கிறது? சமகாலத்தில் வரலாற்றின் தேவை என்ன?

வெற்றி பெற்றவர்களின் கீர்த்தியையோ வீழ்ந்தவர்களின் துக்கத்தையோ நாவல் வெளிப்படையாகப் பேசவில்லையே தவிர மறைமுகமாகப் பேசத்தான் செய்கிறது. நாவலின் சிக்கலாக அவற்றைக் கருதவில்லை. ஒரு காலத்தில், ஒரு சூழலில் மனித இருப்பு என்னவாக இருந்தது என்பதையே மையமாக்க எண்ணினேன். அது நிறைவேறி இருப்பதாகவே கருதுகிறேன். சமகாலக் கருத்தாடல்களிலிருந்து வரலாற்றைப் பார்க்கவில்லை. சமகால உணர்விலிருந்தே பார்க்கிறேன். ஆணும் பெண்ணும் சமம் என்பது சமகாலத்து உணர்வு. இந்த உணர்விலிருந்து பார்க்கும்போதுதான் ஜஹனாராவின் இக்கட்டான நிலையும் அவள் அனுபவித்த வலியும் புரிகிறது. சொல்லப்பட்ட உண்மைகள் என்ன என்று பரிசீலிப்பதுதான் சமகால வரலாற்றின் பொருளாக இருக்கும். அதுவே சமகால மானுட இருப்பை முன்னகர்த்த உதவும் என்று எண்ணுகிறேன். நாம் ஒருபோதும் பின்னோக்கி நடக்க முடியாது என்பதால் முன்னால் இருக்கும் வழியின் தடைகளையும் அதைக் கடப்பதற்கான முறைகளையும் வரலாற்றிலிருந்து கற்றுக்கொள்ளலாம். அந்த வகையில் வரலாறு எப்போதும் சமகாலப் பொருத்தமுடையதுதான். தொடர் விசாரணைக்குரியதுதான்.

நாவலின் ஒரு பகுதியை பெங்களூருவிலும் மற்றொரு பகுதியை தென் கொரியாவிலும் எழுதியிருக்கிறீர்கள். இடத்தைப் பொறுத்து உங்களுக்குள்ளிருந்த ஜஹனாராவின் உருவம் ஏதேனும் மாற்றத்திற்குள்ளானதா? அல்லது மெருகேறியதா?

ஏறத்தாழ நாற்பது வருடங்களுக்கும் மேலாக எழுத்துலகில் உழன்று வருகிறேன். ஓரளவுக்கு மனம் சொல்லுவதைச் செய்யக் கைகளும் கற்றுக் கொண்டுவிட்டன. அதனால் இடம் எழுத்தைத் தீர்மானிப்பதில்லை. அன்றாடக் கடன்களைத் தவிர வேறு கடமைகளைச் செய்ய வேண்டாம்; எழுதிக் கொண்டிருந்தால் போதும் என்ற சூழலைச் சில இடங்கள் கொடுத்தன. பெங்களூரு, ஹெசரகட்டாவில் சங்கம் ஹௌஸ்

எழுத்தாளர் உறைவிடம், கொரியா, வாங்க்ஸூ தோஜி மையம் ஆகியவை அப்படியான பின்புலத்தைக் கொடுத்தன. நாவலை ஒரே முனைப்பாக அமர்ந்து எழுதி முடிக்க முடிந்தது. அந்த இடங்கள் ஜஹனாராவுக்கு அறிமுகமில்லாதவை. அவள் இருந்தது என் மனவெளியில்தானே? அங்கே என்னவாக அவளைக் கற்பனை செய்திருந்தேனோ அப்படியேதான் இறுதிவரை இருந்தாள்.

நாவல் இலக்கியத்தில் வரலாற்றை மையப்படுத்தி எழுதவேண்டியதன் அவசியம் இப்போது இருக்கிறதா?

எப்போதையும் விட இப்போது அதிகமாகவே இருக்கிறது. நமது மொழியில் மட்டுமல்ல. உலக மொழிகள் பலவற்றிலும் இன்று இந்தப் போக்கைப் பார்க்கலாம். உலகம் முழுவதையும் ஒற்றை அடையாளத்துக்குள் அடக்கும் முயற்சிக்கு எதிராகத் தனி அடையாளத்தை அந்தந்த இனம் முன்னிறுத்துகிறது. அதிகாரம் ஒரே குடைக்குக் கீழ் குவிக்கப்படும்போது மக்கள் தங்கள் தனி இருப்பை முன்னிலைப்படுத்துகிறார்கள். தங்கள் பண்பாட்டின் சான்றுகள் கலைக்கப்படும்போது அவற்றை நிலைநிறுத்த முன்வருகிறார்கள். இந்தச் செயல் இலக்கியத்திலும் முக்கியத்துவம் பெறுகிறது. எனவே வரலாறும் இலக்கியத்தின் மையப் பொருளாகிறது. நீங்கள் வரலாறு என்று குறிப்பிடுவது ராஜா ராணிக் கதைகளை அல்ல; மானுடக் குழுவின் இருப்பைப் பற்றிய விசாரணையை என்று எடுத்துக்கொண்டே இந்தப் பதில்.

உலக இலக்கியங்களுடன் ஒப்பிடுகையில் தமிழில் வரலாற்று நாவல்களின் நிலை என்ன? வரலாற்று நாவல் எனும் வகைமையின் முன் நிற்கும் சவால்கள் என்ன?

இந்த இரட்டைக் கேள்விகளுக்குப் பொருத்தமான பதில்கள் என்னிடம் இல்லை. முதலில் உலக இலக்கியங்களைக் கரைத்துக் குடித்திருக்கிறேன் என்று சொல்லும் அளவுக்கு என்னுடைய வாசிப்பு இல்லை. தேர்ந்தெடுத்த சிலவற்றை மட்டுமே வாசித்திருக்கிறேன். அதுவும் என் விருப்பத்தை ஒட்டியே. எனவே ஓர் ஒப்பீடு செய்யத் தகுதி இல்லை. இரண்டாவது எந்த ஒப்பீடும் மேலோட்டமானவை என்றே நினைக்கிறேன். இலக்கிய அடிப்படையில் ஒரு படைப்பைப் புரிந்துகொள்வதற்கு உடனடியாக உதவக் கூடிய வழிமுறையாகவே ஒப்பீட்டைச் சொல்லலாம். மொழியிலும் பண்பாட்டிலும் வேறுபட்ட அயல் படைப்பு ஒன்றுடன் நமது படைப்பையோ அல்லது நமது படைப்புடன் அயல் படைப்பு ஒன்றையோ ஒப்பிட

முடியுமென்று தோன்றவில்லை. அந்த வேற்றுமைதானே அந்தந்தப் படைப்புகளை நிர்ணயிக்கிறது?

ஓர் எடுத்துக்காட்டாக இதைச் சொல்லத் தோன்றுகிறது. அல்பேனிய எழுத்தாளர் இஸ்மாயில் காதரேயின் 'சிதறுண்ட ஏப்ரல்' *(Broken April)* நாவலை ஒரு வரலாற்றுப் படைப்பாகவே பார்க்கிறேன். ப்ரெஸ்ஃபோர்த் என்ற கிராமத்தைச் சேர்ந்த பெரிஷா, க்ரிக்வெக் என்ற இரண்டு குடும்பங்களுக்கு இடையில் நடக்கும் சண்டைதான் மையம். அது முற்றி இரண்டு இனங்களுக்கு இடையிலான குருதிப் போராக மாறுகிறது. ஒரு காலகட்டத்து அல்பேனிய வரலாறாகவே நாவலில் சித்தரிக்கப்படுகிறது. இதை நம்மூர் பங்காளிச் சச்சரவுடன் ஒப்பிட்டு இரண்டு இனக் குழுக்களின் வரலாறாக எடுத்துக் கொள்ள முடியுமா? ஆனால் ஒப்பீட்டை மீறிய தளமொன்று படைப்பில் இருக்கிறது. அது மனிதர்களின் அடிப்படை இயல்புகளை படைப்பு விசாரணை செய்யும் இடம். அந்த அளவில்தான் சிதறுண்ட ஏப்ரலின் கதையாடல் நமக்குப் புரிகிறது. நம்முடையதாகிறது.

கேள்வியின் இரண்டாம் பகுதிக்கான பதிலை இப்படிச் சொல்லி விடுகிறேன். நான் வரலாற்று நாவல்களின் வாசகனல்லன். பள்ளி இறுதித் தேர்வில் குறைந்த மதிப்பெண் பெற்றது வரலாற்றுப் பாடத்தில்தான். தமிழில் வரலாற்று நாவல்கள் என்ற பெயரில் வெளிவந்திருக்கும் ராஜா ராணிக் கதைகளையோ, தேசபக்திக் கதைகளையோ, பண்பாட்டுப் புராணங்களையோ, ஆண்டபெருமைப் பீற்றல்களையோ அதிகம் வாசித்ததும் இல்லை. நான் நிகழ்காலத்தை வேடிக்கை பார்க்கவும் அதில் இடையீடு நிகழ்த்தவும் ஆசைப்படுபவன். நான் வாழும் காலத்தைப் புரிந்துகொள்ள உதவும் சான்றாகவே வரலாற்றைப் பார்க்கிறேன். நேற்றைய பிழைகளை இன்று செய்துவிடக் கூடிய ஆபத்தைத் தவிர்க்கும் எச்சரிக்கையாகவே வரலாற்றைப் பார்க்கிறேன். இதுவரை மறைக்கப்பட்டவையும் இடைவெளி களில் கைவிடப்பட்டவையுமான மானுட உண்மைகளைத் தேடுவதுதான் வரலாற்று நாவல்கள் என்ற வகையின் முன் நிற்கும் சவால் என்று நம்புகிறேன்.

முடிவாக, பெருவலி வரலாற்று நாவல் அல்ல!

புரவி, ஜூன் 2021

இலக்கியம் போட்டியல்ல, இருப்பின் சாட்சியம்

நேர்கண்டவர்: கல்யாணராமன்

பெரும்பாலும் துன்பமயமான குழந்தைப் பருவத்தைக் கொண்டவர்களே படைப்பாளிகளாகிறார்கள் என்றொரு கருத்து நிலவுகிறது. உங்கள் குழந்தைப் பருவம் எப்படிப்பட்டது?

நீங்கள் குறிப்பிடும் கருத்தை வலுவான ஒன்றாகவோ படைப்புக்கு அடிப்படைத் தகுதியை நிர்ணயிக்கும் ஒன்றாகவோ ஏற்க விரும்பவில்லை. இன்பமயமான குழந்தைப் பருவத்தைக் கொண்டவர்களாகவும் படைப்பாளிகள் இருந்திருக்கிறார்களே? இதை சார்பியல் கருத்தாகவே எடுத்துக் கொள்கிறேன். இன்னொரு கோணத்தில் பார்த்தால் படைப்பாளியின் துன்பம் உலகியலை மட்டும் சார்ந்தது அல்லவே.

என் குழந்தைப் பருவம் துன்பமயமானதல்ல. தனிமையானது. மிகச் சிறிய வயதிலேயே பெற்றோரைப் பிரிந்து வேறு ஒருவர் பராமரிப்பில் வளர நேர்ந்ததால் ஏற்பட்ட தனிமை. அந்தத் தனிமையை நான் விரும்பினேன் என்றுதான் சொல்ல வேண்டும். துக்கத்தை விட மகிழ்ச்சியையே தனிமை எனக்குக் கொடுத்திருக்கிறது. தனிமை துக்கமானது என்று நான் உணர்ந்த தருணங்கள் மிகவும் குறைவு.

பள்ளிப் பருவத்தில் உங்களுக்கு மரபுக் கவிதையில் ஆர்வமிருந்ததாக ஒருமுறை என்னிடம் சொன்னீர்கள். உங்கள் தமிழாசிரியர் யார்? அவர் உங்களை எவ்விதத்தில் பாதித்தார்?

பள்ளியில் நடுநிலை வகுப்புகளை எட்டியபோதே மொழியிலும் கவிதையிலும் ஆர்வம் ஏற்பட்டது. பிடித்தமான கவிதைகளை நகலெடுத்து எழுதிப் பார்த்திருக்கிறேன். அந்த அசல்கள் அனைத்தும் மரபுக் கவிதைகள். யாப்பிலக்கணத்தை மீறாதவை. என்னுடைய நகல் கவிதைகளில் இருந்த பிழையைப் பார்த்துத் தமிழாசிரியர்கள் யாப்பிலக்கணத்தைக் கற்காமல் கவிதை இயற்றுவது பிழை என்று இடித்துக் காட்டினார்கள். கொஞ்ச காலம் கவிதை எழுத்துக்கு இடைவெளி விட்டேன். ஒன்பதாம் வகுப்பை அடைந்தபோது இன்னொரு தமிழாசிரியரால் மீண்டும் கவிதை ஆர்வம் தலையெடுத்தது. யாப்பிலக்கணத்தை எளிதில் புரியுமாறு கற்றுக் கொடுத்தார். அவர் புலவர் சா. மருதவாணன். திராவிட இயக்கப் பற்றாளர். சுயமரியாதைக் காரர். நாத்திகர். எல்லாவற்றுக்கும் மேலாகத் தமிழில் அபாரமான புலமை கொண்டவர். வீட்டுக்கு அழைத்துப் புலால் சோறுபோட்டுத் தமிழைக் கற்றுக் கொடுத்தவர். என்னுடைய கவிதை முயற்சியை ஊக்குவித்தவர். நான் எழுதிய பிள்ளைக்கவிகளை வாசித்து, பிழை களைந்து சீராக்கித் தந்தார். அதிலிருந்து கற்றுக்கொண்ட பாடங்கள் கவிதையின் வடிவத்தைப் பற்றிய பிரக்ஞையை உருவாக்கின. கவிதையைப் பிறர் கற்பிக்க முடியாது இல்லையா?

தமிழ் மீதான காதலை அதன் மீதான பெருமிதமாக மாற்றியது ஐயாவின் பாதிப்புத்தான். அவர் நாத்திகர். ஆனால் பக்தி இலக்கியங்களை அவரைப்போல மனமொன்றி வாசித்துக்காட்டவும் விளக்கிச்சொல்லவும் ஆளில்லை என்று தோன்றியிருக்கிறது. கம்ப ராமாயணம், தேவாரம் திருவாசகங்களைப் பக்தி சாராமல் இலக்கிய அடிப்படையில் அணுகும் பார்வை அவரிடமிருந்து பெற்றுக் கொண்டதுதான். தீவிர நாத்திகரான அவர் பக்திச் செய்யுள்கள் மேற்கோளாக நிரம்பிய ஒரு நூலையும் எழுதியிருக்கிறார். 'உள்ளக் கோவில்' என்று நினைவு. இவையெல்லாம்தான் அவரால் நான் அடைந்த பாதிப்புகள் என்று தோன்றுகிறது.

மரபுக் கவிதை என்று நீங்கள் நினைவுபடுத்தியதால் இன்னொரு பாதிப்பையும் சொல்ல வேண்டும். அது ஒரு நூலின் பாதிப்பு. புலவர் குழந்தை எழுதிய 'யாப்பதிகாரம்' என்ற இலக்கண நூல். யாப்பிலக்கணத்தை முறையாகக் கற்றுக் கொள்ளப் பேருதவி செய்த நூல். அந்த நூல் வழியாகத்தான் புதுக் கவிதைச் சார்பாளனாகவும் ஆனேன். நூலகத்திலிருந்து எடுத்து வாசித்த

புதுக் குரல்கள் தொகுப்பு ஈர்த்தது. அதிலிருந்த கவிதைகள்தாம் நான் பின்பற்றவேண்டியவை என்ற உணர்வை அளித்தன. அதே நேரத்தில் வாசித்த புதுமைப்பித்தன் கவிதைகள் என்ற நூலும் வசீகரித்தது. இந்த இரண்டிலும் இடம் பெற்றிருந்த கவிதைகளை – ஒன்று பிச்சமூர்த்தியின் தாயும் குஞ்சும், மற்றது புதுமைப்பித்தன் வானொலியில் வாசித்த வெண்பா – புலவர் குழந்தை தன்னுடைய புத்தகத்தில் மேற்கோள் காட்டிக் கடுமை யாக விமர்சித்திருந்தார். 'இவை எந்த இலக்கணத்துக்குள்ளும் அடங்காதவை. எனவே கவிதைகள் அல்ல' என்று எழுதியிருந்தார். அந்த அடங்காமை என்னை மிகவும் கவர்ந்தது. பிச்சமூர்த்தியின் கவிதையிலும் புதுமைப்பித்தன் கவிதையிலும் இலக்கண மில்லை; ஆனால் கவிதைக்கு வேண்டிய உணர்வு இருந்தது. நான் புதுக்கவிதை நோக்கி நகர்ந்தேன்.

எழுபதுகளின் கடுங்கோபக்கார இளைஞர்களுக்கிடையே, யதார்த்தத்தின் ஸ்திதியை நன்குணர்ந்தவராக நவீனக் கவிதைக்குள் நீங்கள் நுழைந்ததாகக் கருதுகிறேன். இந்த விவேகம் உங்களுக்கு எவ்வாறு கூடியது?

சென்ற நூற்றாண்டின் எழுபதுகள்தாம் மிகவும் கொந்தளிப்பான காலம், புதிய மாற்றங்கள் நிகழ்ந்த காலம் என்று சொல்லப்படுகிறது. புதிய சிந்தனைகளும் புதிய கலைவடிவங் களும் உருவானது என்று குறிப்பிடப்படுகிறது. உலகம் முழுவதும் நிலவிய இந்தச் சூழல் இந்தியாவிலும் தமிழகத்திலும் அதிர்வுகளை ஏற்படுத்தியது. நவீனத்துவம் உச்சம் அடைந்தது. போராட்டங்கள் தொடர்ந்தன. நெருக்கடிகள் அதிகரித்தன. மாற்றத்துகான முறையீடுகள் எழுந்தன. அவை இளைய தலைமுறையினரிடமே பிரதிபலித்தன. சினம் கொண்ட தலைமுறை அது. என்னிடமும் அதுவே அசைவுகளை ஏற்படுத்தின. நடைமுறையில் காணும் நிலைமைகள் சரியில்லை. அவை மாற வேண்டும் என்ற எண்ணம் சிந்திக்கிற எல்லாரிடமும் இருந்தது. அதற்காகச் செயல்படும் துடிப்பு இருந்தது. அதை எனக்கான ஊடகமான கவிதையில் வெளிப்படுத்தினேன். காலத்துடனும் சூழலுடனுமான கவிஞனின் இயல்பான எதிர்வினை என்றே கருதுகிறேன். திட்டமிட்டோ பிரக்ஞைபூர்வ மாகவோ என்னுடைய நுழைவு அமைந்ததல்ல இதை நீங்கள் விவேகம் என்று சொல்வதைக் கேட்க மனதுக்கு இதமாக இருக்கிறது.

"என் சிறகுகளை அறுக்க வாளோங்கியவன் நீ/நான்/வாள்முனையில் காலுதைத்துப் பறக்கத் தொடங்கியவன்" என்ற உங்கள் வரிகள், ஒரு புதிய குறுக்கீடானது. தந்தையின் அதிகாரத்திற்கெதிரான அக்குரல், நவீனக் கவிதையில் இளையோரின் முதலெதிர்ப்புணர்வாகும்.

“எனக்கு உன்னிடம் பகையில்லை/அன்பைப்போலவே” – தமிழ் மரபில் இப்படிப் பேசிய முதல் கவிமகன் நீங்கள்தான். தம் புனைகதைகளில் சுந்தர ராமசாமி வெளிப்படுத்திய பாலுவின் மனநிலையை ஒத்தது இது. பின்னாளில், ‘குழந்தைகள் ஆண்கள் பெண்கள்’ நாவலில் சு.ரா.வின் கோபம் தணிந்துவிட்டது. இப்போது உங்கள் தந்தை பற்றி என்ன நினைப்புள்ளது?

அமெரிக்கக் கவிஞர் சில்வியா பிளாத்தின் புகழ்பெற்ற கவிதைகளில் ஒன்று ‘அப்பா’ (Daddy). சில்வியா தன்னுடைய தந்தை ஓட்டோ எமில் பிளாத் மீதான கோபத்தில் எழுதியது. மிகவும் அந்தரங்கமான கவிதை. ஆனால் அது அதிகாரத்துக்கு எதிரான கவிதையாக வாசிக்கப்பட்டது. எமில் பிளாத் ஒரு ஜெர்மானியர் என்பதால் கவிதைக்குள் ஒலித்த எதிர்ப்புக்குரல் நாஜி அதிகாரத்துக்கு எதிரானதாக விளங்கப்பட்டது. பிளாத்தின் கவிதையுடன் ஒப்பிடக் கூடிய வரிகளல்ல. ஆனால் இரண்டும் தந்தைப் பழி சுமப்பவை என்பதால் குறிப்பிடுகிறேன். நீங்கள் மேற்கோளாகக் காட்டியிருக்கும் வரிகள் ‘கோடை காலக் குறிப்புகள்’ கவிதையின் ஒரு பகுதியில் வருபவை. என்னுடைய தனிப்பட்ட அனுபவத்திலிருந்து எழுதப்பட்ட வரிகள் அவை. தனிப்பட்ட கோபத்தை எடுத்துக்காட்டத்தான் எழுதினேனே தவிர தந்தை அதிகாரத்துக்கு எதிரான குரல் என்ற நோக்கத்தில் அல்ல. கவிஞனின் வரையறையைத் தாண்டுவதுதான் கவிதையின் குணம். இல்லையா? அப்படி இந்தக் கவிதையும் ஆகியிருக்கிறது என்று நினைக்கிறேன்.

காஃப்கா தனது தந்தைக்கு எழுதிய கடிதத்தை வாசித்ததும் க.நா. சுப்ரமணியம் தன்னுடைய தந்தையைப் பற்றிக் குறிப்பிட்டிருந்த கட்டுரையை வாசித்ததும்தான் என்னுடைய வரிகளுக்கான உசுப்பலாக இருந்தன. பாலுவின் மனநிலையுடன் இதுவரை ஒப்பிட்டு யோசித்ததில்லை. அதுவும் மறைமுகமாக என்னைப் பாதித்திருக்க வேண்டும்.

குறிப்பிட்ட வரிகளை அதில் வெளிப்படும் அதே மனநிலையில்தான் எழுதினேன். அன்றைய அனுபவத்துக்கும் பின்னணிக்கும் அப்படியான மனைநிலையை ஏற்படுத்தியதில் பங்கு உண்டு. அந்த உணர்ச்சி அன்று உண்மையானது; நியாயமானது. அதை எழுதியதில் இப்போதும் வருத்தமில்லை. ஆனால் கால மாற்றத்தில் அப்பா மீதான கோபம் வடிந்து விட்டது. அவரைப் புரிந்துகொள்ள நானும் என்னைப் புரிந்து கொள்ள அவரும் முயற்சி செய்தோம். இருவரும் அனுபவங்களி லிருந்து கற்றுக் கொண்டிருந்தோம் என்பதால் சுமுகமாகவே இருந்தது. அவர் மீதான கோபத்துக்குக் காரணம் அதிகாரம்

செலுத்தினார் என்பது மட்டுமல்ல; குடிப்பழக்கத்தால் விளைந்த துன்பங்களும் அவமதிப்புகளும் எல்லாரையும் பாதித்தது என்பதுதான். அந்த நாட்கள் கொடுமையானவை. அதற்குப் பொறுப்பு அவர்தான் என்ற அங்கலாய்ப்பு தொடர்ந்து இருந்தது. இப்போது யோசிக்கும்போது அவரைப் புரிந்துகொள்ள இன்னும் தீவிரமாக முயன்றிருக்கலாம் என்ற ஆதங்கம் மிஞ்சுகிறது. அதற்கான வாய்ப்பை அவரும் வழங்கவில்லை. நானும் உருவாக்கிக் கொள்ளவில்லை.

தி. ஜானகிராமனைத் தேடித் தேடித் தொகுத்துள்ளீர்கள். அவரைப் பற்றிப் பல கட்டுரைகள் எழுதியுள்ளீர்கள். இது ஒரு சாதாரண ஈடுபாடாகத் தெரியவில்லை. அவருக்கும் உங்களுக்குமான உறவு எத்தகையது?

நல்ல வாசகனுக்கும் மகத்தான எழுத்தாளருக்குமான உறவுதான். என்னை மிகவும் கவர்ந்த எழுத்தாளர்கள், கலைஞர்கள் மீதும் இதே அளவிலான ஈடுபாடு எனக்கிருக்கிறது. அது மிக நீண்ட பட்டியல்.

தீவிர வாசிப்பின் ஆரம்ப காலத்திலேயே அறிமுகமான எழுத்தாளர் ஜானகிராமன். இலக்கிய வாசிப்பை இனிமை யானதும் பொருள்பொதிந்ததுமாக ஆக்கியவர்களில் முக்கிய மானவர். என்னுடைய எழுத்தாளர் என்று சொந்தம் கொண்டாடிக்கொள்ளும் உணர்வைத் தந்தவர். நான் திரும்பத்திரும்ப வாசித்த படைப்பாளிகளில் அவரும் ஒருவர். அவற்றின் விளைவுதான் அவரைப் பற்றியும் அவரது படைப்புகள் பற்றியும் எழுதிய கட்டுரைகள். நீங்கள் குறிப்பிட்டதுபோல பல கட்டுரைகளை எழுதியிருக்கிறேன். எந்த எழுத்தாளரைப் பற்றியாவது அதிக எண்ணிக்கையில் எழுதியிருக்கிறேன் என்றால் அது தி. ஜானகிராமனை முன்னிருத்தித் தான். அவரைப் பற்றிய முதல் கட்டுரை – கட்டுரை அல்ல இரங்கற் குறிப்பு – 1983இல் 'நிகழ்' முதல் இதழில் வெளியானது. கோவை ஞானி வெளியிட்டார். பின்னர் எழுதியது 2011இல் அம்மா வந்தாள் நாவலுக்கான முன்னுரை. ஏறத்தாழ முப்பது வருடக் காலம் வாசகனாக மட்டுமே இருந்திருக்கிறேன். இந்தக் காலத்தில் மலையாளத்தில் ஜானகிராமன் நாவல்களைப் பற்றிய பொது அறிமுகம் ஒன்றை மட்டுமே எழுத வாய்ப்புக் கிடைத்தது. 'அம்மா வந்தாள்' முன்னுரைக்குக் கிடைத்த வாசக ஏற்பு, 'மோகமுள்'ளுக்கும் என்னையே எழுதுமாறு பதிப்பாளரைத் தூண்டியிருக்கலாம். அதன் தொடர்ச்சியாக தி. ஜானகிராமன் கதைகளையும் கட்டுரைகளையும் தொகுக்கும் பணியும் கொடுக்கப்பட்டன. அவையெல்லாம் அந்தரங்கமான மகிழ்ச்சியை ஏற்படுத்தின. வெகுகாலம் மனதுக்குள் பொத்திப்பொத்திவைத்த

காதலைச் சொல்லிக் கொண்டது போன்ற குதூகலம். அந்தத் திளைப்பில்தான் பிற கட்டுரைகளையும் எழுதினேன்.

தி. ஜானகிராமனை ஒரே ஒருமுறைதான் சந்தித்திருக்கிறேன். அந்தச் சந்திப்பு வாழ்நாள் முழுவதும் நினைத்துப் போற்றக்கூடிய ஒன்றாக அமைந்தது. அந்த வேளையில் காட்டிய இணக்கம், கரிசனம், பெருந்தன்மை எல்லாமும் இலக்கியம் சார்ந்து அவர் மீது கொண்டிருந்த மதிப்பை மேலும் ஒருபடி உயர்த்தியது. அப்படி ஒரு மதிப்பேற்றம் சாதாரணமானது இல்லைதானே?

ஒரு படைப்பாளியாகத் தி.ஜானகிராமனை நீங்கள் எப்படி மதிப்பிடுகிறீர்கள்? தி.ஜா.வின் தாக்கம் உங்கள் எழுத்தில் உண்டா?

தி. ஜானகிராமனை எப்படி மதிப்பிடுகிறேன் என்பதை அவரது படைப்புகளைப் பற்றிய என்னுடைய எழுத்துக்களில் முன்வைத்திருப்பதாக நம்புகிறேன். நவீன செவ்வியல்வாதியாக அவரைக் காணவே விரும்புகிறேன். செவ்வியல் மரபின் சாரத்தைக் கொண்டு தன் காலத்து வாழ்வைப் பார்த்தவர். இடம், காலம் ஆகியவற்றுக்கு இசையப் படைப்புகளை உருவாக்கியபோதும் இடத்தையும் காலத்தையும் கடந்த மானுட நிலையைச் சித்தரித்தவர். மனிதர்கள் பொதுவாக நல்லவர்கள்தாம்; அவர்களுடைய சூழ்நிலைதான் அவர்களை ஆட்டுவிக்கிறது. அந்த ஆட்டத்தின் விளைவுகளைத்தான் கதைப் பொருளாக்கினார். அவர்களை வெறுத்து விலக்காத கருணையைத் தனது படைப்பு நோக்காகக் கருதினார். இவையெல்லாம் அவரைப் பற்றிய என்னுடைய மதிப்பீட்டின் அம்சங்கள்.

இது முன்பே சொன்னதுதான். எனினும் கேள்விக்கான பதிலாகத் திரும்பச் சொல்ல நேர்கிறது. தி. ஜானகிராமன் தனது வழிகாட்டி என்று கு.ப. ராஜகோபாலனைச் சொல்கிறார். அவரைத் 'தவம்நிறைந்த கலைக் கோபி' என்ற சொற்றொடரால் பாராட்டுகிறார். அந்த வாசகம் தி. ஜானகிராமனுக்கும் துல்லியமாகப் பொருந்தும். நான் அவரை அவ்வாறே மதிக்கிறேன்.

நான் கவிதையை என்னுடைய முதன்மை ஊடகமாகக் கருதுபவன். புனைவு முயற்சிகளில் முழுமூச்சாக ஈடுபட்டவன் இல்லை. எனவே தி. ஜானகிராமன் என் எழுத்துக்களைப் பெரிதாகப் பாதித்திருக்க வழியில்லை. ஆனால் ஓர் இலக்கிய ஆளுமையாக மிகவும் பாதித்திருக்கிறார். சில அடிப்படையான பார்வைகளை உருவாக்கிக் கொண்டதில், குறிப்பாகப் பெண்களைப் பற்றிய கண்ணோட்டத்தில், அவருடைய பாதிப்பு உண்டு. அது வலுவானது. நீடித்திருப்பது. தி. ஜானகிராமன் என்னைப் பாதித்த அளவு என்னுடைய எழுத்தைப் பாதிக்கவில்லை என்றே நினைக்கிறேன்.

கவிஞர் ஆத்மாநாம் பற்றிய உங்கள் பிரத்யேக அனுபவமாக எதைப் பகிர்வீர்கள்? ஒரு நண்பராகவும், ஒரு கவிஞராகவும் அவரை நீங்கள் எப்படி உள்வாங்கியிருக்கிறீர்கள் என்று கூற முடியுமா?

ஆத்மாநாமை நேரில் சந்தித்தது 1982இல். அதற்கு முன்பே கடிதங்கள் வழியாக அறிமுகம் ஆகியிருந்தோம். எனக்கு முன்னால் கவிதைகள் வெளிவந்து கவனத்துக்கு உரியவராக இருந்தார். அந்த வகையில் எனக்கு சீனியர். கல்யாண்ஜி, கலாப்ரியா ஆகியோரின் வரிசையைச் சேர்ந்தவர். ஆனால் அவரைக் கொஞ்சம் பின்னால் இழுத்து வந்து என்னுடைய சம காலத்தவராகவே கருதுகிறேன். அல்லது சற்று முந்திக் கொண்டு அவருடைய சம காலத்தினனாக என்னைக் கற்பனை செய்துகொள்கிறேன். கவிதையாக்க முறையின் ஒற்றுமையாக இதைச் சொல்லலாம்.

நாங்கள் கவிதையெழுத்தில் ஈடுபட்ட காலத்தில் கவிதைப் போக்கு இரண்டாக இருந்தது. அகம் சார்ந்த கவிதைகள் என்றும் புறம் சார்ந்த கவிதைகள் என்று. இன்னும் விளக்கமாகச் சொல்வதானால் தனி மனிதரை மையமாகக் கொண்டவை என்றும் சமூகப் பார்வை கொண்டவை என்றும். இந்தப் பிரிவினையை இல்லாமற் செய்த கவிதைகள் ஆத்மாநாமுடையவை என்பது என் அவதானிப்பு. அவருடைய கவிதைகளில் ஒலிக்கும் குரல் தனி மனிதனுடையதாக இருக்கும் அதேசமயத்தில் சமூகப் பிரச்சினையின் விமர்சனமாகவும் இருந்தது. அதே முறையை நானும் பின்பற்றினேன். அவரைப் பார்த்துச் செய்ததல்ல. எனினும் இந்த அம்சத்தில் என்னையறியாமல் நிகழ்ந்தது அது. இதை எனக்குச் சுட்டிக் காட்டியவரும் ஆத்மாநாம்தான். முதல் சந்திப்பிலேயே "நானும் நீங்களும் ஒரே டிராக்கில் எழுதுகிறோம் இல்லையா?" என்று குறிப்பிட்டார். இவ்வளவுக்கும் அவரது கவிதையாக்க முறையும் என்னுடைய முறையும் வேறுவேறானவை. ஆரம்ப காலக் கவிதைகளில் அவரிடம் ஞானக்கூத்தனின் பாதிப்பு இருந்தது. 'இன்னும்' முதலான கவிதைகளில் அதைப் பார்க்கலாம். பிற்காலத்தில் சுதந்திரமான கவிதை முறையைத் தொடர்ந்தார். புதுக்கவிதைக்கு என்று உருவான எந்த அம்சங்களும் இல்லாத நேரடிக் கவிதைகளை, எதிர் கவிதைகளை எழுதினார். அவற்றில் அந்நிய மொழிக் கவிதைகளின் செல்வாக்குக் கணிசமானது. இடம், காலம் ஆகியவற்றைக் கடந்த கவிதைகளை முன்வைத்தார். இன்று பிரகடன ஆர்ப்பாட்டத்துடன் வெளியாகும் எதிர் கவிதை, நேரடிக் கவிதை ஆகிய வகைமைகளை அறிமுகப்படுத்திய முன்னோடிகளில் ஒருவராக ஆத்மாநாமையும் குறிப்பிடுவேன். அவரைக் கவிஞராகப் புரிந்துகொண்டதில் சில அம்சங்கள் இவை.

முதல் சந்திப்பிலேயே நெருக்கமாக உணர வைத்த நட்புகளில் ஆத்மாநாமுடன் ஏற்பட்ட நட்பும் ஒன்று. இலக்கியக் கூட்டமொன்றில் சந்தித்தோம். பரஸ்பர அறிமுகம் முடிந்ததும் அவருடைய ஜோல்னாப் பையை என்னிடம் கொடுத்தார். அதில் 'ழ' கவிதை இதழின் பிரதிகள், பழையதும் புதியதும். இருந்தன. கூட்டத்தில் விற்பனை செய்வதற்காகக் கொண்டு வந்திருந்தார். சக விற்பனையாளனாக என்னையும் கூட்டுச் சேர்த்துக் கொண்டார். நீண்ட காலப் பழக்கமுள்ள நண்பரை நடத்துவதுபோல என்னை நடத்தியது மிகவும் கவர்ந்தது. அவர் சென்னையிலும் நான் கோவையிலுமாக வாழ்ந்து வந்ததால் நீருற்றி எருவிட்டு நட்பைப் பேணுவது அரிதாக இருந்தது. பிறகு நான் விற்பனைப் பிரதிநிதியாகப் பணியாற்றிக் கொண்டிருந்தபோது அடிக்கடி சென்னை செல்லும் வாய்ப்புக் கிடைத்தது. அதிக முறை சந்தித்துப் பேசும் தருணங்கள் வாய்த்தன. ஒருமுறை அவரது ஜாவா மோட்டார் சைக்கிளில் அம்பத்தூரிலிருந்த அவர் வீட்டுக்குச் சென்றது ஞாபகம் இருக்கிறது. பிரம்மராஜன் உதகைக்குக் குடிவந்த பின்னர் அவர் வீட்டில் வைத்து ஆத்மாநாமைப் பலமுறை சந்திக்க முடிந்தது. சில நாட்கள் ஒன்றாகக் கழித்திருக்கிறோம். நட்பு மேலும் கனியவிருந்த வேளையில் அவர் மறைந்தது இன்றும் பரிதவிப்பை ஏற்படுத்துகிறது.

ஆத்மாநாமுக்கும் எனக்குமான பிரத்தியேக அனுபவங்கள் ஒன்றிரண்டு இருக்கின்றன. சிலவற்றைச் சொல்லத் தயக்கமிருக்கிறது. சிலதை மனதுக்குள் இன்னும் கொண்டாடிக் கொண்டிருக்கிறேன். அதில் முக்கியமானது இசை மேதை எம்.டி. ராமநாதனைச் சந்திக்க அழைத்துச் சென்றது. வாழ்வில் நேர்ந்த அபூர்வ மகிழ்ச்சிகளில் ஒன்று அந்தச் சந்திப்பு.

கவிதை மற்றும் நாவலுடன் பஷீர், ஓ.வி. விஜயன், சத்யஜித்ரே எனப் பல படைப்பாளிகள் குறித்து மிக நுணுக்கமான கட்டுரைகளையும் எழுதியுள்ளீர்கள். பொதுவாக அபுனைவுக் கான தேவை உலகளவி லேயே அதிகரித்துள்ளதாகச் சொல்கிறார்கள். இதை நீங்கள் எப்படிப் பார்க்கிறீர்கள்?

கவிஞனாக மட்டுமே செயல்படுவது என் உள்ளார்ந்த விருப்பம். அதிலிருந்து கிளைத்தவைதான் பிற அக்கறைகள். ஒரு கவிஞனாக என்னை உயிர்ப்புடன் வைத்துக் கொள்ளவே இவையெல்லாம் தேவைப்படுகின்றன. அதேசமயம் இவற்றால் உருப்பெற்ற மனப் பாங்குக்குக் கவிதை மட்டுமே போதுமானதாகவும் இல்லை. கவிதையில் சொல்ல முடியாதவற்றைக் கட்டுரைகளில் முயல்கிறேன். நாவல்களில் சொல்லிப் பார்க்கிறேன். அது மட்டுமல்ல நான் உரைநடை யுகத்தின் சந்ததி. காலத்தின் அடையாளங்களைப் பதிவதும்

பரிசீலிப்பதும் இலக்கியத்தின் செயல்பாடுகளில் முக்கியமானது. அது இன்று சாத்தியமாவது உரைநடையில்தான். கவிதையில் செயல்படும் உரைநடையும் கட்டுரை, புனைகதைகளில் செயல்படும் உரைநடையும் வேறுபட்டவைதான். எனினும் கவிதையும் இன்று உரைநடையில்தானே இயங்குகிறது?

ஒரு காலத்தில் கவிதைக்கு வழங்கப்பட்டிருந்த எல்லா சாத்தியங்களையும் இன்று உரை நடை எடுத்துக்கொண்டிருக்கிறது. எனவே கட்டுரைகளுக்கான தேவை அதிகம். இன்று அவசியமாக இருப்பது புனைவுகளின் இதமல்ல; உண்மைகளின் பரிசீலனை. எனவே புனைவல்லாத ஆக்கங்கள் கோலோச்சுகின்றன.

உங்கள் 'வெல்லிங்டன்' நாவலின் முதல் பகுதி அபாரம். ஒரு வெள்ளையனின் மனதுக்குள் அப்படியே புகுந்துவிட்டீர்கள். ஆனால், நாவலின் பின்பகுதியில் லயம் சற்றுப் பிசகிவிட்டதாக உணர்கிறேன். இந்த விமர்சனத்திற்கு, உங்கள் எதிர்வினை?

இதுவும் ஒரு விமர்சனம் என்று ஏற்றுக்கொள்கிறேன். முற்றுப் பெற்ற படைப்பில் தகவல் பிழைகள் இருந்தால் திருத்தலாமே தவிர வேறு எதுவும் செய்யமுடியாது இல்லையா? அதனால் எதிர்வினையாற்ற வழியில்லை. அந்த நாவலின் விதி அதுதான் என்று மட்டுமே சொல்ல முடியும்.

உதகமண்டலம் என்ற ஊரின் உருவாக்கம், அதற்கு முக்கியப் பங்காற்றிய சல்லிவனின் வாழ்க்கை ஆகியவை முதல் பகுதியாகவும் வெல்லிங்டன் வாழ்க்கையைச் சொல்லும் பகுதி இரண்டாவதாகவும் அமைந்தது. நாவலாசிரியனாக என்னுடைய முதன்மை நோக்கம் சல்லிவனை மையமாகக் கொண்டது அல்ல. வெல்லிங்டன் வாசிகளைப் பற்றிச் சொல்வதுதான். ஒரு பத்தி அல்லது ஒரு அத்தியாயத்துக்குள் முடிந்து விடும் என்று தொடங்கிய சல்லிவனின் கதையும் உதகை வரலாறும் எழுபது பக்கங்கள்வரை நீண்டு விட்டன. கரட்டு வடிவத்தில் அந்த அத்தியாயங்களை இரண்டாம் பகுதி சம்பவங்களுக்கு இடையில் அமைத்துப் பார்த்தேன். சரளமான வாசிப்புக்கு இடையூறாகப் பட்டது. எனவே என்னவிதமாக எழுத்தில் வந்ததோ அதேபோல விட்டுவிட்டேன். அப்படியும் நாவலுக்கு ஒரு வடிவம் இருக்கலாம். அதற்கு இப்படியும் விமர்சனம் வரலாம். இரண்டுமே நல்லதுதான்.

'பெருவலி'யில் 'ஜஹானாரா'வை நிகழ்காலப் பாத்திரம்போல் கலையமைதி கெடாமல் கொண்டுவந்துவிட்டீர்கள். இதில் பூடகமும் தொனிப்பொருளும் மிகுதி. கவிமொழி மிளிரும் நாவல். ஆனாலும், அசாதாரணமானதொரு வெறுமையை வரைவதிலேயே உங்கள் மனம் குவிந்திருப்பதுபோல் எனக்கொரு தோற்றம். அடிப்படையில் மனித வாழ்க்கை பற்றிய உங்கள் புரிதல்தான் யாது?

வரலாற்றுச் சம்பவங்களினூடே நடமாடவிட்டிருந்தாலும் ஜஹானாரா நிகழ்காலப் பாத்திரம்தான். சரித்திர ஜஹானாரா என்ன யோசித்திருப்பாள், என்ன செய்திருப்பாள் என்று எனக்குத் தெரியாது. ஆனால் அதிகார மையங்களில் வாழும் இன்றைய பெண்கள் என்னவாக இருக்கிறார்கள் என்று ஓரளவு தெரியும். அவர்களின் அவஸ்தையை எழுதத் துணிச்சல் இல்லாமல்தான் அவர்களின் ஒட்டு மொத்தப் பிரதிநிதியாக ஜஹானாராவைக் கண்டு அடைக்கலம் புகுந்தேன். நாவலின் பின்னுரையில் குறிப்பிட்டதுபோல ஜஹானாராவைப் பற்றி ஒரு கவிதை எழுதுவதுதான் நெடுநாள் ஆசையாக இருந்தது. பெண் என்பதால் அரசுரிமை மறுக்கப்பட்டவள், அதே காரணத்தால் சூஃபி ஆகும் எண்ணத்தையும் கைவிட நேர்ந்தவள், அரச விதியால் காதலிக்கவோ மணம் முடிக்கவோ தடைவிதிக்கப்பட்டவள் என்பதெல்லாம் ஒரு கவிதைக்குள் ஒதுங்காது. எனவே நாவலாக உருமாறியது.

மனித வாழ்க்கை இனிமையானது என்றே நம்புகிறேன். அர்த்தமுள்ளது என்று நம்பவும் விரும்புகிறேன். ஆனால் அந்த இனிமையை அடையவும் அர்த்தத்தை உருவாக்கிக் கொள்ளவும் உள்ளும் புறமுமாகப் போராடுவதிலேயே நம்பிக்கையை இழக்க நேர்கிறது. அந்த வெறுமையைத்தான் சித்தரித்திருப்பதாக எண்ணுகிறேன். நான் மானுட நிலைமைகள் மீது அவநம்பிக்கை கொண்டவன். ஆனால் மனிதர்களைப் பற்றி நம்பிக்கை கொண்டவன்.

மொழிபெயர்ப்பில் ஈடுபடும் எண்ணம் எப்படி உருவானது? எந்த மொழிபெயர்ப்பு உங்கள் மனதுக்கு அதிக நிறைவைத் தந்தது?

விளையாட்டாக அல்லது வீறாப்புக்காக ஈடுபட்ட துறைதான் மொழிபெயர்ப்பு. இலக்கிய நண்பர் ஒருவர் ஓர் ஆங்கிலக் கவிதையைத் தமிழாக்கம் செய்திருந்தார். அதில் எனக்குத் தென்பட்ட குறையைச் சுட்டிக் காட்டினேன். மூலக் கவிதையில் டிசம்பர் என்றோ ஜனவரி என்றோ இருந்ததை நண்பர் ‘மார்கழி’ என்று தமிழாக்கியிருந்தார். அதை எடுத்துக் காட்டியதும் சுணங்கிப் போனவர் ‘நீ வேண்டுமானால் செய்து பார், எவ்வளவு கஷ்டம் என்று புரியும்’ என்றார். அது என்னைத் தூண்டிவிட்டது. அவர் எந்தக் கவிஞரின் கவிதையைத் தமிழாக்கம் செய்தாரோ அதே கவிஞரின் மற்றொரு கவிதையைத் தேடிப் பிடித்து மொழிபெயர்த்தேன். அவருடைய மொழியாக்கம் எந்த இத்ழில் வெளிவந்ததோ அதே இதழுக்கு அனுப்பியும் வைத்தேன். அது வெளியாகவில்லை. ஆனால் பிறமொழிப் படைப்பை அதிகச் சேதாரமில்லாமல் தமிழாக்க முடியும் என்ற தன்னம்பிக்கையை ஏற்படுத்தியது.

பின்னாட்களில் தமிழில் மட்டுமல்லாமல் மலையாளம். ஆங்கில மொழிகளிலும் வாசிப்பு விரிவடைந்தது. அந்த மொழிகளில் வாசித்த படைப்புகள் தமிழிலும் இருந்தால் என்ன என்ற கேள்வி மொழிபெயர்ப்புகளில் ஈடுபடத் தூண்டியது. இரு மொழிகளிலிருந்தும் படைப்புகளைத் தமிழாக்கம் செய்யத் தொடங்கினேன். என் அளவில் ஒரு மொழிபெயர்ப்புக்கு மூன்று தேவைகள் இருக்கின்றன. ஒன்று: மலையாளத்திலோ ஆங்கிலத்திலோ வாசித்த படைப்புகளை மொழிபெயர்ப்பதன் மூலம் மேலும் ஆழமாகப் புரிந்துகொள்வது. இரண்டாவது: நல்ல படைப்புகளை, நமது மொழிப் படைப்புகளைப் பாதிக்கக் கூடிய ஆக்கங்களைப் பகிர்ந்துகொள்வது. மூன்றாவது, என்னுடைய இலக்கிய அறிவையும் மொழிக்களஞ்சியத்தையும் மேம்படுத்திக் கொள்வது. இவை மூன்றின் ஒட்டுமொத்தமான இன்னொரு அவசியமும் இருக்கிறது. இலக்கியப் பெரும் பரப்பில் நாம் எங்கே இருக்கிறோம், என்னவாக இருக்கிறோம் என்று சுய மதிப்பீடு செய்துகொள்வது.

நான் தொழில்முறை மொழிபெயர்ப்பாளன் இல்லை. என்னுடைய சுய விருப்பத்தின் பேரிலேயே அதிகமான மொழிபெயர்ப்புகளைச் செய்திருக்கிறேன். மிகச் சில மொழிபெயர்ப்புகளே பத்திரிகைகள், பதிப்பகங்களுக்காகச் செய்தவை. இருந்தும் கணிசமான எண்ணிக்கை திரண்டிருப் பதைப் பார்க்கும்போது வியப்பாக இருக்கிறது. சொந்தப் படைப்புகளின் எண்ணிக்கையைவிட மூன்று மடங்கு வரும் பிறமொழிப் படைப்புகளை, மலையாளம், ஆங்கிலத்திலிருந்து தமிழாக்கம் செய்திருக்கிறேன்.

இதுவரை மேற்கொண்ட எந்த மொழிபெயர்ப்பும் அதிக நிறைவை அளித்ததில்லை. ஓரளவு நிறைவைத் தந்த படைப்பு களாக காப்ரியேல் கார்சிகா மார்க்கேசின்' தனிமையின் நூறு ஆண்டுகள்', பாப்லோ நெரூதா கவிதைகள் , அலெசாண்டிரோ பாரிக்கோவின் 'பட்டு', அய்ஃபர் டுன்ஷின் 'அஸீஸ்பே சம்பவம்' , வைக்கம் முகம்மது பஷீரின் 'மதில்கள்','காதல் கடிதம்' ஆகியவை திருப்தியளித்த மொழிபெயர்ப்புகள்.

நாவல், சிறுகதை, கவிதை ஆகியவை முழுமையான படைப்புகள். முற்றுப் பெற்றவை. ஆனால் மொழிபெயர்ப்பு முற்றுப்பெற்ற செயல்பாடல்ல. ஒரு மொழியாக்கத்தில் இன்னும் செம்மைப்படுத்தப்பட வேண்டியவையும் திருத்தப்பட வேண்டியவையும் இருந்து கொண்டேயிருக்கும். படைப்புக்குக் காலத்தையொட்டி மாறவேண்டிய கட்டாயமில்லை. மொழிபெயர்ப்பு காலத்துக்கேற்ப மாறுவது அவசியம். காஸ்டென் கார்னெட் ரஷ்ய மொழியிலிருந்து ஆங்கிலத்துக்குச்

செய்த மொழியாக்கங்கள் உலக அளவில் புகழ் பெற்றவை. பல ஆண்டுகளாகவும் பரவலாகவும் வாசிக்கப்பட்டவை. அவர் செய்த டால்ஸ்டாய், தாஸ்தயேவ்ஸ்கி, செகாவ் ஆகியோரது படைப்புகளின் ஆங்கில ஆக்கங்கள் இன்று போதுமானவை யல்ல என்றும் குறைமிகுந்தவை என்றும் கூறப்படுகின்றன. புதிய மொழியாக்கங்கள் மேற்கொள்ளப்படுகின்றன.

எனக்குதனிப்பட்ட அனுபவம் இருக்கிறது. அலெசாண்டிரோ பாரிக்கோ 'பட்டு' நாவலை இத்தாலிய மொழியில் எழுதினார். கியூதோ வால்ட்மான் ஆங்கிலத்தில் மொழிமாற்றம் செய்தார். அந்த மொழியாக்கம் ஆசிரியருக்கு நிறைவளிக்கவில்லை என்பதால் புதிய மொழிபெயர்ப்புச் செய்யப்பட்டது. ஆன் கோல்ட்ஸ்டெய்ன் இரண்டாவது மொழி பெயர்ப்பைக் கொண்டுவந்தார். நாவலைத் தமிழாக்க முனைந்தபோது எதை மூல பாடமாகக் கொள்வது என்ற குழப்பம் ஏற்பட்டது. இரண்டு மொழிபெயர்ப்புகளையும் ஒப்பிட்டு வாசித்ததில் முதலாவது மொழிபெயர்ப்பே இலக்கியத்தரமானதாகத் தோன்றியது. இரண்டாவது மொழியாக்கம் ஜனரஞ்சகமானதாக இருந்தது. நாவல் திரைப்படமாக எடுக்கப்பட விருந்ததால் அதற்கேற்ப மொழிபெயர்க்கப் பட்டிருந்தது. நான் முதலாவது மொழி பெயர்ப்பையே எடுத்துக் கொண்டேன்.

இதுவரை மேற்கொண்ட எந்த மொழிபெயர்ப்பும் நீங்கள் கேட்டதுபோல அதிக நிறைவை அளிக்கவில்லை. அப்படி ஒன்றை எதிர்காலத்தில் செய்ய முடியும் என்று உறுதியாக நம்புகிறேன்.

கவிஞர், பத்திரிகையாளர், ஊடகவியலாளர், நாவலாசிரியர், கட்டுரையாளர், காலச்சுவடு பொறுப்பாசிரியர், இசையார்வலர், தொகுப்பாசிரியர், மொழிபெயர்ப்பாளர் எனப் பல வேடங்களைப் பூண்டும் கலைந்தும் இடையறாது முன்னகர்ந்து கொண்டேயுள்ளீர்கள். இது இலக்கற்ற பயணமா? போய்ச்சேர வேண்டிய இடமறிந்த குறிக்கோள் பயணமா?

எழுத்தாளன், வாசகன், ரசிகன், பார்வையாளன் இந்த ஆதார நிலைகளின் மீதானவைதாம் பிற அனைத்தும். இதழாளன், ஊடகப் பணியாளன் என்பவை பிழைப்பின் நிமித்தம் மேற்கொண்டவை. மற்றவை என்னுடைய இலக்கிய ஈடுபாட்டை முன்னிட்டு வாய்த்தவை. இரண்டையும் ஒன்றுக்கொன்று துணையானவையாகவே கருதுகிறேன். அதற்கு இசைய என்னை ஆயத்தப்படுத்திக்கொள்கிறேன். எனக்கு விருப்பமான பணிகளில் ஈடுபடுத்திக் கொண்டு தொடர்ந்து செல்ல விரும்புகிறேன். இதில் நிர்ணயித்த இலக்கு எதுவும் கிடையாது. அப்படிக் குறிக்கோளை வகுத்துக்கொள்வது மானசீகமான சுதந்திரத்தை முடக்கி விடும்

என்று தோன்றுகிறது. பயணந்தான் இனிமையானது, இலக்கு அல்லவே!

நெரூதாவையும் மார்க்கேஸையும் பஷீரையும் மொழிபெயர்த்த அனுபவங்கள் எப்படியிருந்தன? உங்கள் ஆளுமையில் இவர்களின் இடமென்ன?

முன்னோடிகளாகவும் வழிகாட்டிகளாகவும் நான் கருதும் படைப்பாளிகளில் இவர்களும் உட்படுவார்கள். வாசிப்பு தீவிரமடையத் தொடங்கிய நாட்களில் அறிமுகமாகி இன்றுவரை சிந்தை அணு ஒவ்வொன்றிலும் கலந்திருப்பவர்கள். நீண்ட காலம் வாசகனாக இவர்களைத் தொடர்ந்த பின்பே படைப்புகளை மொழிபெயர்க்கும் வாய்ப்புக் கிடைத்தது. அது கிடைத்தற்கரிய அனுபவம். வாசிப்பிலும் எழுத்திலும் மட்டுமல்ல; வாழ்வனுபங்களிலும் இவர்களுடைய ஏதோ பங்களிப்பு இருக்கிறது. அதை மொழியாக்கப் பணிகள் வலுப்படுத்தின என்பதே பொதுவான அனுபவம். ஒவ்வொரு மொழிபெயர்ப்பும் இன்னொரு ஜென்மமாக உணரவைத்தது. அது வாசகனாகக் கிடைக்காத அனுபவம்.

சுந்தர ராமசாமி உங்களைப் பற்றி ஒரு கதையே எழுதியிருக்கிறார். உங்களுக்கும் அவருக்குமான உறவு எப்படிப்பட்டது?

குரு – சிஷ்யன், ஆசான் – மாணவன் இதுபோன்ற விளிகளிலோ கருத்துக்களிலோ சிறிதும் நம்பிக்கை கிடையாது. அப்படி வழிபடும் செயலும் உவப்பானதல்ல. ஆனால் முன்னால் நடந்தவர்கள், வழிகாட்டிகளாக மதிக்கப்பட வேண்டியவர்கள், பின்பற்றத் தகுதிபடைத்தவர்கள் பலர் என்பது உண்மை. அப்படி நான் கருதும் ஆளுமைகளில் சுந்தர ராமசாமியும் ஒருவர். இலக்கியத்தின் தரம், அதன் உயர் மதிப்புகள் பற்றிக் கற்றுக் கொண்டதும் படைப்பின் தேவை, படைப்பை அணுகும்விதம், படைப்பாளியின் நிலைப்பாடு, பொறுப்பு ஆகியவை குறித்த சிந்தனைகளை வளர்த்துக் கொண்டதும் அவரிடமிருந்துதான். எழுத்தாளன், படைப்பாளியின் அறத்தைப் பற்றிப் பேசிய முதல் நவீன எழுத்தாளர் அவர்தான் என்பது என் கருத்து. வகுப்பெடுத்து இதையெல்லாம் கற்றுத் தரவில்லை. அவரது உடனிருப்பின் வாயிலாகக் கற்றுகொள்ளும் நிலையை உருவாக்கினார். தனது ஆளுமைத் திறன்மூலமாகவே கற்பித்தார்.

82–85 கால அளவில் மாதம் ஒருமுறை அவரைச் சந்திக்கும் வாய்ப்புக் கிடைத்தது. விற்பனைப் பிரதிநிதியாகப் பணியாற்றிக் கொண்டிருந்தேன். அதனால் அதற்கான சந்தர்ப்பத்தை ஏற்படுத்திக் கொள்வது எளிதாக இருந்தது. அவருடனான உரையாடல்கள் என்னைக் குழப்பங்களிலிருந்து மீட்டன.

சுயமாகச் சிந்திக்க ஆயத்தப்படுத்தின. இலக்கிய விவகாரங்களில் மட்டுமல்லாமல் வாழ்க்கை தொடர்பான பிரச்சினைகளிலும் அவரது கருத்துக்கள் வழிகாட்டியாக அமைந்தன.

எப்போதும் புதுமையையும் முழுமையையும் நோக்கிச் செல்பவராகவே சுந்தர ராமசாமியை அறிந்தேன். நம்மையும் உடன் அழைத்துச் செல்பவராகவும் உணர்ந்தேன். இவர் நமக்கு மட்டுமே சொந்தமானவர் என்று சிலரிடம் நம்பிக்கை உண்டாகும் இல்லையா? அப்படியான நம்பிக்கையை அளித்தவர். எனக்கு மட்டுமல்ல, அவருடன் நெருக்கமான தொடர்பிலிருந்த எல்லாருக்கும் இந்த உணர்வை அளித்திருக் கிறார். சுந்தர ராமசாமியைச் சந்திப்பதற்கு முன்பும் பின்பும் மற்ற எழுத்தாளர்களையும் சந்தித்திருக்கிறேன். ஆனால் அவர் ஏற்படுத்திய பாதிப்பு அளவுக்கு வேறு யாரும் ஏற்படுத்த வில்லை. ஒரு கட்டத்தில் அந்தச் செல்வாக்கு என்னைப் பயமுறுத்தவும் செய்திருக்கிறது. அந்தப் பேராளுமையின் சோனி நிழலாக ஆகிவிடுவோமோ என்ற பயமும் வந்திருக்கிறது. அதனால் கொஞ்சம் விலகி நின்றிருந்திருக்கிறேன். அவரைச் சந்திக்க நாகர்கோவில் வரை பயணம் செய்ய வேண்டிய கட்டாயமிருந்த காலத்தில் பல முறை சந்திருக்கிறேன். ஆனால் இரண்டு மணி நேரப் பயணத்தில் சென்று பார்த்து விடக் கூடிய திருவனந்தபுரத்தில் வசித்த நாட்களில் சந்தித்தது மிகவும் குறைவு. 2000ஆவது ஆண்டில் திருவனந்தபுரத்தில் குடியேறினேன். அவர் 2005இல் மறைந்தார். அந்த ஐந்தாண்டுக் காலத்தில் நான்கைந்து முறை மட்டுமே சந்தித்திருக்கிறேன். அதுவும் பொது நிகழ்ச்சிகளில். அடூர் கோபாலகிருஷ்ணனின் 'நிழல்குத்து' முன்னோட்டக் காட்சி திருவனந்தபுரம் கைரளி திரையரங்கில் நடைபெற்றது. சிறப்பு அழைப்பாளராக சுந்தர ராமசாமியும் அழைக்கப்பட்டிருந்தார். அப்போது பார்த்ததும் "சென்னையிலிருந்தால் அடிக்கடி வர முடியாது. பார்க்க முடியாது. இப்போது பக்கத்தில்தானே இருக்கிறீர்கள், நாகர்கோவில் வருவதற்கு என்ன தடை?" என்று கேட்டார். தலைகுனிந்து நிற்பதைத் தவிர வேறு எதுவும் செய்ய முடியவில்லை. அவர் மறைந்த பிறகு வாய்ப்பை முறையாகப் பயன்படுத்திக் கொள்ளவில்லை என்ற வருத்தம் அடிக்கடி தோன்றியதுண்டு. நாம் தெரிந்து வைத்திருப்பதை விடப் பல மடங்கு உயர்வான ஆளுமை அவர்.

ஒருமுறை நாகர்கோவிலில் சுந்தர ராமசாமியின் கடையில் அமர்ந்து பேசிக் கொண்டிருந்தோம். பேசுவதென்ன? அவர் பேசுவதைக் கேட்டுக் கொண்டிருந்தேன். பேச்சின் இடையில் "உங்க இயர் ஆஃப் பர்த் என்ன?" என்று கேட்டார். எதற்குக் கேட்கிறார் என்று புரியாமல் வருடத்தைச் சொன்னேன்.

அடுத்த முறை சந்திப்பின்போது தட்டச்சு செய்யப்பட்ட பிரதி ஒன்றை நீட்டி, "ரூம்ல ஓய்வா இருக்கிறப்ப வாசிச்சுப் பாருங்கோ" என்றார். முதல் பக்கத்தைப் பார்த்ததும் சிறுகதை என்று தெரிந்தது. அதற்கு முன்னும் கைப்பிரதியாகவே அவருடைய சிறுகதைகளை – பக்கத்தில் வந்த அப்பா, கொந்தளிப்பு ஆகிய கதைகளை – வாசிக்கக் கொடுத்திருக்கிறார். இதுவும் அதுபோலத் தான் என்ற யோசனையுடன் முதல்வரியின் மீது பார்வை ஓடியதும் வாசிப்பைத் தொடங்கி விட்டேன். என்னை வாசிக்க விட்டுவிட்டு நகர்ந்து போனார். 'ஆத்மாராம் சோயித் ராம் இந்தியாவுக்கு சுதந்திரம் கிடைத்து பத்து வருடங்களுக்குப் பின், ராஜஸ்தான் பிக்கானிரில் பிறந்தான்' என்ற முதல் வரியை வாசித்ததுமே என் பிறந்த வருடத்தை ஏன் கேட்டார் என்று விளங்கி விட்டது. சோயித்ராமின் கரு வடிவம் நானே என்று தெரிந்ததும் அதிர்ச்சியும் மகிழ்ச்சியும் உலுக்கின. கதையில் சோயித்ராம் ஜவுளி விற்பனைப் பிரதிநிதி. அன்று நானும் அதே வேலையில்தான் இருந்தேன். கற்பனை சோயித்ராமின் நிஜ சொரூபம் நான் என்று நம்ப அது போதுமானதாக இருந்தது. கதையை முழுவதும் ஒரே இருப்பில் வாசித்து முடித்தேன். வியப்பும் குதூகலமும் மனதில் ததும்பின. கண்கள் பொங்கி நீர் கொட்டிக் கொண்டிருந்தது. திரும்பி வந்த சுந்தர ராமசாமி என்னுடைய அவஸ்தையைப் பார்த்து மெல்லிய புன்னகையுடன் தோளில் கைவைத்து அழுத்தி விட்டு ஒன்றும் சொல்லாமல் திரும்பப் போனார். அவருடைய கதாபாத்திரங்களில் ஒன்றாக ஆகிவிட்டேன் என்ற ஆனந்தத்தில் மனசு மீண்டும் பொங்கி வழிந்தது.

இயற்கையும் இசையும் உங்கள் படைப்புகளில் தொனியாக மீட்டப்படு வதாக எனக்கொரு எண்ணமிருக்கிறது. இது திட்டமிடப்பட்டதா? இயல்பாக நிகழ்ந்துவிட்டதா?

மிக இயல்பாக நிகழ்ந்த ஒன்று. இயற்கை அவ்வளவு பாழ்பட்டுப் போயிராத பின்புலத்தில் இளமைக் காலம் கழிந்தது ஒருவேளை காரணமாக இருக்கலாம். நான் பயின்ற இலக்கியங்கள் மனிதனை இயற்கையின் ஒரு பகுதியாக எனக்கு அறிவுறுத்தியதன் விளைவாக இருக்கலாம். இசை மீதான நாட்டமும் இயல்பாகவே அமைந்த ஒன்றுதான். ஓரிரு ஆண்டுகள் இசை கற்கவும் முயன்றிருக்கிறேன். காலம் ஆசீர்வதிக்காமல் விட்டதாலும் இசையுலகத்துக்குக் கொடுப்பினை இல்லாததாலும் அந்த முயற்சி வெற்றி அடையவில்லை.

என்னுடைய இயல்பு என்னுடைய படைப்புகளில் தொனிப்பது இயற்கையானது என்பது என் எண்ணம். நான் என்னவாக இருக்கிறேனோ அதைத்தானே படைப்பும் கொண்டிருக்கும்.

ஒரு நவீனக் கவிஞராக உங்கள் இடம் தமிழில் இன்று நிறுவப்பட்டு விட்டது. இன்னும் எது உங்களைக் கவிதை எழுதத் தூண்டுகிறது?

எனக்கான இடம் நிறுவப்பட்டு விட்டதாக நீங்கள் சொல்வதைக் கேட்க மகிழ்ச்சியாக இருக்கிறது. நான் அப்படி நம்பவில்லை. இன்னும் எழுத்தில் ஈடுபட்டிருப்பது என் இடம் எதுவென்று கண்டறியத்தான். இடம் கிடைத்து விட்டது என்று நிறைவடைய இலக்கியம் போட்டி அல்ல, என் இருப்பின் சாட்சியம்.

முதல் கவிதை பதினாறாம் வயதில் வெளியானது. இப்போது வயது அறுபதைத் தாண்டி விட்டது. எனினும் தொடர்ந்து எழுதிக் கொண்டிருக்கிறேன். இத்தனை காலத்துக்குப் பிறகும் எனக்குள்ளேயே கேட்டுக் கொண்டிருக்கும் கேள்வி ஏன் கவிதை எழுதுகிறேன் என்பதுதான். இந்தக் கேள்விதான் இன்னும் எழுதத் தூண்டுகிறது. கேள்விக்கான பதில் கிடைத்து விடுமானால் எழுதுவதையே நிறுத்தி விடுவேன். அவ்வாறான பதில் படைப்புச் செயல்பாட்டில் இல்லை. மார்க்ஸின் புகழ் பெற்ற மேற்கோள் இருக்கிறது. 'பட்டுப் புழு நூலை உற்பத்தி செய்வது எதற்காகவோ அதே காரணத்துக்காகவே கலைஞர்கள் கலையில் ஈடுபடுகிறார்கள்'.

நவீனத் தமிழில் பெண்ணெழுத்துப் பற்றிய உங்கள் கருத்தைப் பகிர்ந்து கொள்ளுங்களேன்.

பரந்த அர்த்தத்தில் எழுத்தில் பால்வேற்றுமை இல்லை என்று நம்புகிறேன். கூடாது என்று விரும்புகிறேன். சங்க இலக்கியத்தின் பெண்பாற் புலவர்களின் படைப்புகளையோ ஆண்டாளின் பாடல்களையோ பெண் எழுதியது என்று பிரித்துப் பார்ப்பதில்லை. இலக்கியம் பொதுவானதாக விளங்குவதுதான் சரி என்ற கருத்தின் அடிப்படையிலான விருப்பம் இது. ஆனால் அதை அணுகுவதற்கான வழிமுறையாக வகைப்படுத்தல் தேவைப்படுகிறது. காலத்தின் விளைவாக நிகழும் மாற்றத்தை இனங்காண்பதற்காகப் பாகுபாடுகள் தேவைப்படுகின்றன. காலத்தின் பொருத்தப்பாட்டைக் கருதி பெண்ணெழுத்து என்ற பிரிவினையை ஏற்கிறேன். அது காலம் உருவாக்கியது. நவீன இலக்கிய விமர்சனம் வலியுறுத்துவது.

பொதுவாக உலக அளவிலும் குறிப்பாக, இந்திய தமிழக அளவிலும் தனி மனித வாழ்க்கையும் சமூக வாழ்க்கையும் ஆண்களால் தீர்மானிக்கப்பட்டது. ஆண் மையக் கருத்துக் களால் கட்டமைக்கப்பட்டது. இதில் பெண்களுக்கான இடம் சலுகையாக ஒதுக்கப்பட்டதே தவிர உரிமையாக அளிக்கப்பட்டது அல்ல. அவர்களுக்குச் சொந்தமான

இடம் அனுமதிக்கப்படவில்லை. நனவோடை எழுத்தின் முன்னோடியாகவும் இருபதாம் நூற்றாண்டின் பெண்ணியச் சிந்தனைக்குத் தொடக்கமிட்டவர்களில் ஒருவராகவும் கருதப் படும் விர்ஜினியா வுல்ஃபின் 'எ ரூம் ஆஃப் ஒன்ஸ் ஓன்' நினைவுக்கு வருகிறது. இந்த வரலாற்றுப் பிழையை இன்று பெண்கள் கேள்விக்கு உட்படுத்துகிறார்கள். எல்லாரும் சமம் என்றால் தங்களுக்கான இடம் எது என்ற நியாயமான கேள்வியை எழுப்புகிறார்கள். அதுவே இலக்கியம் உள்ளிட்ட எல்லாவற்றிலும் கேட்கப்படுகிறது. ஒவ்வொரு துறையிலும் கேட்கப்படும் இந்தக் கேள்விதான் பெண்ணியத்தின் வெவ்வெறு வகைகளாக மாறுகின்றன.

தமிழிலக்கியத்திலும் பெண்கள் எழுதியிருக்கிறார்கள், பெண்களைப் பற்றி எழுதப் பட்டுள்ளன என்றெல்லாம் இடைமறித்தாலும் பெண்ணியம் என்பது அண்மைக் கால நிகழ்வு. காலங்காலமாக ஆண்மைய மதிப்பீடுகளை விதியாகவும் மரபாகவும் சமூகத்திலும் இலக்கியத் துறைகளிலும் இந்தப் போக்கு அதிர்வையும் பதற்றத்தையும் ஏற்படுத்துகிறது. பிற துறைகள் பற்றிச் சொல்ல எனக்கு அறிவு அதிகமில்லை. இலக்கியம் சார்ந்து மட்டுமே குறிப்பிட முடியும். பெண்ணியம் அல்லது பெண் நிலைக் கருத்தாடல் ஆகியவற்றை நான் என்னவாகப் புரிந்துகொண்டிருக்கிறேன் என்பதைச் சில கட்டுரைகளில் எழுதி யிருக்கிறேன். குப்பம், திராவிடப் பல்கலைக் கழகம் பதிப்பித்துள்ள தொகுப்பு ஒன்றில் வெளியாகி யிருக்கும் 'பெண் கவிதைமொழி ' கட்டுரையை முக்கியமானதாகக் கருதுகிறேன். வாசகர்களுக்குப் பரிந்துரைக்கவும் விரும்புகிறேன். இன்னொன்று, தமிழில் வெளியாகியிருக்கும் பெண் கவிஞர்களின் (?) தொகுப்புகளுக்கு அதிகமான முன்னுரை எழுதியதும் பெண்களின் கவிதை நூல்களை வெளியிட்டு அதிகம் பேசியதும் நானாக இருக்கக் கூடும். பெருமை பாராட்டிக்கொள்வதற்காக இதைக் குறிப்பிடவில்லை. பெண்ணெழுத்தின்பால் கவனம் கொண்டிருக்கிறேன் என்பதை எடுத்துக்காட்டவே குறிப்பிட்டேன்.

கலையிலக்கியத் தளத்தில் ஒரு மென்மையான இடதுசாரிக் குரலாகத் தொடக்கத்திலிருந்தே அறியப்பட்டவர் நீங்கள். இன்று எல்லாத் தளங்களிலும் இடதுசாரிகள் ஓரங்கட்டப்படுவதைக் காண்கிறோம். இதை எப்படிப் பார்க்கிறீர்கள்? இது இவ்வாறு ஏன் நிகழ்ந்தது?

ஒரு சமூகவியலாளரிடம் கேட்க வேண்டிய கேள்வி இது. என்னால் சரியான பதிலைச் சொல்ல முடியுமென்று தோன்றவில்லை.

நான் அறியப்பட்ட இடதுசாரியோ அறிவித்துக் கொண்ட கோட்பாட்டாளனோ அல்லன். கலையின் மானுட அம்சத்தை ஏற்றுக் கொள்பவன் என்ற நிலையில் இடதுசாரி. இருக்கும் நிலைமைகள் பற்றிய விமர்சனத்தை மேற்கொள்பவையே கலையும் இலக்கியமும் என்ற எண்ணம் கொண்டவன். மனிதர்களுக்காகவே கருத்துக்கள். கருத்துகளுக்கும் கோட்பாடு களுக்குமாக மனிதர்கள் அல்லர் என்று நம்புகிறேன். இலக்கியம் அது சித்தரிக்கும் எல்லைகளை இயல்பாகவே கடந்து மானிட நிலைமையைச் சுட்டுவது. சாதியையோ மதத்தையோ பின்புலமாக வைத்துச் சித்தரிக்கும் ஒரு படைப்பு வாசகனின் கவனத்தைக் குவிப்பது அவற்றைத் தாண்டிய மானுடச் சிக்கல் என்ற மையத்தில்தான் என்பது என் நம்பிக்கை. அதற்கான சுதந்திரத்தை வலியுறுத்துபவனாக இருக்கவே விழைகிறேன்.

இந்த மையத்தை முதன்மையாகக் காணும் பார்வை திசைமாறிப் போனதா என்ற சந்தேகம் எனக்கு இருக்கிறது. சில படைப்புகள் தொடர்பான சர்ச்சைகள் மையப் பொருளைப் பற்றியதல்ல; சித்தரிப்பை முகாந்திரமாகக் கொண்டவை என்பதும் சந்தேகத்தை வலுப் படுத்துகின்றன. பிற தளங்களிலும் இந்த விலகல் நடந்திருக்க வாய்ப்புண்டு. மனிதர்கள் மீதான அக்கறையைவிடக் கோட்பாட்டை நிலைநிறுத்துவதே நோக்கமாக இடதுசாரிகள் கொண்டதால் இந்த இடைவெளியை வலதுசாரிகள் சாதகமாகப் பயன்படுத்திக் கொண்டு விட்டார்கள் என்று சொல்லப்படுகிறது. தனது அண்மைக்கால நேர்காணலில் நோம் சோம்ஸ்கி சுட்டிக் காட்டுகிறார். இது உண்மையாக இருக்குமானால் அஞ்சத் தகுந்தது. உலகெங்கும் வலதுசாரிகள் – நான் வலதுசாரிகள் என்று வகைப்படுத்துவது மதத்துக்காகவும் இனத்துக்காகவும் அரசியலுக்காகவுமே மக்கள் என்று செயல்படுபவர்களையே – இடதுசாரி மதிப்பீடுகளைப் புறந்தள்ளி விட்டிருக்கிறார்கள். பன்மைத்துவ சமூகமான நம்மை ஒற்றை அடையாளத்தின் கீழ்க் கொண்டுவர விரும்பும் ஆட்சியில் வாழ்கிறோம். சுதந்திரமாகச் சிந்திப்பவர்களுக்கும் செயல்படுபவர்களுக்கும் கடும் பணிகள் காத்திருக்கும் காலம் இது. கொஞ்சம் அச்சமும் நிறைய நம்பிக்கையும் எனக்கு இருக்கிறது. இதுவரை உருவாகி வந்த மானுட இணக்கத்தை இல்லாமல் ஆக்கி விடுவார்களோ என்ற பயம். மனிதர்கள் அப்படியெல்லாம் ஆக விடமாட்டார்கள் என்ற நம்பிக்கை.

***இலக்கியவெளி*, ஜனவரி 2022**

காலச்சுவடு பப்ளிகேஷன்ஸ் (பி) லிட்.
Published by Kalachuvadu Publications Pvt. Ltd.,
669, K.P. Road, Nagercoil 629001, India
Phone: 91-4652-278525
e-mail: publications@kalachuvadu.com

12/2022/S.No. 1137, kcp 4271, 18.6 (1) ass